# ഹിന്ദുത്വം

## മതാത്മകദേശീയതയുടെ പ്രത്യയശാസ്ത്രം

**Hindhuthwam**
Mathathmakadesheeyathayude Prathyayasasthram
Politics

*K T Kunjikkannan*

CHINTHA PUBLISHERS
Thiruvananthapuram



*First Edition*
March 2023

*Published & Typesetting*
Chintha Publishers, Thiruvananthapuram

*Printed at*
Time Offset Printers, Thiruvananthapuram

*Cover Design*
*Vinod Mangoes*

ISBN : 978-93-94753-79-2

CO - 3236 / 6388

**₹ 200**

Email: chinthapublishers@gmail.com
Website: www.chinthapublishers.com

A version is available at National Libraries
Kolkata, Mumbai, Chennai and Delhi

***Distribution***
**DESHABHIMANI BOOKHOUSE**
H O Thiruvananthapuram 695035

***Branch***
Head Office Kunnukuzhi • Statue Thiruvananthapuram
KSRTC Bus Terminal Thampanoor • Saphalyam Complex Thiruvananthapuram
KSRTC Bus Station Alappuzha • KSRTC Bus Station Ernakulam
Machingal Lane Thrissur • IG Road Kozhikode
Mavoor Road Kozhikode • NGO Union Building Kannur
Central Bus Terminal Complex Thavakkara Kannur

# ഹിന്ദുത്വം
## മതാത്മകദേശീയതയുടെ പ്രത്യയശാസ്ത്രം

കെ ടി കുഞ്ഞിക്കണ്ണൻ

ചിന്ത പബ്ലിഷേഴ്സ്
തിരുവനന്തപുരം-695 035
വില : ₹ 200

## കെ ടി കുഞ്ഞിക്കണ്ണൻ

ഇടതുപക്ഷ ചിന്തകനും രാഷ്ട്രീയപ്രവർത്തകനുമായ കെ ടി കുഞ്ഞിക്കണ്ണൻ കോഴിക്കോട് കേന്ദ്രമായി പ്രവർത്തിക്കുന്ന കേളുഏട്ടൻ പഠനഗവേഷണകേന്ദ്രത്തിന്റെ ഡയറക്ടറാണ്. എഴുത്തുകാരനും പ്രഭാഷകനുമാണ്. അജിത ജീവിതപങ്കാളിയും അകേഷ്, ഹരിത എന്നിവർ മക്കളുമാണ്.

സാർവദേശീയ സംഭവവികാസങ്ങളുടെ വിശകലനങ്ങളും രാഷ്ട്രീയ സാംസ്കാരിക വിമർശനങ്ങളും മാർക്സിസ്റ്റ് സൈദ്ധാന്തിക നിലപാടുകളിൽനിന്ന് വിശകലനവിധേയമാക്കുന്ന ലേഖനങ്ങളും പഠനങ്ങളും ആനുകാലിക പ്രസിദ്ധീകരണങ്ങളിൽ സ്ഥിരമായി എഴുതുന്നു.

**കൃതികൾ**: *അമേരിക്കൻ ഭീകരത-ചരിത്രം വർത്തമാനം പ്രത്യയശാസ്ത്രം, മതം ഭീകരത സാമ്രാജ്യത്വം, ബുദ്ധൻ ചിരിക്കുന്നില്ല* (ആണവായുധങ്ങളുടെ രാഷ്ട്രീയം പ്രതിപാദിക്കുന്നത്), *ആഗോളവൽക്കരണകാലത്തെ ജുഡീഷ്യൽ ആക്ടിവിസം, കേരളം സമൂഹവും രാഷ്ട്രീയവും, മാവോയിസത്തിന്റെ രാഷ്ട്രീയവും പ്രത്യയശാസ്ത്രവും, മാർക്സിലേക്ക് മടങ്ങുന്ന ലോകം, മാധ്യമം പ്രചാരണം പ്രത്യയശാസ്ത്രം, വിമോചനസമരത്തിന്റെ വാമനാവതാരങ്ങൾ, കേരള ഭരണത്തിലെ ഇടതുപക്ഷമുദ്രകൾ, മാവോയിസം മാർക്സിസമോ, പലസ്തീൻ സയണിസം ഹിന്ദുത്വം, സംസ്കാരത്തിന്റെ സമരമുഖങ്ങൾ, ആർ എസ് എസ്: രാജ്യദ്രോഹത്തിന്റെ ചരിത്രം, ശബരിമലയും ആർ എസ് എസും, ആർത്തവം ആചാരം വിശ്വാസം, ഹിന്ദുത്വവും നവലിബറലിസവും, ഇസ്ലാമിക തീവ്രവാദം ജമാഅത്തെഇസ്ലാമി വിമർശനത്തിനൊരാമുഖം, യുക്തിയുടെ ഗ്രഹണകാലം* തുടങ്ങിയ ഗ്രന്ഥങ്ങളുടെ രചയിതാവാണ്.


| | | |
|---|---|---|
| വിലാസം | : | ഡയറക്ടർ<br>കേളുഏട്ടൻ പഠനഗവേഷണ കേന്ദ്രം<br>സി എച്ച് കണാരൻ സ്മാരകം<br>കോഴിക്കോട് |
| മൊബൈൽ | : | 9447639517 |
| ഇമെയിൽ | : | kepkendram@gmail.com |

## ഉള്ളടക്കം

# പ്രസാധകക്കുറിപ്പ്

**ഹി**ന്ദുത്വം നിരന്തരം മുഖം മാറ്റുന്ന പ്രക്രിയയാണ്. ആ പ്രത്യയശാസ്ത്രത്തെ പൂർണ്ണരൂപത്തിൽ ഗ്രഹിക്കുന്നതിന് സങ്കീർണ്ണവും സൂക്ഷ്മവുമായ ഒരു ജ്ഞാനമണ്ഡലം രൂപപ്പെടുത്തേണ്ടതുണ്ട്. അധീശത്വബോധമായി ഇന്ത്യയിൽ വളർന്നുവന്ന ഹിന്ദുത്വം പഴയ ഗ്രന്ഥങ്ങളിൽ അഭിരമിക്കുക മാത്രമല്ല ചെയ്യുന്നത്, ലിബറൽ മുതലാളിത്തത്തിന്റെ പരിലാളനകൾ അതിവിപുലമായ നിലയിൽ അതിനു ലഭിക്കുന്നുണ്ട്. രാഷ്ട്രീയാധികാരം മുതലാളിത്ത ശക്തികളുടെ കൈവശം തന്നെ നിലനിർത്താൻ അവർ കണ്ടെത്തിയ ഏറ്റവും പുതിയ ഉപകരണമാണ് ഹിന്ദുത്വം. ഹിന്ദുത്വ പ്രത്യയശാസ്ത്രത്തിന്റെ അകപ്പൊരുളുകൾ വിമർശനാധിഷ്ഠിതമായി വികലനം ചെയ്യുന്ന കൃതി. ഹിന്ദുത്വവാദികളുടെ കാപട്യങ്ങളെയും ഇരട്ടത്താപ്പുകളെയും തുറന്നുകാട്ടുന്ന പഠനഗ്രന്ഥം.

**ചിന്ത പബ്ലിഷേഴ്സ്**

# ഹിന്ദുത്വത്തിന്റെ ക്രൂരതീർത്ഥാടനങ്ങൾ

**ത**ങ്ങൾക്കനഭിമതരായ ജനസമൂഹങ്ങളെയും രാഷ്ട്രങ്ങളെയും ഭൂമുഖത്തുനിന്ന് ഇല്ലാതാക്കാൻ ദൈവം തെരഞ്ഞെടുത്തവരാണ് തങ്ങളെന്നും തങ്ങളുടെ അധിനിവേശയുദ്ധങ്ങളും വംശീയാക്രമണങ്ങളും വിശുദ്ധദൗത്യമാണെന്നുമാണ് ചരിത്രത്തിലെ എല്ലാ ഫാസിസ്റ്റുകളെയുംപോലെ ഹിന്ദുത്വവാദികളും കരുതുന്നത്. ആംഗ്ലോസാക്സൺ വർണവെറിയൻ മേധാവിത്വബോധത്തെ വിശകലനം ചെയ്തുകൊണ്ട് അമേരിക്കൻ ഭരണകൂടത്തിന്റെയും അതിനെ പ്രതിനിധീകരിക്കുന്ന റിപ്പബ്ലിക്കൻമാരുടെയും ഡെമോക്രാറ്റുകളുടെയും പൊതുബോധം മറ്റെല്ലാ ജനസമൂഹങ്ങളും രാഷ്ട്രങ്ങളും തങ്ങൾക്ക് കീഴ്പ്പെട്ട് കഴിയേണ്ടവരാണെന്ന ആധിപത്യധാരണയെ പിൻപറ്റുന്നതാണെന്ന് നോംചോസ്കി നിരീക്ഷിക്കുന്നുണ്ട്. മറ്റുള്ളവർ അധമരും തങ്ങൾ വരേണ്യരുമാണെന്ന ആര്യവംശാഭിമാനമാണ് ഹിറ്റ്ലറെയും ഫാസിസ്റ്റുകളെയും നയിച്ചത്.

ആര്യവംശാഭിമാനത്തിന്റെ സ്മൃതികളിലും ശ്രുതികളിലും അഭിരമിക്കുന്നവരാണ് ഹിന്ദുത്വവാദികൾ. ഇന്ത്യയുടെ പ്രാചീനചരിത്രം ഹിന്ദുക്കളുടേതാണെന്നും അതൊരു സംസ്കാരവും ധർമ്മസംഹിതയുമാണെന്ന, തെറ്റും ചരിത്രവിരുദ്ധവുമായ നിലപാടുകളാണ് ഹിന്ദുത്വവാദികൾക്കുള്ളത്. ഇന്ത്യയുടെ പ്രാചീനസംസ്കൃതികളിലെവിടെയും ഹിന്ദുവെന്ന മതമില്ല. സൈന്ധവ നദീതീരത്തെ ബ്രാഹ്മണരും ക്ഷത്രിയരും വൈശ്യരും ശൂദ്രരും മുസൽമാന്മാരും ബൗദ്ധരും ജൈനരും അടങ്ങുന്ന ജനസമൂഹത്തെയാകെ സൂചിപ്പിക്കാനാണ് ഹിന്ദുവെന്ന പദം അൽബറൂണിയെപോലുള്ള പേർഷ്യൻഅറബി സഞ്ചാരികളും ഗ്രീക്ക് സഞ്ചാരികളും ഉപയോഗിച്ചത്. യജ്ഞയാഗസംസ്കൃതിയുടെ വിശ്വാസാചാരബന്ധിതമായ, അങ്ങേയറ്റം പ്രതിലോമപരമായ പ്രത്യയശാസ്ത്രപുനരുജ്ജീവന

ത്തിലൂടെയാണ് ഹൈന്ദവദേശീയതയുടെ രാഷ്ട്രീയചിന്താപദ്ധതികൾ രൂപപ്പെടുത്തിയിട്ടുള്ളത്. അതിന് പൗരാണിക ഇന്ത്യക്കാരുടെ മതവിശ്വാസവുമായോ സംസ്കാരവുമായോ യാതൊരുവിധ ബന്ധവുമില്ല. അത് സാമ്രാജ്യത്വപ്രോക്തമായൊരു പ്രത്യയശാസ്ത്രമാണ്.

ജാതി ബ്രാഹ്മണ്യമേധാവിത്ത വ്യവസ്ഥയുടെ മർദ്ദനങ്ങൾക്കും ക്രൂരമായ വിവേചനങ്ങൾക്കുമെതിരായ ബൗദ്ധികവും സാംസ്കാരികവുമായ ഉണർവ്വായിരുന്നു ബൗദ്ധദർശനം. പ്രജ്ഞയുടെയും കരുണയുടെയും മതദർശനങ്ങൾ പ്രചരിപ്പിച്ച് ബുദ്ധൻ ബ്രാഹ്മണമതത്തെ അപ്രസക്തമാക്കുകയായിരുന്നു. ഇന്ത്യയിൽ ബ്രാഹ്മണ്യം നേരിട്ട വെല്ലുവിളികളെയും ജാതി ഫ്യൂഡൽ വ്യവസ്ഥയുടെ പ്രതിസന്ധികളെയും അതിജീവിക്കാനാണ് ബുദ്ധമത വിശ്വാസികളുടെ ഉന്മൂലനത്തിലൂടെ ശങ്കരാചാര്യർ ശ്രമിച്ചത്. ബുദ്ധരെ ഓടിച്ചും അവരുടെ വിഹാരങ്ങൾ തകർത്തും കൂട്ടത്തോടെ ഉന്മൂലനം ചെയ്തുമാണ് ശങ്കരൻ ബ്രാഹ്മണാധികാരം പുനഃസ്ഥാപിച്ചത്. ജാതി ഉപജാതിവ്യവസ്ഥയിലധിഷ്ഠിതമായ ക്രൂരമായ ചാതുർവർണ്യവ്യവസ്ഥയുടെ പുനഃസ്ഥാപനമായിരുന്നു അത്. ജാതി ബ്രാഹ്മണ്യത്തിനെതിരായ ഉണർവിനെയും ജനകീയ ഉത്ഥാനത്തെയും പ്രതിനിധീകരിക്കുന്ന ബൗദ്ധദർശനങ്ങളുടെ നിഷേധത്തിലൂടെയാണ് ആര്യവംശാഭിമാനത്തിന്റേതായ ഹിന്ദുത്വം പുനരുജ്ജീവിപ്പിക്കപ്പെട്ടതും ഹിംസാത്മകമായി വളർന്നതും.

പ്രാചീന ഇന്ത്യൻസംസ്കൃതിയെയും ഹിന്ദുത്വരാഷ്ട്രീയത്തെയും സംബന്ധിച്ച റൊമീലഥാപറുടെയും ആർ എസ് ശർമ്മയുടെയുമൊക്കെ ചരിത്രപഠനങ്ങൾ ഇക്കാര്യത്തിൽ വ്യക്തത നൽകുന്നതാണ്. ജാതിജന്മിത്വത്തിന്റെ പ്രത്യയശാസ്ത്രമായ ചാതുർവർണ്യവും മനുസ്മൃതിയുമാണ് ഹിന്ദുത്വത്തിന്റെ അടിസ്ഥാനമായിരിക്കുന്നത്. പല ചരിത്രപഠനങ്ങളും ഇന്ത്യയിൽ ബ്രാഹ്മണമതമല്ലാതെ ഹിന്ദുമതമെന്നൊരു മതം മുമ്പുണ്ടായിരുന്നതായി അംഗീകരിക്കുന്നില്ല. ഡോ. പി കെ ഗോപാലകൃഷ്ണൻ തന്റെ കേരളത്തിന്റെ സാംസ്കാരികചരിത്രത്തിൽ കേരളീയസമൂഹത്തിന് അപരിചിതമായ മതവും സംസ്കാരവുമായിട്ടാണ് ഹിന്ദുമതത്തെ സംബന്ധിച്ച് പറയുന്നത്. 'ആദ്യകാലത്ത് ഹിന്ദുമതം ചേരനാടിന് അജ്ഞാതമായിരുന്നു. ഇവിടെ ഒരു മതവും നിലവിൽ ഉണ്ടായിരുന്നില്ല. ഒരുതരം പ്രാകൃതമായ ആരാധനാസംവിധാനമേ അന്നുണ്ടായിരുന്നുള്ളു. വീരന്മാരായ പൂർവ്വികരെ ആരാധിച്ചിരുന്നു. മുത്തപ്പൻ അങ്ങനെയുണ്ടായി. മുത്തപ്പന് മദ്യവും മാംസവും നിവേദിച്ചിരുന്നു.'

ഇന്ത്യയുടെ ആദിമസാഹിത്യമായി കാണുന്ന വേദങ്ങളും വേദകൃതികളും ഇതേ നിലപാട് പങ്കുവെക്കുന്നു. *ഋഗ്വേദ*ത്തിൽ എല്ലാ ദേവീദേവന്മാരും, ദൈവങ്ങളുടെ ദൈവമായ ദേവേന്ദ്രൻപോലും മാംസം ഭക്ഷിക്കുകയും മദ്യം പാനംചെയ്യുകയും ചെയ്യുന്നുണ്ടെന്ന് മാർക്സ്മുള്ളർ തന്നെ നിരീക്ഷിക്കുന്നു. ഹിന്ദുത്വവാദികൾ മുന്നോട്ടുവെക്കുന്ന ആര്യവംശാഭിമാനത്തിന്റെ ശുദ്ധാശുദ്ധങ്ങളുടേതായ ധർമ്മശാസ്ത്രവിധികൾക്ക് വിരുദ്ധമായ ചരിത്രവും സംസ്കാരവുമാണ് വേദസാഹിത്യത്തിന്റെ പശ്ചാ

ത്തലമായിരിക്കുന്നത്. മതാത്മകമല്ലാത്ത ആചാരങ്ങൾ പിന്തുടർന്നിരുന്ന കേരളത്തിൽ സ്വാധീനംചെലുത്തിയ ആദ്യകാല മതദർശനമെന്നുപറയുന്നത് ബുദ്ധമതവും ജൈനമതവുമാണ്. ഇന്ന് ഹൈന്ദവാരാധനാലയങ്ങളായി കൊണ്ടാടപ്പെടുന്ന കാവുകളും ക്ഷേത്രങ്ങളുമെല്ലാം പഴയ ബുദ്ധ വിഹാരങ്ങളായിരുന്നു. ഈ ചരിത്രത്തെയെല്ലാം കുഴിച്ചുമൂടിക്കൊണ്ടാണ് ബ്രാഹ്മണമതത്തെ ഭൂരിപക്ഷ ഇന്ത്യൻ ജനതയുടെ മതമായി സ്ഥാപിച്ചെടുത്ത് ഹിന്ദുത്വരാഷ്ട്രീയം അഴിഞ്ഞാടുന്നത്. ഗോസംരക്ഷണത്തിന്റെ പേരിൽ നിസ്സഹായരായ മനുഷ്യരെ വേട്ടയാടുന്നത്.

ആര്യവംശാഭിമാനത്തിലധിഷ്ഠിതമായ സാംസ്കാരികദേശീയവാദികൾ തങ്ങൾ അനഭിമതരും നീചജന്മങ്ങളുമായി കാണുന്ന ന്യൂനപക്ഷങ്ങൾക്കും ദളിതുകൾക്കും സ്ത്രീകൾക്കുമെതിരായ കടന്നാക്രമണങ്ങളെ വിശുദ്ധവർണ്ണധർമ്മമായിട്ടാണ് കാണുന്നത്. ബ്രാഹ്മണ വരേണ്യതയുടെ ക്രൂരതീർത്ഥാടനങ്ങളാണ് ഇന്ത്യയിൽ ന്യൂനപക്ഷങ്ങൾക്കും ദളിതുകൾക്കും പണിയെടുക്കുന്ന ജനവിഭാഗങ്ങൾക്കുംനേരെ സംഘപരിവാർ നടത്തിക്കൊണ്ടിരിക്കുന്ന ആക്രമണങ്ങളും ആൾക്കൂട്ട കൊലപാതകങ്ങളും. പ്രാചീനതയുടെ കൂരിരുട്ടിലേക്ക് ഒരു രാജ്യത്തെയും ജനതയെയും തള്ളിവിടുന്ന വംശീയയുദ്ധങ്ങളുടെയും അധീശത്വത്തിന്റെയും പ്രത്യയശാസ്ത്രവും പ്രയോഗപദ്ധതിയുമാണ് ഹിന്ദുത്വമെന്നത്. അത് ചാതുർവർണ്യാധിഷ്ഠിത ബ്രാഹ്മണാധികാരത്തിലധിഷ്ഠിതമായ ശുദ്ധാശുദ്ധങ്ങളുടേതായ ധർമ്മശാസ്ത്രങ്ങളെ അടിസ്ഥാനപ്പെടുത്തിയ ഫാസിസ്റ്റ് പ്രത്യയശാസ്ത്രമാണ്.

മനുഷ്യോൽപ്പത്തിയെ സംബന്ധിച്ച അങ്ങേയറ്റം വരേണ്യവും അധഃസ്ഥിതവിരുദ്ധവുമായ ദർശനമാണ് ഹിന്ദുത്വവാദികൾക്കുള്ളത്. *ഋഗ്വേദ*ത്തിലെ പുരുഷസൂക്തത്തിൽ പറയുന്ന വിരാട്പുരുഷ സങ്കൽപമാണ് ഹിന്ദുത്വവാദികളുടേത്. വിരാട്പുരുഷന്റെ വായിൽനിന്ന് ബ്രാഹ്മണനും ബാഹുക്കളിൽനിന്ന് ക്ഷത്രിയനും തുടകളിൽ നിന്ന് വൈശ്യനും കാൽപാദങ്ങളിൽനിന്ന് ശൂദ്രരും ജനിച്ചുവെന്നാണ് ചാതുർവർണ്യം കൽപിക്കുന്നത്. അങ്ങേയറ്റം ചരിത്രവിരുദ്ധവും നരവംശശാസ്ത്രവിരുദ്ധവുമായ വരേണ്യബ്രാഹ്മണ്യ ഉല്പത്തികഥകളെ മുൻനിർത്തി ശൂദ്രരെയും ദളിതരെയും മുസ്ലീങ്ങളെയും അനഭിമത സമൂഹങ്ങളായി വിധിച്ച് വേട്ടയാടുകയാണ് ഹിന്ദുത്വവാദികൾ ചെയ്തുകൊണ്ടിരിക്കുന്നത്.

## നവലിബറൽ കാലത്തെ വംശീയവാദം

നവോത്ഥാനദർശനങ്ങളുടെയും സാമ്രാജ്യത്വവിരുദ്ധ ദേശീയതയുടേതുമായ എല്ലാവിധ ആധുനികമൂല്യങ്ങളെയും നിരാകരിക്കുന്ന അത്യന്തം പ്രതിലോമപരമായ പുനരുജ്ജീവനരാഷ്ട്രീയമാണ് ഹിന്ദുത്വമെന്നത്. അതു വ്യക്തിയുടെ സ്വതന്ത്രമായ വളർച്ചയെയും വികാസത്തെയും അതിനായുള്ള ജനാധിപത്യ സമത്വസങ്കല്പങ്ങളെയും ചോദ്യംചെയ്യുന്ന ഫാസിസ്റ്റ് സിദ്ധാന്തമാണ്. നാസികളുടെ വംശീയചരിത്രത്തെയും പ്രത്യയശാസ്ത്ര

ത്തെയും പിൻപറ്റുന്ന സൈദ്ധാന്തിക പ്രയോഗപരിപാടിയാണ്. ഇരുപതാംനൂറ്റാണ്ടിന്റെ അവസാനം സോഷ്യലിസ്റ്റ്ബ്ലോക്കിനും സോവ്യറ്റ് യൂണിയനും ഏറ്റ തിരിച്ചടികളെയും കമ്പോളോന്മുഖമായ നവഫൈനാൻസ് മൂലധനവ്യവസ്ഥയ്ക്ക് കിട്ടിയ മേൽക്കൈകളെയും ഉപയോഗപ്പെടുത്തിക്കൊണ്ടാണ് ഹിന്ദുത്വത്തിന് ഇന്ത്യയിൽ ദേശീയാധികാരവും അധീശത്വവും നേടാൻ കഴിഞ്ഞത്.

നിയോലിബറൽ മുതലാളിത്തം അതിന്റെ പ്രതിസന്ധികളെ അതിജീവിക്കാനും അധീശത്വം നിലനിർത്താനുമായി മതതീവ്രവാദത്തെയും വംശീയവാദത്തെയും കൂട്ടുപിടിക്കുകയാണ്. ഫൈനാൻസ് മൂലധനത്തിന്റെ എല്ലാറ്റിനും മുകളിൽ ആധിപത്യമുറപ്പിക്കാനുള്ള അധിനിവേശവാഞ്ഛ മതവംശീയ ഭീകരപ്രസ്ഥാനങ്ങൾക്കും ഫാസിസത്തിനും യുദ്ധപരമ്പരകൾക്കും വഴിവെക്കുന്നു. ഇന്ത്യയിൽ ഭൂരിപക്ഷ മതസമുദായ ധ്രുവീകരണവും അതിദേശീയതാവാദവും വളർത്തിക്കൊണ്ട് ഹിന്ദുത്വഫാസിസ്റ്റുകൾ 2014 ഓടെ ദേശീയാധികാരത്തിലെത്തുകയായിരുന്നു. അതിന്ന് തീവ്രഗതിയാർജ്ജിച്ചിരിക്കുന്നു.

ഇന്ത്യൻ പാരമ്പര്യത്തിന്റെയും സംസ്കാരത്തിന്റെയും അടിസ്ഥാന സ്വഭാവമായ ബഹുസ്വരതയെ കടന്നാക്രമിച്ചും അട്ടിമറിച്ചും ഹിന്ദുത്വമെന്ന ഏകത്വത്തിലേക്കും ബലം പ്രയോഗിച്ച് എല്ലാറ്റിനെയും വിലയിപ്പിച്ചെടുക്കാനാണ് സംഘപരിവാർ ശ്രമിച്ചുകൊണ്ടിരിക്കുന്നത്. ന്യൂനപക്ഷങ്ങളെയും ദളിതുകളെയും ക്രൂരമായി വേട്ടയാടുന്നു. ഗുജറാത്ത് വംശഹത്യതൊട്ട് മുസ്ലിം വിരുദ്ധതയും ബംഗ്ലാദേശികുടിയേറ്റ വിരുദ്ധതയും മതപരിവർത്തനവും ആരാധനാലയ തർക്കങ്ങളും ഉയർത്തി വിദ്വേഷവും വിഭജനവും വളർത്തുന്നു. തങ്ങൾക്കനഭിമതരായ ജനവിഭാഗങ്ങളെ സാംസ്കാരികദേശീയതയുടെയും ആര്യശ്രേഷ്ഠതയുടെയും ശത്രുക്കളായി മുദ്രകുത്തി വേട്ടയാടുന്നു. ശുദ്ധാശുദ്ധങ്ങളുടേതായ ധർമ്മസംഹിതകളിൽ നിന്നും വംശീയാവേശം ഉൾക്കൊണ്ടും മുസ്ലിം വിരുദ്ധമായ മുൻവിധികളോട് കൂടിയ പൊതുബോധമുല്പാദിപ്പിച്ചും തങ്ങൾ അധമരും മ്ലേച്ഛരുമായി കാണുന്ന ജനവിഭാഗങ്ങളെ നിഷ്കാസനം ചെയ്യുന്നതും ഉന്മൂലനം ചെയ്യുന്നതും വിശുദ്ധദൗത്യമായി കാണുന്നവരാണ് ഹിന്ദുത്വഫാസിസ്റ്റുകൾ.

നവലിബറൽ മുതലാളിത്തകാലമെന്നത് വ്യക്തികളെ അവരുടെ സവിശേഷതകളുടെ അതിസൂക്ഷ്മതയിലേക്ക് വെട്ടിച്ചുരുക്കുന്ന ഉത്തരാധുനിക സ്വത്വരാഷ്ട്രീയത്തിന്റെയും വംശഹത്യകളുടേതുമാണ്. രാഷ്ട്രങ്ങളെയും സമൂഹങ്ങളെയും കല്ലോട്കല്ല് ചേരാതെ ശിഥിലമാക്കുന്ന മതവംശയുദ്ധങ്ങളുടെ കാലം. നവോത്ഥാനവും ദേശീയവിമോചന സമരങ്ങളും സോഷ്യലിസ്റ്റ് വിമോചന പ്രസ്ഥാനങ്ങളും ചരിത്രത്തിലേക്ക് കൊണ്ടുവന്ന എല്ലാ ആശയങ്ങളെയും ദേശരാഷ്ട്രസങ്കല്പങ്ങളെയും തകർക്കുന്ന വിധ്വംസകമായ സാമ്രാജ്യത്വ അസ്ഥിരീകരണത്തിന്റെ കാലം. സാമ്രാജ്യത്വ നവലോകക്രമമെന്നത് വംശീയയുദ്ധങ്ങളുടെയും അധിനിവേശത്തിന് വേണ്ടി

യുള്ള മൂലധനത്തിന്റെയും മതവംശീയ ഫാസിസത്തിന്റെയും ക്രൂര തീർത്ഥാടനങ്ങളുടേതുമാണ്.

യൂറോപ്പിലാകെ കുടിയേറ്റവിരുദ്ധതയും വംശീയവൈരവും വിതയ്ക്കുന്ന നവനാസികളും പലസ്തീനികളെ ഉന്മൂലനംചെയ്ത് അവരുടെ ജന്മദേശം കൈയടക്കിയ സയണിസവും ഇന്ത്യയിൽ അധികാരം പിടിച്ച ഹിന്ദുത്വവും തങ്ങൾക്ക് അനഭിമതരായ ജനസമൂഹങ്ങൾക്കും രാഷ്ട്രങ്ങൾക്കുംമേൽ അധിനിവേശം നേടുന്നത് ദൈവം തങ്ങളെ ഏല്പിച്ച വിശുദ്ധദൗത്യമായി കാണുന്നവരാണ്. മനുഷ്യരെ വെളുത്തവനും കറുത്തവനും ശ്രേഷ്ഠനും അധമനും ഹിന്ദുവും മുസ്ലീമും ക്രിസ്ത്യാനിയും ബ്രാഹ്മണനും ശൂദ്രനുമാക്കി വേർതിരിച്ച് അകറ്റിനിർത്തുന്ന ശുദ്ധാശുദ്ധങ്ങളുടെയും സംസ്കാര സംഘർഷങ്ങളുടെയും പ്രത്യയശാസ്ത്രപദ്ധതിയാണ് വർഗീയതയും ഹിന്ദുത്വവുമെല്ലാം.

ചരിത്രസന്ധികളുടെയും സാമൂഹ്യസന്ദിഗ്ധതകളുടെയും ചേറിൽ അമർന്നുകിടക്കുന്ന വർഗീയതയുടെ ചീങ്കണ്ണികൾ പാരമ്പര്യത്തെയും സംസ്കാരത്തെയും മഹാപുരുഷന്മാരെയും അവരുടെ ആശയങ്ങളെയുമെല്ലാം വാരിവിഴുങ്ങിയാണ്, സമൂഹശരീരത്തിൽ അർബുദകോശങ്ങൾ കണക്കെ വളർന്നു മാനവികതക്കെതിരായ ഫാസിസ്റ്റ് രാഷ്ട്രീയമായി പരിണമിക്കുന്നതും മനഷ്യരാശിക്കാകെ ഭീഷണമായി വളരുന്നതും. ജനാധിപത്യദേശീയതയ്ക്കും സ്ഥിതിസമത്വത്തിനും സാമൂഹ്യനീതിക്കുമായി നിലകൊള്ളുന്ന പ്രസ്ഥാനങ്ങളെയും രാഷ്ട്രങ്ങളെയും കാർന്നു തിന്നാനായി സാമ്രാജ്യത്വ മൂലധനകേന്ദ്രങ്ങളിൽ പ്രജനനം ചെയ്യപ്പെടുന്ന മാരക വൈറസുകളാണ് ഈ വംശീയതയും വർഗീയവാദവുമെല്ലാം. മൂലധനശക്തികൾക്കും ചൂഷക വ്യവസ്ഥയ്ക്കുമെതിരായ മനുഷ്യരാശിയുടെ പ്രതിരോധശേഷിയെയും കടന്നാക്രമണശക്തിയെയും ഇല്ലാതാക്കുകയാണ് ഇത്തരം വൈറസുകളുടെ ജന്മദൗത്യവും ജീവിതധർമ്മവും. വർഗീയതയുടെയും ഫാസിസ്റ്റ് രാഷ്ട്രീയത്തിന്റെയും ചരിത്രവും വർത്തമാന അനുഭവങ്ങളുമതാണ് സാക്ഷ്യപ്പെടുത്തുന്നത്.

നവോത്ഥാനത്തിന്റെയും കൊളോണിയൽ വിരുദ്ധ ദേശീയതയുടെയും ചരിത്രത്തെയും സംസ്കാരത്തെയുമെല്ലാമത് റാഞ്ചിയെടുക്കുന്നു. നവോത്ഥാനം ചരിത്രത്തിലേക്ക് കൊണ്ടുവന്ന മാനവികതയുടെയും സാമൂഹ്യനീതിയുടെയും പ്രകാശനാളങ്ങളെ തല്ലിക്കെടുത്തി, പ്രാചീനതയുടെ കൂരിരുട്ടിലേക്ക് ജനതയെ തിരിച്ചുകൊണ്ടുപോകാനും തളച്ചിടാനുമുള്ള പുനരുജ്ജീവനത്തിന്റെ രാഷ്ട്രീയമാണ് ഹിന്ദുത്വമെന്നത്. നമ്മുടെ പൗരാണിക ദർശനങ്ങളെയും ചരിത്രത്തെയും നവോത്ഥാനമൂല്യങ്ങളെയും വരെ റാഞ്ചിയെടുത്ത് അപരവിരോധത്തിന്റെ പ്രത്യയശാസ്ത്രമാക്കുന്ന മാനവികതക്കെതിരായ വിദ്വേഷരാഷ്ട്രീയമാണ്.

പാശ്ചാത്യ ഓറിയന്റലിസ്റ്റ് പണ്ഡിതന്മാരുടെ ഇന്ത്യയുടെ ഭൂതകാലത്തെ സംബന്ധിച്ച കൊളോണിയൽ സിദ്ധാന്തങ്ങളിലാണ് ഹിന്ദുത്വ രാഷ്ട്രീയത്തിന്റെ പ്രത്യയശാസ്ത്ര വേരുകൾ ആഴ്ന്നുകിടക്കുന്നത്.

ഋഷിപ്രോക്ത സംസ്കാരത്തെയും ഇന്ത്യയുടെ ആത്മീയ പാരമ്പര്യത്തെയുമെല്ലാം സംബന്ധിച്ച ഓറിയന്റലിസ്റ്റ് പഠനനിർമ്മിതികൾക്ക് കൊളോണിയൽ മൂലധനതാല്പര്യങ്ങളുമായി ചേർന്ന് കിടക്കുന്ന അധീശത്വ താല്പര്യങ്ങളാണുണ്ടായിരുന്നത്. അവർ ഇന്ത്യൻ ദർശനങ്ങളെ ഏകപക്ഷീയമായി ഉപരിവർഗത്തിനാവശ്യമായ ആത്മീയദർശനങ്ങളായി പരിമിതപ്പെടുത്തുകയായിരുന്നു. ഇന്ത്യയുടെ പൗരാണികതയെയും ആത്മീയപാരമ്പര്യത്തെയും ഋഷിപ്രോക്ത സംസ്കാരത്തെയുമെല്ലാം സംബന്ധിച്ച ഓറിയന്റലിസ്റ്റ് പഠനങ്ങളിലാണ് ഹിന്ദുത്വത്തിന്റെ പ്രത്യയശാസ്ത്രവേരുകൾ ആഴ്ന്നുകിടക്കുന്നത്. കൊളോണിയൽ താല്പര്യങ്ങളും ബ്രാഹ്മണാധികാരത്തിലധിഷ്ഠിതമായ ചാതുർവർണ്യമൂല്യങ്ങളും ചേർന്നു നിർമ്മിച്ചെടുത്ത ദേശീയഅടിമത്തത്തിന്റെ പ്രത്യയശാസ്ത്രമാണ് ഹിന്ദുത്വം.

## ഹിന്ദുത്വത്തിന്റെ ചരിത്രപരമായ അടിവേരുകൾ

ഗോവധനിരോധനപ്രസ്ഥാനങ്ങളും ഹിന്ദുത്വത്തിന്റെ പ്രത്യയശാസ്ത്രകാരന്മാരായ ലാലാലാൽചന്ദ് തൊട്ട് സവർക്കർ, ഗോൾവാക്കർ തുടങ്ങിയവരുടെ കൃതികളും ഇന്ത്യൻ ഫാസിസത്തിന്റെ ലക്ഷണമൊത്ത രാഷ്ട്രീയവും പ്രത്യയശാസ്ത്രവുമാണ് ഹിന്ദുത്വമെന്ന് വ്യക്തമാക്കിത്തരുന്നുണ്ട്. ഇന്ത്യയുടെയും ലോകത്തിന്റെയും പ്രഥമ സാഹിത്യ സംഘാതങ്ങളിൽ ഒന്നായി പരിഗണിക്കുന്ന *ഋഗ്വേദ*ത്തിന്റെ അവസാനകാലത്ത് തന്നെ ഇന്ത്യയിൽ ഭൗതികവാദദർശനങ്ങൾ രൂപംകൊണ്ടിരുന്നുവെന്നും ഉപനിഷത്തുക്കളിൽ കുറച്ചു കൂടെ വ്യക്തതയോടെ ഭൗതികവാദദർശനങ്ങളുടെ വിശദീകരണമുള്ളതായും ദേബിപ്രസാദ് ചതോപാധ്യായ നിരീക്ഷിക്കുന്നുണ്ട്.

കഠോപനിഷത്തിൽ ഈ പ്രപഞ്ചജീവിതത്തിനപ്പുറം മറ്റൊരു ജീവിതമില്ലെന്ന് വിശ്വസിക്കുന്നവരെ പറ്റിയുള്ള സൂചനകൾ ഉള്ളതായി ചതോപാധ്യായ വിശദീകരിക്കുന്നുണ്ട്. ഓറിയന്റലിസ്റ്റ് പഠനങ്ങളുടെ പ്രതിലോമകരവും ഭൂതകാലത്തെയും അതിന്റെ പ്രാചീനതകളെയും ആദർശവൽക്കരിക്കുന്ന മിഥ്യാവബോധങ്ങളിലുമാണ് ഹിന്ദുത്വരാഷ്ട്രീയത്തിന്റെ ആദർശഭൂമിക നിലകൊള്ളുന്നത്. ഇന്ത്യയുടെയും കേരളത്തിന്റെയുമൊക്കെ ജീവിത പുരോഗതിക്കു തടസ്സംനിന്ന ജാതിജന്മിത്വശക്തികളുടെയും അവരുടെ ധർമ്മസംഹിതകളുടെയും എക്കാലത്തെയും സംരക്ഷണമാണ് സംഘ്‌രാഷ്ട്രീയം ഏറ്റെടുത്തിട്ടുള്ളത്. ഇന്നിപ്പോൾ നവോത്ഥാനത്തിന്റെയും ദേശീയതയുടെയും അപപാഠങ്ങൾ നിർമ്മിച്ച് ആധുനികതയ്ക്കും ജനാധിപത്യ മതനിരപേക്ഷ സംസ്കാരത്തിനുമെതിരായ ഇന്ത്യൻ സാഹചര്യത്തിലെ പുനരുജ്ജീവന രാഷ്ട്രീയമായി ആഗോള മൂലധനശക്തികൾ ഹിന്ദുത്വത്തെ ഇന്ത്യൻ ഭരണവർഗ്ഗ പ്രത്യയശാസ്ത്രമാക്കി മാറ്റിക്കഴിഞ്ഞിരിക്കയാണ്. നവോത്ഥാനത്തിന്റെ ചരിത്രത്തെയും നവോത്ഥാനനായകരുടെ ദർശനങ്ങളെയും ഹിന്ദുത്വനിർമ്മിതിക്കാവശ്യമായ രീതിയിൽ അപ

നിർമ്മിച്ചെടുത്തുകൊണ്ടാണ് ആഗോള ഫൈനാൻസ് മൂലധനത്തിനാവശ്യമായ പ്രത്യയശാസ്ത്ര പരിസരം സൃഷ്ടിച്ചെടുക്കുന്നതെന്നത് പുരോഗമന ജനാധിപത്യശക്തികൾ ഗൗരവപൂർവ്വം കാണേണ്ടതുണ്ട്.

ഗാന്ധി വധത്തിന്റെയും ബാബറിമസ്ജിദ് കൈയേറ്റത്തിന്റെയും കളങ്കമേറ്റ് സർവ്വരാലും വെറുക്കപ്പെട്ട് നില്ക്കുന്ന സാഹചര്യത്തിലാണ്, 1950 കളിൽ സി ഐ എ പഠനങ്ങൾ കോൺഗ്രസിന് ബദലായ ഇന്ത്യൻ ഭരണവർഗ്ഗശക്തിയായി ഹിന്ദുത്വ രാഷ്ട്രീയത്തെ ഉയർത്തിക്കാട്ടാനും പരുവപ്പെടുത്തിയെടുക്കാനും ആസൂത്രിത ശ്രമങ്ങൾ ആരംഭിച്ചത്. ഈ സന്ദർഭത്തിലാണ് സി ഐ എയ്ക്ക് വേണ്ടി തയ്യാറാക്കിയ ജെ എ കറാന്റെ 'മിലിന്റ് ഹിന്ദുയിസം ഇൻ ഇന്ത്യ' എന്ന പഠനം പുറത്തുവരുന്നത്.

ഹിന്ദുത്വപുനരുജ്ജീവനത്തിലൂടെ ഹൈന്ദവവ്യവഹാരങ്ങളിലൂടെ ദേശീയാധികാരം പിടിക്കുകയെന്ന തന്ത്രമാണ് വൻകിട മൂലധനശക്തികളുടെ പിന്തുണയോടെയവർ നടത്തിയത്. 1980 കൾ മുതലുള്ള ഇന്ത്യയിലെ ഹിന്ദുത്വരാഷ്ട്രീയത്തിന്റെ ഇടപെടലുകളും വളർച്ചയും അതാണ് സാക്ഷ്യപ്പെടുത്തുന്നത്. ഇപ്പോൾ ദേശീയാധികാരത്തിലിരുന്നു കൊണ്ടവർ രാജ്യത്തിന്റെ ചരിത്രത്തെയും സംസ്കാരത്തെയും മാറ്റിയെഴുതുന്ന ബദ്ധപ്പാടിലാണ്. ഇന്ത്യയുടെ പരമാധികാരത്തെയും സ്വാശ്രയത്വത്തെയും ദേശീയസ്വത്വത്തെയും തകർക്കുകയാണ്. മതനിരപേക്ഷ ജനാധിപത്യത്തെയും ഭരണഘടനയെ തന്നെയും, തങ്ങളുടെ മതരാഷ്ട്രീയത്തിന് വെല്ലുവിളിയാവുന്ന എല്ലാ ആധുനിക രാഷ്ട്രമൂല്യങ്ങളെയും അട്ടിമറിക്കുകയാണ്. ദേശീയതയെയും പാരമ്പര്യത്തെയുംകുറിച്ച് വാചകമടിച്ചുകൊണ്ടുതന്നെ ആഗോള മൂലധനത്തിന്റെയും ഇന്ത്യൻ കോർപ്പറേറ്റുകളുടെയും അടിമത്താവളമാക്കി രാജ്യത്തെ അധഃപതിപ്പിക്കുകയാണ്.

## വർഗ്ഗപരമായ ദൗത്യം

ഹിന്ദുത്വത്തിന്റെ വർഗ്ഗപരമായ ദൗത്യം കോർപ്പറേറ്റ് കൊള്ളയ്ക്കും തൊഴിലാളി, കർഷക ജനതയ്ക്കുമെതിരായ കടന്നാക്രമണമാണ്. തൊഴിൽനിയമഭേദഗതിയും കാർഷികപരിഷ്ക്കരണനിയമങ്ങളും ഗതിവേഗമാർജ്ജിച്ച പൊതുമേഖലാ വില്പനയും സ്വകാര്യവൽക്കരണവുമെല്ലാം ഹിന്ദുത്വത്തിന്റെ അക്രമാസക്തമായ വർഗ്ഗരാഷ്ട്രീയത്തെയാണ് കാണിക്കുന്നത്. ഹിന്ദുത്വത്തിന്റെ, ഭൂരിപക്ഷമതരാഷ്ട്രീയത്തിന്റെ പേരിലവർ തങ്ങളുടെ ജനവിരുദ്ധ കോർപ്പറേറ്റ് അജണ്ട നടപ്പാക്കുകയാണ്.

മഹാമാരിയുടെ തീവ്രവ്യാപന സാഹചര്യത്തെ പോലുമവർ കോർപ്പറേറ്റ് കൊള്ളയ്ക്കുള്ള അവസരമാക്കി മാറ്റിയിരിക്കുകയാണ്. കോവിഡുവൈറസുകളെ അടിസ്ഥാനപരമായി പ്രതിരോധിക്കാൻ വാക്സിനേഷൻ വഴി മാത്രമേ ഇന്ന് സാധ്യമാവൂ. ലോകമാകെയുള്ള രാഷ്ട്രങ്ങളും സർക്കാരുകളും സ്വന്തം ജനതയ്ക്ക് വാക്സിൻ എത്തിച്ചു കൊടുക്കാനുള്ള ശ്രമങ്ങൾ നടത്തിയപ്പോൾ മോദി സർക്കാർ അത്തരം ഉത്തരവാദിത്വങ്ങളിൽ നിന്ന് ഒഴിഞ്ഞുമാറാനാണ് ശ്രമിച്ചത്. സുപ്രീംകോടതി ഇട

പെട്ടതിനെത്തുടർന്നാണ് വാക്സിൻ എല്ലാവർക്കും കൊടുക്കാനുള്ള ഇടപെടലുകൾ ഉണ്ടായത്.

ഇന്ത്യയിൽ രണ്ടാംഘട്ട വ്യാപനം അരക്ഷിതപൂർണ്ണവും ഭീതിദവുമായ അവസ്ഥയാണ് സൃഷ്ടിച്ചത്. പ്രാണവായു ലഭിക്കാതെ, ആശുപത്രി സഹായം പോലും ലഭിക്കാതെ മനുഷ്യർ ശ്വാസംമുട്ടി മരിച്ചു. ഈ സാഹചര്യത്തിലും ജനങ്ങൾക്ക് ഓക്സിജനും വാക്സിനും എത്തിച്ചുകൊടുക്കാനുള്ള ഉത്തരവാദിത്വത്തിൽനിന്നും ഒഴിഞ്ഞുമാറുകയാണ് മോദിസർക്കാർ ചെയ്തത്. കോർപ്പറേറ്റ് ഹിന്ദുത്വത്തിന്റെ നടത്തിപ്പുകാരനും നായകനുമായ മോദിയുടെ നാട്ടിലെ ജനങ്ങൾ മഹാമാരിയുടെ നാളുകളിൽ കൂട്ടത്തോടെ മരിച്ചുവീഴുകയായിരുന്നു. ശവങ്ങൾ ഗംഗയിലൂടെ ഒഴുകുകയായിരുന്നു. വിപണിയുടെ നിർദ്ദയനീതിക്ക് ഇന്ത്യക്കാരെ എറിഞ്ഞുകൊടുക്കുകയാണ് മോദി ഭരണം ചെയ്തത്. കോർപ്പറേറ്റുകളുടെ ലാഭക്കൊതിക്ക് വഴങ്ങി വാക്സിൻ വില നിർണയനാധികാരം കമ്പനികൾക്ക് വിട്ടുകൊടുത്തു. ഇന്ത്യയിൽ വാക്സിൻ നിർമ്മാണം ഏല്പിച്ചിരിക്കുന്ന സിറം ഇൻസ്റ്റിറ്റ്യൂട്ടിന്റെയും ഭാരത് ബയോടെക്കിന്റെയും ലാഭക്കൊയ്ത്തിനുള്ള അവസരമാക്കി വാക്സിനേഷൻ പ്രവർത്തനങ്ങളെ മാറ്റുകയാണ് ചെയ്തത്.

150 രൂപയ്ക്ക് വാക്സിൻ ലാഭകരമായി നൽകാൻ കഴിയുമെന്ന് എൻഡി വി അഭിമുഖത്തിൽ സിറം ഇൻസ്റ്റിറ്റൂട്ട് മേധാവി അഡാർ പുനെവാല തന്നെ സമ്മതിച്ചതാണ്.വിദേശ രാജ്യങ്ങൾക്ക് ഈ വിലക്ക് (2 ഡോളർ) തന്നെയാണവർ നൽകുന്നത്. കേന്ദ്ര സർക്കാരിനെ സ്വാധീനിച്ച് 400–600 രൂപയാക്കി വൻ കൊള്ളയ്ക്കുള്ള അവസരമാക്കി വാക്സിൻ വിതരണത്തെ മാറ്റിയിരിക്കുകയാണ് പുനെവാലമാർ. സൗജന്യവും സാർവത്രിയുമായി ജനങ്ങൾക്ക് വാക്സിൻ നൽകുക എന്ന നമ്മുടെ പ്രഖ്യാപിത നയത്തെ അട്ടിമറിച്ചാണ് കുത്തകൾക്ക് വേണ്ടി വാക്സിൻ ഭീമമായ വിലയിട്ട് കമ്പോളത്തിന് വിട്ടിരിക്കുന്നത്. ജനങ്ങളെ മഹാമാരിക്കും മരണത്തിനും എറിഞ്ഞുകൊടുക്കുന്ന കമ്പോള മുതലാളിത്തത്തിന്റെ ഫാസിസ്റ്റ് രാഷ്ട്രീയമാണ് ഹിന്ദുത്വരാഷ്ട്രീയം എന്നതാണ് ഈ സംഭവങ്ങളെല്ലാം അടിവരയിട്ട് ആവർത്തിച്ച് വ്യക്തമാക്കിത്തരുന്നത്.

കോവിഡ് മഹാമാരിയുടെ നാളുകളിലാണ് അംബാനിമാരും അദാനിമാരും തടിച്ചുകൊഴുത്തത്. ഇപ്പോൾ പുറത്തുവന്നിരിക്കുന്ന ഹിൻഡൻബർഗ് റിപ്പോർട്ട് പ്രകാരം നരേന്ദ്രമോദിയുടെ ഉറ്റചങ്ങാതിയായ ഗൗതംഅദാനിയുടെ മൊത്തം ആസ്തി 12,000 കോടി ഡോളറാണ്. അതിൽ 10,000 കോടി ഡോളറും കഴിഞ്ഞ മൂന്ന് വർഷക്കാലംകൊണ്ട് നേടിയെടുത്തതാണ്. എന്നുപറഞ്ഞാൽ കോവിഡിനെ അവസരമാക്കി നരേന്ദ്രമോദി സർക്കാർ അദാനിമാരെ വളർത്തുകയായിരുന്നു. അവർക്ക് സൗജന്യങ്ങളും സഹായങ്ങളും വാരിക്കോരി കൊടുക്കുകയായിരുന്നു. റിസർവ് ബാങ്കിൽ സമ്മർദ്ദം ചെലുത്തി സഹസ്രകോടിക്കണക്കിന് വായ്പയും എൽ.ഐ.സിയെ നിർബന്ധിച്ച് 72,193 കോടിയുടെ ഓഹരി നിക്ഷേപവും നടത്തി

ക്കുകയായിരുന്നു കേന്ദ്രസർക്കാർ. ഹിൻഡൻബർഗ് റിപ്പോർട്ട് പുറത്തു വന്നതിനുശേഷവും എൽ.ഐ.സിയെക്കൊണ്ട് അദാനിയുടെ കമ്പനിയിൽ നിന്ന് 300 കോടി രൂപയുടെ ഓഹരിയാണ് വാങ്ങിപ്പിച്ചത്. രാജ്യത്തെ 36 കോടി ജനങ്ങൾ ദരിദ്രരും 7 കോടി ജനങ്ങൾ അതിദരിദ്രരുമായിരിക്കുമ്പോഴാണ് പൊതുമേഖലാ ബാങ്കുകളിൽനിന്ന് കോർപ്പറേറ്റുകൾ എടുത്ത വായ്പകൾ കിട്ടാക്കടമാക്കി എഴുതിത്തള്ളിക്കൊടുക്കുന്നത്.

ഹൈന്ദവതയെ ദേശീയതയാക്കുന്ന മിഥ്യാവബോധം പടർത്തി സാധാരണഗതിയിൽ ജനങ്ങളുടെ എതിർപ്പുമൂലം നടപ്പാക്കാനാകാത്ത കോർപ്പറേറ്റുവൽക്കരണനയങ്ങൾ അടിച്ചേല്പിക്കുകയാണ് ഹിന്ദുത്വവാദികളുടെ സർക്കാർ ചെയ്തുകൊണ്ടിരിക്കുന്നത്. 'അപരരോടു'ള്ള എതിർപ്പും വിദ്വേഷവും ഉണർത്തിയും പടർത്തിയും രാജ്യവിരുദ്ധവും ജനവിരുദ്ധവുമായ ബൂർഷാപദ്ധതികൾ നടപ്പാക്കിയെടുക്കുകയാണവർ. പാക്കിസ്ഥാൻ ഭീഷണിയും ഇസ്ലാമിക് ഫോബിയായും ചൈനാപേടിയും പടർത്തി ജനങ്ങളിൽ 'ഭയം' വളർത്തി ഒരു രക്ഷകന്റെ ആവശ്യം സൃഷ്ടിച്ചെടുക്കുകയാണ് ഹിന്ദുത്വവാദികൾ. ആ രക്ഷകൻ നടപ്പാക്കുന്നത് എന്തും സമ്മതിച്ചുകൊടുക്കുന്ന എതിർക്കേണ്ടതില്ലാത്ത പൊതുബോധ നിർമ്മിതിയിലാണ് ഇന്ത്യയെ അപദേശീയവൽക്കരിക്കുകയും സമ്പദ്ഘടനയെ കോർപ്പറേറ്റുവൽക്കരിക്കുകയും ചെയ്യുന്ന നിയോലിബറൽ പരിഷ്ക്കാരങ്ങൾ മുന്നോട്ട് പോകുന്നത്.

കോർപ്പറേറ്റ് ഫൈനാൽഷ്യൽ പ്രഭുവർഗ്ഗ അജണ്ടയ്ക്ക് ഭീഷണിയാവുന്ന എല്ലാവിധ ജനകീയ ഉണർവ്വുകളെയും തകർക്കാനുള്ള ഭരണവർഗ്ഗരാഷ്ട്രീയമെന്ന നിലയിലാണ് തീവ്രഹിന്ദുത്വ രാഷ്ട്രീയം വളർന്നു ബീഭത്സശക്തിയായി മാറിയത്. നിയോലിബറൽ നയങ്ങൾക്കെതിരായ എല്ലാ വെല്ലുവിളികളെയും ഹിന്ദുത്വ വ്യവഹാരമുപയോഗിച്ച് ചെറുക്കുന്നതാണ് നാം കണ്ടുകൊണ്ടിരിക്കുന്നത്. പൗരത്വനിയമ ഭേദഗതിയും കാശ്മീരിന്റ പ്രത്യേക പദവി എടുത്തുകളയലും എൻ ഐ എ – യു എ പി എ നിയമ ഭേദഗതികൾക്കുമൊക്കെ ഉയർന്നു വന്ന പ്രതിഷേധങ്ങളെ ഭൂരിപക്ഷഹൈന്ദവ വ്യവഹാരങ്ങളുപയോഗിച്ചാണവർ നേരിട്ടത്.

## പുത്തൻ ധനപ്രഭുത്വത്തിന്റെ പ്രത്യയശാസ്ത്രം

കോർപ്പറേറ്റ് ഫൈനാൻഷ്യൽ പ്രഭുത്വത്തിന്റെ ചൂഷണവും അധീശത്വവും നിലനിർത്തുകയും അതിനെതിരായി ഉയർന്നു വരാനിടയുള്ള ജനകീയ ശക്തിയെ അസ്ഥിരീകരിക്കുകയും ചെയ്യുക എന്നതാണ് ഹിന്ദുത്വ രാഷ്ട്രീയത്തിന്റെ വർഗ്ഗപരമായ ദൗത്യവും ലക്ഷ്യവും. കോർപ്പറേറ്റ് ചൂഷണം തീവ്രമാകുന്നതിനുസരണമായി ഹിന്ദുത്വ രാഷ്ട്രീയവും തീവ്രമായിക്കൊണ്ടിരിക്കും. മതപരമായ വിഭജനവും വർഗീയ സംഘർഷങ്ങളും സാമൂഹ്യ ജീവിതത്തിന്റെ എല്ലാ മണ്ഡലങ്ങളിലും അസഹിഷ്ണുതയും വളർത്തിയാണ് ഹിന്ദുത്വ രാഷ്ട്രീയം ഭൂരിപക്ഷ സമൂഹത്തിൽ സ്വാധീനമുറപ്പിക്കുന്നത്. ഭൂരിപക്ഷ മത ധ്രുവീകരണത്തിനായുള്ള ആസൂത്രിതമാ

യ പദ്ധതികളിലൂടെയാണ് ഹിന്ദുത്വ രാഷ്ട്രീയം വേരുറപ്പിച്ചെടുക്കുന്നത്.

ബ്രാഹ്മണാധികാരത്തിലധിഷ്ഠിതമായ ശുദ്ധാശുദ്ധങ്ങളുടേതായ ധർമ്മശാസ്ത്രത്തെ പുൽകി കഴിയുന്ന ഹിന്ദുത്വവാദികൾ ജാതിവിരുദ്ധ നവോത്ഥാന പ്രസ്ഥാനങ്ങളെ വരെ അപനിർമ്മിച്ച് തങ്ങൾക്കാവശ്യമായ രീതിയിലുള്ള സോഷ്യൽ എഞ്ചിനീയറിങ്ങാണ് നടപ്പാക്കിക്കൊണ്ടിരിക്കുന്നത്. അതുകൊണ്ടുതന്നെ പൗരാണികതയുടെയും ആധ്യാത്മികതയുടെയും ഒരു വേള നമ്മുടെ നവോത്ഥാനത്തിന്റെ അവകാശികളായി വരുന്ന ഹിന്ദുത്വവാദികളുടെ കാപട്യത്തെയും അധ്യാത്മികതയുടെ സാത്വികപരിവേഷമണിഞ്ഞു ഒരു ചെറുപുഞ്ചിരിയോടെ നമ്മുടെ മധ്യവർഗ്ഗ സാമൂഹ്യ വിഭാഗങ്ങളിലേക്ക് കടന്നുവന്നു പിടിമുറുക്കുന്ന വിദ്വേഷത്തിന്റെ സുവിശേഷകരെയും തുറന്നു കാട്ടേണ്ടതുണ്ട്. സമൂഹത്തെയാകെ വർഗീയവൽക്കരിച്ചും വിദ്വേഷ കലുഷിതമാക്കിയുമാണ് ഹിന്ദുത്വമൊരു രാഷ്ട്രീയ ഭൗതികശക്തിയായി രൂപാന്തരപ്പെട്ടത്.ദേശീയാധികാരം കൈയാളുന്ന രാഷ്ട്രീയശക്തിയായി വളർന്നത്.

വർത്തമാന മനുഷ്യപ്രശ്നങ്ങൾക്കെല്ലാം പരിഹാരം ഭൂതകാലത്തിന്റെ പുനരുദ്ധാരണവും പുനഃസൃഷ്ടിയുമാണെന്ന പുനരുജ്ജീവന രാഷ്ട്രീയമാണ് ഹിന്ദുത്വത്തിന്റെ പ്രത്യയശാസ്ത്രം. വിപണിയുടെയും മത്സരത്തിന്റെയും പ്രത്യയശാസ്ത്രമിഥ്യകൾ സൃഷ്ടിച്ചുകൊണ്ടാണ് നിയോലിബറൽ മൂലധനം രാഷ്ട്രങ്ങളെയും ജനസമൂഹങ്ങളെയും കീഴടക്കുന്നത്. അതിന് വെല്ലുവിളിയാവുന്ന എല്ലാ ജനകീയ പ്രസ്ഥാനങ്ങളെയും മതപരവും വംശീയവുമായ സ്വത്വബോധങ്ങളിലും സാംസ്കാരിക സംഘർഷത്തിന്റേതായ പ്രത്യയശാസ്ത്ര മിഥ്യകളിലും തളച്ചിടുകയെന്ന തന്ത്രമാണ് സാമ്രാജ്യത്വ ഫൈനാൻസ് ശക്തികൾ ലോകത്തെല്ലായിടത്തും പരീക്ഷിക്കുന്നത്.

സാമ്രാജ്യത്വത്തിന്റെ പ്രത്യയശാസ്ത്ര ഉല്പാദനത്തെയും വിന്യാസത്തെയും സംബന്ധിച്ച അന്വേഷണ പഠനങ്ങളെല്ലാം പുനരുജ്ജീവനത്തിന്റെ രാഷട്രീയത്തെയും ഇന്ത്യൻ സാഹചര്യത്തിലെ ഹിന്ദുത്വവൽക്കരണത്തിന്റെ അപകടത്തെയും സംബന്ധിച്ച മുന്നറിയിപ്പുകളാണ് നൽകുന്നത്. ഓറിയന്റലിസത്തിൽ സ്പെഷ്യലൈസ് ചെയ്ത നിരവധി സർവ്വകലാശാലകളാണ് അമേരിക്കയിൽ മാത്രം പ്രവർത്തിക്കുന്നത്. മനുഷ്യസമൂഹങ്ങളുടെ ആദിമ വംശീയ മതവികാരങ്ങളുടെ പുനരുജ്ജീവനങ്ങളിലൂടെ രാഷ്ട്രങ്ങളെയും ദേശ ഘടനകളെയും കല്ലോട് കല്ല് ചേരാതെ തകർത്തുകളയുന്ന ബാൾക്കനൈസേഷൻ പദ്ധതികളുടെ ആസൂത്രകരും കാർമികരുമായ കോർപ്പറേറ്റ് ഫണ്ടിംഗിൽ പ്രവർത്തിക്കുന്ന നിരവധി ഫൗണ്ടേഷനുകളും ഏജൻസികളും അമേരിക്കയിലും യുറോപ്യൻ രാജ്യങ്ങളിലുമുണ്ട്. സോവ്യറ്റ് യൂണിയനെ വംശീയ കലാപങ്ങളിലൂടെയും ശിഥിലമാക്കുന്നതിനാവശ്യമായ ഇടപെടലുകൾ നടത്തിയത് റാൺസ് കോർപ്പറേഷനായിരുന്നു.

ഇന്ത്യയിൽ ബാബറി മസ്ജിദ് തകർക്കുന്നതിനും വർഗീയ ധ്രുവീക

രണമുണ്ടാക്കുന്നതിനും ഹിന്ദുത്വ വാദികൾക്ക് എല്ലാവിധ സഹായവും നൽകിയത് 'കാർണി എൻഡോവ്മെന്റ് ഫോർ ഇന്റർനാഷണൽ പീസ്' എന്ന കോർപ്പറേറ്റ് ഏജൻസിയായിരുന്നു. 1980 കളുടെ ആദ്യം വാഷിംഗ്ടണ്ണിൽ നടന്ന വി എച്ച് വിയുടെ ആഗോള സമ്മേളനത്തോടെയാണ് ഇന്ത്യയിലും കേരളത്തിലും സംഘടിതമായ ഹിന്ദുത്വവൽക്കരണ കാമ്പയിനുകൾ സംഘപരിവാർ ഏറ്റെടുക്കുന്നത്.

## നവഹൈന്ദവവാദം അഥവാ പുനരുജ്ജീവന രാഷ്ട്രീയം

1982 ലാണ് കേരളത്തിൽ കൊച്ചിയിൽ വിശാലഹിന്ദുസമ്മേളനം നടക്കുന്നതും ഹിന്ദുത്വ പുനരുജ്ജീവനത്തിനായി ബഹുമുഖമായ പദ്ധതികൾ ആവിഷ്ക്കരിക്കപ്പെടുന്നതും. കേരളത്തിന്റെ നവോത്ഥാന പാരമ്പര്യത്തെ ഹൈജാക്ക് ചെയ്യാനും ഇടതുപക്ഷ ആശയാധീശത്വത്തെ തകർക്കാനുമാവശ്യമായ ധൈഷണിക സാംസ്ക്കാരിക ഇടപെടലുകൾക്കാണ് അവർ ശ്രമിച്ചത്. നവോത്ഥാനം സൃഷ്ടിച്ച മതനിരപേക്ഷ സംസ്കാരത്തെ തകർക്കാനും ഭൂരിപക്ഷമത ധ്രുവീകരണം സാധിച്ചെടുക്കാനുമുള്ള വിദ്വേഷ പ്രചാരവേലയും അവർ ആരംഭിച്ചു. സംഘടിതമായ പുനരുത്ഥാന യജ്ഞങ്ങളിലൂടെ ഹൈന്ദവ രാഷ്ട്രീയം വളർത്താനുള്ള നീക്കങ്ങളായിരുന്നു ഇതെല്ലാം. അതിനായി മധ്യകാല മൂല്യങ്ങളെയും അശ്ലീലകരമായ ആചാരങ്ങളെയും പുനരുജ്ജീവിപ്പിച്ചെടുക്കുക എന്നതായിരുന്നു മുഖ്യ പരിപാടി. അതോടൊപ്പം ശ്രീനാരായണൻ തൊട്ടുള്ള നവോത്ഥാന നായകരെ ഹൈന്ദവവൽക്കരിക്കുക. എ കെ ജിയെയും കൃഷ്ണപിള്ളയെയുംവരെ ഹൈന്ദവനവോത്ഥാനനായകരാക്കുകയെന്ന വിചിത്രമായ അപനിർമ്മാണപ്രവർത്തനമാണ് നടത്തിക്കൊണ്ടിരിക്കുന്നത്!

1982 ൽ അവർ ഇറക്കിയ ഒരു ലഘുലേഖ ഇക്കാര്യങ്ങൾ തുറന്നു തന്നെ സമ്മതിക്കുന്നുമുണ്ട്. 'വിശ്വഹിന്ദുസമ്മേളനം എന്ത്? എന്തിന്?' എന്ന ലഘുലേഖയിലൂടെ സംസ്കൃതപാരമ്പര്യത്തിന്റെ പുനരുജ്ജീവനവും പുനരുല്പാദനവും വഴി ഹൈന്ദവ വൽക്കരണം ശക്തിപ്പെടുത്തണമെന്നാണ് ആഹ്വാനം ചെയ്തത്. ഒരു ഭാഗത്ത് നവോത്ഥാന ദർശനങ്ങളെയും മറുഭാഗത്ത് അതിന് വിരുദ്ധമായ പുനരുത്ഥാനത്തെയും തങ്ങളുടെ ഹൈന്ദവവൽക്കരണത്തിനാവശ്യമായ കർമ്മ പരിപാടിയാക്കുന്ന കാപട്യമാണ് സംഘികളുടേത്.

എന്താണ് സംസ്കൃത പാരമ്പര്യത്തിന്റെ പുനരുജ്ജീവനം എന്നത്, അത് ഇന്ത്യയുടെ ബഹുസ്വരതയെയും സഹിഷ്ണുതയെയും നിഷേധിക്കുന്ന ബ്രാഹ്മണാധികാരത്തിലധിഷ്ഠിതമായ ചാതുർവർണ്യ മൂല്യങ്ങളുടെ പുനരായനമല്ലാതെ മറ്റൊന്നുമല്ല. തങ്ങളുടെ പ്രതിലോമപരമായ പ്രത്യയശാസ്ത്രത്തിലേക്ക് നമ്മുടെ നവോത്ഥാന പാരമ്പര്യത്തെ വിലയിപ്പിച്ചെടുത്ത് ഇല്ലാതാക്കാനുള്ള ഗൂഢാലോചനയായിരുന്നത്. എല്ലാ ജാതികൾക്കും അതീതമായി ഹിന്ദുവിന്റെ സുദൃഢ സങ്കേതമായിട്ടാണ് വിശാലഹിന്ദു പരിഷത്തിനെയവർ സ്വയം പരിചയപ്പെടുത്തിയത്! അവരുടെ

തന്നെ ലഘുലേഖ പറയും; ശ്രീ നാരായണനും ചട്ടമ്പിസ്വാമികളും മന്നത്ത് പത്മനാഭനും പി കെ മാധവനും പണ്ഡിറ്റ് കറപ്പനും അയ്യങ്കാളിയും തുടങ്ങിയ ദീർഘദർശികളായ സമുദായ പരിഷ്ക്കർത്താക്കൾ വിശാലഹിന്ദുവിന്റെ ഭാഗമാണ്പോലും! ദളിതരെ ചുട്ടുകൊല്ലുന്ന, മുസ്ലിങ്ങളെയും ക്രിസ്ത്യാനികളെയും പരമശത്രുക്കളായി കരുതി വേട്ടയാടുന്ന വിശാലഹിന്ദുവിന്റെ ഭാഗമാണ് പോലും നവോത്ഥാനത്തിന്റെ ഉജ്ജ്വല പ്രകാശം പരത്തി ബ്രാഹ്മണാധികാരത്തിന്റെയും ജാതി വ്യവസ്ഥയുടെയും അന്ധകാരത്തിൽനിന്നും മലയാളി സമൂഹത്തെ നവോത്ഥാനത്തിലേക്ക് നയിച്ച മഹത്വ്യക്തിത്വങ്ങൾ...!

വിശാലഹിന്ദുസമ്മേളനത്തിന്റെ തുടർച്ചയിലാണ് ബ്രാഹ്മണ വൈദിക കാലത്തെ പുനരുജ്ജീവിപ്പിച്ചെടുക്കാനുള്ള യാഗയജ്ഞ പുനരുജ്ജീവനനീക്കങ്ങളാരംഭിച്ചത്. അതിരാത്രങ്ങളും യജ്ഞങ്ങളും നടത്തി വർത്തമാന മനുഷ്യപ്രശ്നങ്ങൾക്ക് പരിഹാരമുണ്ടാക്കാമെന്ന മിഥ്യാബോധം പടർത്തി മധ്യകാലിക സംസ്കാരത്തിന്റെ പുനരായനമായിരുന്നു സംഘികൾ ലക്ഷ്യമിട്ടത്. ശാസ്ത്ര വിരുദ്ധവും യുക്തിരഹിതവുമായ ആചാരങ്ങളുടെയും വിശ്വാസങ്ങളുടെയും പുനരുജ്ജീവനത്തിനായി ശ്രൗത ശാസ്ത്ര പരിഷത് പോലുള്ള സംഘടനകൾ ഉണ്ടാക്കി. യജ്ഞസംസ്കാരത്തിന് സാധൂകരണമുണ്ടാക്കാനായി ഏർക്കര ഫൗണ്ടേഷൻ പോലുള്ള സംഘടനകൾ വൻ വിദേശ ഫണ്ടുകളുടെ സഹായത്താൽ പ്രവർത്തന നിരതമായി. കുണ്ടൂരിലും തിരുവനന്തപുരത്തുമെല്ലാം അതിരാത്രവും യജ്ഞങ്ങളുമെല്ലാം സംഘടിപ്പിച്ചതിന് പിന്നിൽ ഈ സംഘങ്ങളായിരുന്നു.

കേരളത്തിന്റെ ആധുനിക ചരിത്രത്തെയും നവോത്ഥാനത്തെയും ആഴത്തിൽ സ്വാധീനിച്ച ശ്രീനാരായണനെ ഹിന്ദുത്വവൽക്കരിക്കാനായി ആസൂത്രിതമായ നീക്കങ്ങളാണ് സംഘപരിവാർ നടത്തിയത്. ഹിന്ദുത്വത്തിന്റെ ചട്ടക്കൂടിലേക്കും പ്രത്യശാസ്ത്രത്തിലേക്കും ശ്രീനാരായണ പ്രസ്ഥാനത്തെയും ഗുരുദർശനങ്ങളെയും ഒതുക്കിയെടുക്കാനുള്ള അപരാധപൂർണ്ണമായ നീക്കങ്ങളാണ് 1980 കൾക്ക് ശേഷം നിരന്തരമായി ഹിന്ദുത്വവാദികൾ നടത്തിയത്. ജാതി വ്യവസ്ഥയെ ശക്തമായി എതിർക്കുകയും ചാതുർവർണ്യത്തെ ന്യായീകരിക്കാനായി ശങ്കരാചാര്യർ നടത്തിയ ബൗദ്ധിക കസർത്തുകളെ നിശിതമായി വിമർശിക്കുകയും കളിയാക്കുകയും ചെയ്ത ഗുരുവിനെ അദ്വൈത വേദാന്തിയും ബ്രാഹ്മണാധികാരത്തിലധിഷ്ഠിതമായ ഹിന്ദു മതത്തിന്റെ പരിഷ്ക്കർത്താവുമായി അപനിർമ്മിച്ചെടുക്കാനാണ് പി പരമേശ്വനെ പോലുള്ള സംഘി വിചാരകർ ശ്രമിച്ചത്. കേരളത്തിൽ നവോത്ഥാനം സൃഷ്ടിച്ച മഹാഗുരുവായിരുന്നു ശ്രീനാരായണൻ. ജാതി ഉച്ചനീചത്വങ്ങൾക്കും അതിന്റെ അടിസ്ഥാനമായ ധർമ്മശാസ്ത്രങ്ങൾക്കും എതിരെ പോരാടിയ കർമ്മധീരൻ. സംസ്കൃത യാഗവിധികളെയും തന്ത്ര വിധികളെയും ചോദ്യം ചെയ്ത്, അരുവിപ്പുറം വിഗ്രഹ പ്രതിഷ്ഠയിലൂടെ ബ്രാഹ്മണാധികാരത്തെ പിടിച്ചുകുലുക്കിയ മഹാവിപ്ലവകാരി. കോർപ്പറേറ്റ് മൂലധന പിന്തുണയോടെ ശക്തിപ്പെടുന്ന, അക്രമാ

സക്തമായ മാനങ്ങളിൽ ഇന്ത്യൻ സമൂഹത്തെ വേട്ടയാടുന്ന ഹിന്ദുത്വത്തിനെതിരായ പോരാട്ടങ്ങൾക്ക് ഊർജം പകരുന്ന ദർശനങ്ങളാണ് നാരായണ ഗുരു ഉൾപ്പെടെയുള്ള നമ്മുടെ നവോത്ഥാന നായകരുടേത്. നവോത്ഥാനത്തെയും അതിന്റെ ദർശനങ്ങളെയും ഹിന്ദുത്വത്തിനാവശ്യമായ രീതിയിൽ അപനിർമിക്കുന്ന ബൗദ്ധിക കസർത്തുകളെയും ചരിത്രവിരുദ്ധതയെയും തിരിച്ചറിഞ്ഞുകൊണ്ടു മാത്രമേ നവോത്ഥാനത്തിന്റെ പ്രകാശപൂർണമായ ചരിത്രത്തെ മുന്നോട്ട് കൊണ്ട് പോകാനാവൂ. അത്യന്തം പ്രതിലോമകരവും ഹിംസാത്മകവുമായ ഹിന്ദുത്വ പ്രത്യയശാസ്ത്രം ഇന്ന് അധികാരശക്തിയും ഇന്ത്യൻ ജനതയും പൊതുബോധവുമായി മാറിയിരിക്കുകയാണ്. ഭൂരിപക്ഷമതമാണ് രാഷ്ട്രമെന്നും ഭൂരിപക്ഷമതം രാജ്യത്ത് നിലനിൽക്കുന്ന മതനിരപേക്ഷജനാധിപത്യ ഭരണസംവിധാനത്തിനകത്ത് വലിയരീതിയിൽ അവഗണിക്കപ്പെടുകയും തകരുകയുമാണെന്ന ഭീതിപടർത്തുകയാണ് ഹിന്ദുമതവിശ്വാസികളായ ജനങ്ങളിൽ. ഭൂരിപക്ഷം അപകടത്തിലാണെന്ന മിഥ്യാവബോധം പടർത്തി ന്യൂനപക്ഷവിരുദ്ധതയും ഭൂരിപക്ഷസമുദായ ധ്രുവീകരണവും ഉണ്ടാക്കുകയാണ് ഹിന്ദുത്വവാദികളുടെ രാഷ്ട്രീയതന്ത്രം.

## ഇസ്ലാമോഫോബിയ രാഷ്ട്രീയതന്ത്രമാക്കുന്നു

ഹിന്ദുത്വവാദികളുടെ ഇസ്ലാമോഫോബിയ രാഷ്ട്രീയതന്ത്രത്തിലാണ് ഹിജാബ് വിവാദമുൾപ്പെടെയുള്ള വിദ്വേഷപ്രചരണങ്ങൾ കർണാടക ഉൾപ്പെടെയുള്ള സംസ്ഥാനങ്ങളിൽ ഉയർന്നുവന്നത്. സാർവ്വദേശീയ തലത്തിൽ ഇസ്ലാമോഫോബിയക്കെതിരെ ജാഗ്രത ആവശ്യപ്പെട്ടുകൊണ്ട് യു എൻ പ്രമേയത്തിൽ നിന്നുപോലും മാറി നിന്ന മോദി സർക്കാർ ഇന്ത്യയിൽ മുസ്ലിം വിരുദ്ധ വിദ്വേഷണ പ്രചരണത്തിലൂടെ ഭൂരിപക്ഷമത സമുദായ ധ്രുവീകരണം സൃഷ്ടിക്കുക എന്ന രാഷ്ട്രീയ തന്ത്രമാണ് ക്രൂരമായ മാനങ്ങളിൽ പരീക്ഷിച്ചുകൊണ്ടിരിക്കുന്നത്. മതവിദ്വേഷത്തിന്റെയും ചരിത്രം വളച്ചൊടിക്കലിന്റെയും അതിക്രമത്തിന്റെയും വംശഹത്യകളുടെയും പ്രത്യയശസ്ത്ര പ്രയോഗ പദ്ധതികളിലൂടെയാണവർ മേധാവിത്വം ഉറപ്പിച്ചെടുക്കുന്നത്.

ഹിജാബ്നിരോധനവും അതിനെത്തുടർന്നുള്ള സമുദായികധ്രുവീകരണ നീക്കങ്ങളും ഈയൊരു തീവ്രഹിന്ദുത്വ അജണ്ടയുടെ പ്രയോഗവൽക്കരണത്തെയാണ് കാണിക്കുന്നത്. എന്നാൽ ഇഷ്ടമുള്ള വസ്ത്രം ധരിക്കാനുള്ള വ്യക്തികളുടെ മൗലികാവകാശത്തിന്റെ പ്രശ്നങ്ങളെ പോലും പരിഗണിക്കാതെയാണ് കർണാടക ഹൈക്കോടതി ഹിജാബ് നിരോധനം ശരി വെച്ചിരിക്കുന്നതെന്നത് ഏതൊരു ജനാധിപത്യവാദിയെയും ഉൽകണ്ഠപ്പെടുത്തുന്നതാണ്.അതുകൊണ്ടാണ് ഹിജാബ്നിരോധിച്ചുകൊണ്ടുള്ള കർണാടക സർക്കാർ തീരുമാനം ശരിവെച്ചുള്ള ഹൈക്കോടതി വിധി അത്യന്തം ദൗർഭാഗ്യകരവും മുസ്ലിം പെൺകുട്ടികളുടെ വിദ്യാഭ്യാസം തന്നെ മുടക്കുന്നതുമാണെന്ന സത്യം കോടതിയോടുള്ള എല്ലാ ബഹു

ഷ്ട്രീയത്തിന്റെയും സാമൂഹ്യവിഭജനത്തിന്റെയും സംഭവഗതികളെ കാണാതിരിക്കാനാവില്ലല്ലോ.

വിശ്വാസപരവും സാംസ്കാരികവുമായ വൈവിധ്യങ്ങളെയും വ്യക്തികളുടെ ബഹുസ്വഭാവത്തെയും ഉൾക്കൊള്ളാനാണ് മതനിരപേക്ഷ ജനാധിപത്യതത്വങ്ങളിലധിഷ്ഠിതമായ ഇന്ത്യൻ ഭരണഘടന അനുശാസിക്കുന്നതെന്ന് എന്തുകൊണ്ടാവാം നമ്മുടെ ന്യായാധിപന്മാർക്ക് മനസിലാക്കാനാവാതെ പോകുന്നത്. ഇസ്ലാമിൽ ഹിജാബ് നിർബന്ധമാണോ, ഹൈന്ദവദർശനങ്ങളിൽ സീമന്തരേഖയിൽ സിന്ദൂരമിടുന്നത് നിർബന്ധമാണോ എന്നൊക്കെ അന്വേഷിച്ചുപോകുന്നവർ ഇന്ത്യക്കൊരു ഭരണഘടനയുണ്ടെന്ന കാര്യമാണ് മറന്നുകളയുന്നത്. മതത്തിന്റെയും ജാതിയുടെയും ലിംഗത്തിന്റെയും പേരിൽ വിവേചനങ്ങളൊന്നും പാടില്ലെന്ന് അനുശാസിക്കുന്നതും ഓരോ ജനവിഭാഗങ്ങൾക്കും അവരുടെ മതപരമായ വിശ്വാസവും സ്വത്വവും അതിന്റെ ഭാഗമായ ആചാരാനുഷ്ഠാനങ്ങളും സൂക്ഷിക്കാൻ അവകാശം നൽകുന്നതുമാണ് നമ്മുടെ ഭരണഘടനയും അതിലെ വ്യവസ്ഥകളും.

80 ശതമാനവും 20 ശതമാനവും തമ്മിലാണ് യു പിയിൽ മത്സരമെന്നതുപോലുള്ള നഗ്നമായ വർഗീയ പ്രസ്താവനകളിറക്കുന്ന യോഗിമാരുടെയും മോദിമാരുടെയും നാട്ടിലാണ് നാം ജീവിക്കുന്നത്. മുസ്ലീം ന്യൂനപക്ഷസമൂഹത്തിന്റെയും ദളിതരുടെയും സ്ത്രീകളുടെയും അസ്ഥിത്വത്തെയും സംസ്കാരത്തെയും നിരന്തരമായി ചോദ്യം ചെയ്യുന്ന തീവ്രഹിന്ദുത്വവാദികളുടെ രാഷ്ട്രീയ അജണ്ടയുടെ ഭാഗമാണ് ഹിജാബ് നിരോധനമെന്ന് തിരിച്ചറിയേണ്ടതുണ്ട്.

കർണാടകയിൽ സമീപവർഷങ്ങളിൽ നടന്ന കടുത്ത വർഗീയവൽക്കരണ നീക്കങ്ങൾ ആപൽക്കരമായ സാമൂഹ്യവിഭജനങ്ങളിലേക്ക് എത്തിക്കഴിഞ്ഞിട്ടുണ്ട്. ദക്ഷിണ കന്നഡ, ഉത്തര കന്നഡ, ഉടുപ്പി തുടങ്ങിയ പ്രദേശങ്ങളിൽ വലിയ സംഘർഷസാധ്യതകൾ നിലനിൽക്കുന്ന മേഖലകളാണ്. ഇവിടങ്ങളിൽ ഹിന്ദുത്വരാഷ്ട്രീയം നിലയുറപ്പിച്ചു കഴിഞ്ഞിട്ടുണ്ട്. അതിനായവർ വസ്ത്രത്തെയും ഭക്ഷണത്തെയുമൊക്കെ പ്രശ്നവൽക്കരിച്ച് വർഗീയവൽക്കരണം നടത്തുന്നു. ഈ മൂന്ന് ജില്ലകളിലും മുസ്ലീം ക്രിസ്ത്യൻ ന്യൂനപക്ഷ വിഭാഗങ്ങൾ ജനസംഖ്യയിൽ ഏറെയുണ്ട്. കഴിഞ്ഞ രണ്ടുവർഷങ്ങൾക്കിടയിൽ തന്നെ ഈ ജില്ലകളിൽ വർഗീയ സംഘർഷങ്ങൾ നൂറുകണക്കിന് ക്രമസമാധാന പ്രശ്നങ്ങൾക്ക് കാരണമായിട്ടുണ്ട്. കർണാടക ഹാർമണി ഫോറം പോലുള്ള സംഘടനകൾ നടത്തിയിട്ടുള്ള പഠനങ്ങൾ 2021 ൽ മാത്രം ഈ പ്രദേശങ്ങളിൽ 120 ഓളം വർഗീയ സംഘർഷസംഭവങ്ങൾ ഉണ്ടായതായി റിപ്പോർട്ടുചെയ്യുന്നു.

കോൺഗ്രസിന്റെ സ്വാധീനപ്രദേശങ്ങൾ 1990 കളോടെ ഹിന്ദുത്വരാഷ്ട്രീയത്തിലേക്ക് മാറ്റപ്പെടുകയായിരുന്നു. കർണാടകയിലെ ആർ എസ് എസിന്റെ പ്രധാനപ്രവർത്തന മേഖല ഉടുപ്പി ഉൾപ്പെടെയുള്ള മേഖലകളാണ്. ഇവിടുത്തെ ഗൗഡസാരസ്വത സമൂഹമാണ് ആർ എസ് എസിനെ

എല്ലാകാലത്തും പിന്തുണച്ച് ശക്തിപ്പെടുത്തിയത്. അങ്ങേയറ്റം ദളിത് മുസ്ലീം ക്രിസ്ത്യൻ വിരുദ്ധ വികാരങ്ങളും വിദ്വേഷപ്രചരണങ്ങളും സൃഷ്ടിച്ചാണ് ഹിന്ദുത്വശക്തികൾ അതിന്റെ സ്വാധീനം ഉറപ്പിച്ചുനിർത്തുന്നത്. ഭരണഘടന മാറ്റണമെന്നും *മനുസ്മൃതി*യിലധിഷ്ഠിതമായ പുതിയ ഭരണഘടന ഉണ്ടാവണമെന്നൊക്കെ തുടർച്ചയായി പ്രസംഗിച്ചു നടക്കുന്ന അനന്തകുമാർ ഹെഗ്ഡെയെപ്പോലുള്ള ബി ജെ പി നേതാക്കളുടെ നാടാണ് കർണ്ണാടക ഭരണഘടനയുടെ ന്യൂനപക്ഷ പരിരക്ഷാ വ്യവസ്ഥകളും ദളിത് പിന്നോക്ക സംവരണവ്യവസ്ഥകളും അപകടകരമാണെന്നും ഭാരതീയ മൂല്യപരിപ്രേഷ്യത്തോട് കൂടിയുള്ള ഹൈന്ദവ ഇന്ത്യ നിർമ്മിക്കുന്നതിന് തടസ്സമാണെന്നും കണ്ടെത്തിയ വിദ്വേഷ പ്രചാരകരാണ് ഹിജാബ് പ്രശ്നവൽക്കരിച്ചതെന്ന് കോടതി കാണാതെ പോയി.

ബാബറി മസ്ജിദ് നിലനിന്നിരുന്ന സ്ഥലത്തിന്റെ നിയമപരമായ ഉടമസ്ഥത മുസ്ലിം വഖഫ് കമ്മിറ്റിക്കാണെന്ന് പറഞ്ഞുകൊണ്ട് തന്നെ ഹിന്ദുക്കൾ അവിടെയാണ് രാമൻ ജനിച്ചതെന്ന് വിശ്വസിക്കുന്നുവെന്ന നിരീക്ഷണത്തിന്റെ അടിസ്ഥാനത്തിൽ ക്ഷേത്ര നിർമ്മാണത്തിന് അനുമതി കൊടുത്ത പരമോന്നതകോടതി വിധി എഴുതിയ രാജ്യമാണല്ലോ നമ്മുടേത്. നിയമമല്ല, ഭരണഘടനയല്ല, വിശ്വാസവും ഭൂരിപക്ഷമതബോധവും കോടതികളുടെ നീതിന്യായ നിർവഹണത്തെ സ്വാധീനിക്കുന്ന ഹിന്ദുത്വത്തിന്റെ ഭരണകാലത്ത് കോടതികളിൽ നിന്ന് എന്താണ് പ്രതീക്ഷിക്കാനാവുക.

## പൗരത്വനിയമഭേദഗതിയെന്ന വിവേചന ഭീകരത

മതാധിഷ്ഠിതവും പൗരോഹിത്യനിയന്ത്രിതവുമായ ഫ്യൂഡൽ നാടുവാഴിത്ത വ്യവസ്ഥകളോട് കണക്കുതീർത്തുകൊണ്ടാണ് ചരിത്രത്തിൽ ആധുനികാർത്ഥത്തിലുള്ള പൗരസങ്കൽപ്പം കടന്നുവരുന്നത്. നവോത്ഥാനത്തിന്റെയും ജനാധിപത്യവിപ്ലവങ്ങളുടെയും തുടർച്ചയിലാണ് ആരാണ് പൗരന്മാർ? എന്താണ് പൗരത്വം? എന്ന് നിർവ്വചിക്കപ്പെടുന്നത്. ജനാധിപത്യമതനിരപേക്ഷ ഉള്ളടക്കത്തോടെയാണ് ആധുനിക പൗരത്വ സങ്കൽപവും, വ്യക്തികളെ ജന്മസിദ്ധമായ സങ്കുചിതത്വങ്ങളിൽനിന്നും വിവേചനങ്ങളിൽനിന്നും വിമുക്തമാക്കുന്ന സിവിൽ സമൂഹസങ്കൽപവും രൂപപ്പെടുന്നത്. ഇന്ത്യൻ ഭരണഘടനയുടെ ആർട്ടിക്കിൾ 5 മുതൽ 11 വരെ ആരാണ് ഇന്ത്യൻ പൗരനെന്നും ആർക്കാണ് അത് തീരുമാനിക്കാനുള്ള അവകാശമെന്നും വ്യവസ്ഥചെയ്യുന്നു.

തീർച്ചയായും ഭരണഘടനാ വിഭാവനം ചെയ്യുന്ന പൗരത്വമെന്ന ആശയം ഇന്ത്യയിലെന്നും വിവാദപരമായി ചർച്ചചെയ്യപ്പെട്ടിട്ടുണ്ട്. ഇന്നിപ്പോൾ വിവാദപരമായിരിക്കുന്ന പൗരത്വഭേദഗതിനിയമം അത്തരം വിവാദങ്ങളുടെ തുടർച്ചതന്നെയാണ്. കൊളോണിയൽ അധികാരത്തിനും ഫ്യൂഡൽനാടുവാഴിത്ത ശക്തികൾക്കുമെതിരായ സമരങ്ങളിലൂടെയാണ് ഇന്ത്യ

യെന്ന ആധുനിക ദേശരാഷ്ട്രസങ്കൽപ്പം വളർന്നുവന്നത്. ഹിന്ദുമഹാസഭയുടെയും മുസ്ലീംലീഗിന്റെയും മതരാഷ്ട്രവാദസിദ്ധാന്തങ്ങളെ പരാജയപ്പെടുത്തിക്കൊണ്ടാണ് ഒരു മതനിരപേക്ഷ ജനാധിപത്യ സോഷ്യലിസ്റ്റ് റിപ്പബ്ലിക്കായി ഇന്ത്യ വിഭാവനം ചെയ്യപ്പെട്ടത്. 1947 ൽ സ്വാതന്ത്ര്യം നേടിയതിനുശേഷം നമ്മുടെ രാജ്യം പുനഃസംഘടിപ്പിച്ച ഭരണഘടനാനിർമ്മാണ അസംബ്ലി 1950 ജനുവരി 26–ാം തീയതിയാണ് ഇന്ത്യൻ ഭരണഘടനയ്ക്ക് അംഗീകാരം നൽകുന്നത്.

1947 ൽ ഇന്ത്യയും പാക്കിസ്ഥാനുമായി നമ്മുടെ രാജ്യത്തെ വെട്ടിമുറിച്ചുകൊണ്ടാണ് ബ്രിട്ടീഷുകാർ അധികാരം കൈമാറിയത്. വിഭജനം സൃഷ്ടിച്ച കലാപങ്ങളും വർഗീയ കൂട്ടക്കൊലകളും ഇരുരാജ്യങ്ങളുടെയും ഭൗമാതിർത്തികളെ രക്തപങ്കിലമാക്കി. ഇരുരാജ്യങ്ങളുടെയും അതിർത്തിപ്രദേശങ്ങളിൽ അഭയാർത്ഥികളുടെ നിലയ്ക്കാത്ത പ്രവാഹമുണ്ടായി. രാമചന്ദ്രഗുഹ അദ്ദേഹത്തിന്റെ വിഖ്യാത കൃതിയായ *ഇന്ത്യ ആഫ്റ്റർ ഗാന്ധി* എന്ന പുസ്തകത്തിൽ രേഖപ്പെടുത്തിയിരിക്കുന്നത് ഇന്ത്യയുടെയും പാക്കിസ്ഥാന്റെയും അതിർത്തിമേഖലകളിൽ കുടിയേറ്റക്കാർ അലമാലകളെപോലെ ഇരച്ചെത്തിയെന്നാണ്. വിഭജനവും അഭയാർത്ഥി പ്രവാഹവും സൃഷ്ടിച്ച അശാന്തമായ നാളുകളിലാണ് ഇന്ത്യയും പാക്കിസ്ഥാനും അതിന്റെ അതിർത്തികൾ നിർണയിച്ചത്.

ഇന്ത്യൻ ഭരണഘടനയും അതിന്റെ അടിസ്ഥാനത്തിൽ ഇന്ത്യാസർക്കാരും ഈ പുതിയ ഭൗമാതിർത്തികളെക്കൂടി കണക്കിലെടുത്തുകൊണ്ടാണ് ഇന്ത്യൻ പൗരത്വം നിർണയിക്കാനുള്ള നടപടികളാരംഭിച്ചത്. പൗരത്വത്തിന്റെ ഉറവിടവും അടിസ്ഥാനവും ചരിത്രത്തിലെല്ലായിടത്തും ഭൗമാതിർത്തികളെക്കൂടി മാനദണ്ഡമാക്കിയുള്ളതാണ്. ഓരോ സമൂഹത്തിന്റെയും ചരിത്രവും ഭൗമാതിർത്തികളും മാനദണ്ഡമാക്കിക്കൊണ്ടാണ് പൗരത്വം നിർണയിക്കപ്പെട്ടിട്ടുള്ളത്. നമ്മുടെ രാജ്യത്ത് ഇരുരാജ്യങ്ങളും തമ്മിലുള്ള പുതിയ അതിർത്തികൾ തീരുമാനിച്ചതിനുശേഷമാണ് പൗരത്വം എന്നത് നിർണായകവും അനിവാര്യവുമായ പ്രശ്നമായി വന്നത്.

എന്താണ് ഇന്ത്യൻ സമൂഹത്തിന്റെ സാമൂഹ്യസാംസ്കാരിക സവിശേഷതകളെന്നും പാശ്ചാത്യരാജ്യങ്ങളിൽനിന്നും മതാടിസ്ഥാനത്തിലുള്ള രാഷ്ട്രങ്ങളിൽനിന്നും ഇന്ത്യൻ ദേശരാഷ്ട്രത്തിന്റെ വ്യതിരിക്തതകളെന്തെന്നും മനസ്സിലാക്കിയാലേ ബഹുസ്വരത ഉൾക്കൊള്ളുന്ന ഇന്ത്യൻ പൗരത്വനിർമ്മിതിയുടെ രാഷ്ട്രീയം എന്തെന്ന് മനസ്സിലാകൂ. അതിന്റെ ജനാധിപത്യപരവും മതനിരപേക്ഷവുമായ ഉള്ളടക്കമെന്തെന്ന് മനസ്സിലാകൂ. ഏതെങ്കിലും മതത്തെയോ ഭാഷയേയോ അടിസ്ഥാനപ്പെടുത്തിയല്ല ഇന്ത്യയെന്ന രാഷ്ട്രം രൂപംകൊണ്ടത്. ഇന്ത്യയെന്ന ആശയം ഭിന്നസംസ്കാരങ്ങളുടെയും ആശയങ്ങളുടെയും സമുച്ചയമാണ്. നാനാത്വത്തിലെ ഏകത്വമാണ് ഇന്ത്യയെന്നത്.

750–ഓളം ഭാഷകളും ഉപഭാഷകളും ഏഴോളം മതങ്ങളും ആയിരക്കണക്കിന് ജാതികളും ഉപജാതികളും ഗോത്രങ്ങളും വ്യത്യസ്ത നരവം

ശവിഭാഗങ്ങളും എല്ലാം ചേർന്ന വൈവിധ്യമാർന്ന ആശയങ്ങളുടെ ഏകോപനമാണ് ഇന്ത്യയെന്ന രാഷ്ട്രം. ഈ വൈവിധ്യങ്ങളെയെല്ലാം അഭിസംബോധനചെയ്യുകയും ഉൾക്കൊള്ളുകയുമാണ് ഇന്ത്യൻ ഭരണഘടനയുടെ മതേതര ജനാധിപത്യ ദർശനം. മതനിരപേക്ഷതയിലും ഫെഡറലിസത്തിലും സമത്വാശയങ്ങളിലും അധിഷ്ഠിതമായ സാമൂഹ്യദർശനമാണ് ഭരണഘടന മുന്നോട്ടുവെക്കുന്നത്.

ഈയൊരു മതനിരപേക്ഷ ജനാധിപത്യ സങ്കൽപ്പത്തിന്റെ അടിസ്ഥാനത്തിലാണ് ഇന്ത്യൻ ഭരണഘടന പൗരത്വത്തെ വിഭാവനം ചെയ്യുകയും പൗരത്വനിയമം നിർമ്മിക്കുകയും ചെയ്തത്. 1955 ലാണ് പാർലമെന്റ് പൗരത്വനിയമം പാസാക്കിയെടുത്തത്. എന്താണ് നമ്മുടെ പൗരത്വത്തിന്റെ അടിസ്ഥാനമെന്ന് മനസ്സിലാക്കണമെങ്കിൽ വിഭജനത്തിനുമുമ്പും ശേഷവും ഇത് സംബന്ധമായി നമ്മുടെ രാജ്യത്ത് നടന്ന ആലോചനകളെയും സംവാദങ്ങളെയും പരിശോധിക്കണം. രാജ്യത്ത് ജനിച്ചവരും താമസിക്കുന്നവരുമായവർക്ക് പൗരത്വം കൊടുക്കണമെന്നാണ് മതനിരപേക്ഷ ജനാധിപത്യവാദികളുടെ നിലപാട്. എന്നാൽ മതരാഷ്ട്രവാദ നിലപാടുകളിൽ നിന്ന് വർഗീയവാദികൾ വാദിച്ചത് ജനനം മാത്രം നോക്കിയാൽപോര ആ വ്യക്തിയുടെ വംശാവലിയെ അടിസ്ഥാനമാക്കിയായിരിക്കണം പൗരത്വം നൽകേണ്ടതെന്നാണ്. പൗരത്വത്തെ നിർണയിക്കേണ്ടത് ജനനത്തെയോ വ്യക്തിയുടെ വംശാവലിയെയോ എന്ന തർക്കത്തിൽ ഇന്ത്യയുടെ പാർലമെന്റ് അംഗീകരിച്ചത് രാജ്യത്ത് ജനിച്ച വ്യക്തികൾക്ക് പൗരത്വം കൊടുക്കാമെന്നാണ്. മതാടിസ്ഥാനത്തിലുള്ള പൗരത്വത്തെ തിരസ്കരിച്ചുകൊണ്ടാണ് ആധുനികവും പരിഷ്കൃതവുമായ പൗരത്വസങ്കൽപ്പം നമ്മുടെ രാജ്യം സ്വീകരിച്ചത്.

ഇന്നിപ്പോൾ ആറ് ദശാബ്ദം മുമ്പ് ഇന്ത്യ തള്ളിക്കളഞ്ഞ വംശീയ അടിസ്ഥാനത്തിലുള്ള പൗരത്വ നിർണയനമാണ് പുതിയ പൗരത്വനിയമഭേദഗതിയിലൂടെ ഹിന്ദുത്വവാദികൾ അടിച്ചേൽപ്പിച്ചിരിക്കുന്നത്. അനധികൃത കുടിയേറ്റക്കാരെ കണ്ടെത്താനും ഒഴിവാക്കാനുമെന്ന പേരിലാണ് പുതിയ പൗരത്വനിയമവും അതിന്റെ അടിസ്ഥാനത്തിലുള്ള ദേശീയപൗരത്വപട്ടിക തയ്യാറാക്കാനുള്ള തീരുമാനവും കേന്ദ്രസർക്കാർ കൊണ്ടുവന്നിരിക്കുന്നത്. ലോകത്തെല്ലായിടത്തും ഇന്ത്യയിലും പൗരത്വ പരിശോധനകൾ ആവശ്യമായിവരുന്നത് അനധികൃത കുടിയേറ്റക്കാരുടെ ബാധ്യതകൾ ഒഴിവാക്കാനാണ്.

നമ്മുടെ രാജ്യത്ത് മൂന്ന് തരത്തിലുള്ള പ്രശ്നങ്ങളാണ് പൗരത്വപരിശോധനയുമായി ബന്ധപ്പെട്ട് പരിഗണിക്കപ്പെടേണ്ടിവരുന്നത്. ഒന്നാമതായി, പൗരത്വമുള്ളവരായി രാജ്യത്ത് ജീവിക്കുന്നവർ. രണ്ടാമതായി, പാസ്പോർട്ടും വിസയുമായി വിദേശരാജ്യങ്ങളിൽ നിന്നുവന്ന് ഇവിടെ തൊഴിൽ ചെയ്യുന്നവരും താമസിക്കുന്നവരും. മൂന്നാമതായി, യാതൊരുവിധ രേഖകളുമില്ലാതെ ഇവിടെ ജോലിചെയ്യുകയോ താമസിക്കുകയോ ചെയ്യുന്ന അനധികൃത കുടിയേറ്റക്കാർ. അനധികൃത കുടിയേറ്റക്കാരെ ഒഴിവാക്കാ

നാണ് പൗരത്വത്തെ സംബന്ധിച്ച നിശിതമായ നിയമം ഓരോ രാജ്യവും ഉണ്ടാക്കുന്നത്. 1955 ൽ ഇന്ത്യ പൗരത്വനിയമം നിർമ്മിച്ചതോടെ അഭയാർത്ഥികളുടെയും അനധികൃത കുടിയേറ്റക്കാരുടെയും എല്ലാ പ്രശ്നങ്ങൾക്കും നമ്മൾ സമാധാനമുണ്ടാക്കിയതാണ്.

ഭരണഘടനയുടെ ആർട്ടിക്കിൾ 5–11 വരെ പൗരത്വം എന്താണെന്ന് നിർവ്വചിക്കുന്നു. ആർട്ടിക്കിൾ 11 (2) പൗരത്വം തീരുമാനിക്കാനുള്ള അധികാരം പാർലമെന്റിന് നൽകുന്നു. 1950 ജനുവരി 26–ഓ അതിനുമുമ്പോ ഇന്ത്യയിൽ ജനിച്ച എല്ലാവരും 1955 ലെ നിയമമനുസരിച്ച് ഇന്ത്യൻ പൗരന്മാരാണ്. 1986 ലും 2004 ലും പൗരത്വനിയമത്തിൽ ചില വ്യവസ്ഥകൾ കൂട്ടിച്ചേർക്കുന്ന ഭേദഗതികൾ ഉണ്ടായി. 1986–ലെ ഭേദഗതിയനുസരിച്ച് 1987 നുശേഷവും ഇന്ത്യയിൽ ജനിച്ച ഒരാൾക്ക് പൗരനാവാം. അവനോ അവളോ ഇന്ത്യയിലുള്ള ഒരു രക്ഷകർത്താവിന്റെ മകനോ മകളോ ആയിരിക്കണം. 2004–ലെ ഭേദഗതിയനുസരിച്ച് ഇന്ത്യയിൽ ജനിക്കുന്ന ഒരാൾ ഇന്ത്യൻ പൗരന്റെ മകനോ മകളോ ആയിരിക്കണം, ഒരിക്കലും അതിലൊരാൾ അനധികൃതകുടിയേറ്റക്കാരനാവാൻ പാടില്ല. ഇത് പ്രകാരം പലർക്കും പൗരത്വം നിഷേധിക്കപ്പെടുന്ന അവസ്ഥയുണ്ടായി. 1946–ലെ വിദേശ പൗരത്വ ചട്ടവും 1920–ലെ പാസ്പോർട്ട് നിയമവുമനുസരിച്ച് അവർ വേട്ടയാടപ്പെടുന്ന അവസ്ഥയുണ്ടായി.

ഈയൊരു സാഹചര്യത്തിലാണ് 2015 സെപ്തംബർ 7 ന് ചട്ടത്തിൽ ഇളവുകൾ വരുത്തുന്ന ഭേദഗതി കൊണ്ടുവരുന്നത്. അത് പാക്കിസ്ഥാൻ, ബംഗ്ലാദേശ് തുടങ്ങിയ രാജ്യങ്ങളിൽ നിന്നുവരുന്ന ന്യൂനപക്ഷവിഭാഗങ്ങളിൽപ്പെട്ട കുടിയേറ്റക്കാർക്ക് ശിക്ഷാവിധികളെ നേരിടേണ്ടതില്ലായെന്ന ഭേദഗതിയായിരുന്നു. ലോക്സഭയിൽ അത് പാസാക്കിയെങ്കിലും രാജ്യസഭയിൽ അവതരിപ്പിച്ച് അന്നത് പാസാക്കാൻ കഴിഞ്ഞില്ല. അതിന്റെ തുടർച്ചയായിട്ടാണ് ഇപ്പോൾ വിവാദപരമായിരിക്കുന്ന പൗരത്വഭേദഗതിനിയമം കൊണ്ടുവന്നിരിക്കുന്നത്. പുതിയ നിയമമനുസരിച്ച് ബംഗ്ലാദേശ്, പാക്കിസ്ഥാൻ, അഫ്ഗാനിസ്ഥാൻ എന്നിവിടങ്ങളിൽനിന്ന് 2014 ഡിസംബർ 31 ന് മുമ്പ് വന്ന അഭയാർത്ഥികളായ 6 മതന്യൂനപക്ഷ വിഭാഗങ്ങൾക്ക് പൗരത്വം നൽകാൻ കഴിയും. ഹിന്ദുക്കൾ, സിക്കുകാർ, ബുദ്ധ, പാഴ്സികൾ, ജൈനർ, ക്രിസ്ത്യാനികൾ എന്നിവയാണ് 6 മതവിഭാഗങ്ങൾ.

അതായത് മുസ്ലീങ്ങളൊഴികെയുള്ള പാക്കിസ്ഥാനിലും ബംഗ്ലാദേശിലും അഫ്ഗാനിസ്ഥാനിലും മതപീഡനങ്ങൾക്ക് ഇരയാകുന്ന ന്യൂനപക്ഷങ്ങൾക്ക് പൗരത്വം കൊടുക്കാമെന്നാണ് ഈ നിയമം വ്യവസ്ഥചെയ്യുന്നത്. ഇതിന് ന്യായമായി അമിത്ഷാ പറയുന്നത് ഈ രാജ്യങ്ങളെല്ലാം ഇസ്ലാമിക രാജ്യങ്ങളാണെന്നും അവിടെ മതന്യൂനപക്ഷങ്ങൾ കടുത്ത വിവേചനം നേരിടുന്നുവെന്നും അതുകൊണ്ട് അവരെ പൗരത്വത്തിന് പരിഗണിക്കാമെന്നുമാണ്. ഇത്തരം വിതണ്ഡവാദങ്ങളിലൂടെ രാജ്യത്തെ മുസ്ലീങ്ങളും മുസ്ലീം ഇതരരുമെന്ന രീതിയിൽ വിഭജിക്കുകയാണ് സവർക്കറിസ്റ്റായ അമിത്ഷാ. ന്യായമായും പാർലമെന്റിനകത്തും പുറത്തും പലരും

ചോദിച്ചിട്ടുള്ളത് അയൽരാജ്യങ്ങളിലെ മതന്യൂനപക്ഷങ്ങളുടെ സംരക്ഷണമാണ് ഈ നിയമത്തിന്റെ ലക്ഷ്യമെങ്കിൽ എന്തുകൊണ്ടാണ് പാക്കിസ്ഥാനിൽ ഏറ്റവും കൂടുതൽ പീഡിപ്പിക്കപ്പെടുന്ന ഷിയ, മുഹമ്മദീയ, ബലൂചി വിഭാഗങ്ങൾക്കും മ്യാൻമറിലെ രോഹിംഗ്യ മുസ്ലീങ്ങൾക്കും ശ്രീലങ്കയിലെ തമിഴ് വംശജർക്കും പൗരത്വം നൽകാത്തതെന്നാണ്. 1955–ലെ നിയമമനുസരിച്ചുള്ള 12 വർഷത്തിനുപകരം 6 വർഷം ഇന്ത്യയിൽ തുടർച്ചയായി താമസിച്ചാൽ മുസ്ലീങ്ങളൊഴിച്ചുള്ള 6 മതന്യൂനപക്ഷങ്ങൾക്ക് ഇന്ത്യയിൽ പൗരത്വം കൊടുക്കും. മറ്റൊരർത്ഥത്തിൽ ഈ മൂന്ന് രാജ്യങ്ങളിൽ നിന്ന് വരുന്ന മുസ്ലീം ഒഴിച്ചുള്ളവരെ അനധികൃത കുടിയേറ്റക്കാരായി കാണില്ല. മുസ്ലീങ്ങൾക്ക് പൗരത്വാവകാശം നിഷേധിക്കുന്ന അങ്ങേയറ്റം വർഗീയമായ വിവേചനമാണ് ഈ നിയമത്തിലൂടെ അടിച്ചേൽപ്പിച്ചിരിക്കുന്നത്. പൗരത്വം മതാധിഷ്ഠിതമാക്കി ഹിന്ദുരാഷ്ട്രനിർമ്മിതിയിലേക്ക് ചുവടുവെക്കുകയാണ് ആർ എസ് എസ് നയിക്കുന്ന മോദി സർക്കാർ ചെയ്തിരിക്കുന്നത്.

### 370–ാം വകുപ്പും ഇന്ത്യയെന്ന ആശയവും

കാശ്മീരിന് പ്രത്യേക പദവി നൽകുന്ന ഭരണഘടനയുടെ 370–ാം വകുപ്പും 35 എ അനുച്ഛേദവും റദ്ദ് ചെയ്യുകയും ജമ്മുകാശ്മീരിനെ വിഭജിക്കുകയും ചെയ്ത നടപടി സംഘപരിവാറിന്റെ ജനാധിപത്യത്തിനും ഭരണഘടനയ്ക്കുമെതിരായ ആസൂത്രിതമായ കടന്നാക്രമണത്തെയാണ് കാണിക്കുന്നത്. ഇന്ത്യയെന്ന ആശയത്തെതന്നെ തകർക്കാനുള്ള നീക്കങ്ങളുടെ ഭാഗമാണ് 370–ാം വകുപ്പിന്റെ റദ്ദ് ചെയ്യൽ. കാശ്മീരിജനതയുടെ സ്വത്വത്തെയും ഭരണഘടനാവകാശങ്ങളെയും ഇല്ലാതാക്കി ആ സംസ്ഥാനത്തെ മൂന്ന് ഖണ്ഡങ്ങളായി വെട്ടിക്കീറിയ കേന്ദ്രസർക്കാർ ഇന്ത്യയെ രൂപപ്പെടുത്തിയ ചരിത്രത്തെയും ഭരണഘടനയെയും തന്നെയാണ് വെട്ടിക്കീറിയിരിക്കുന്നത്. ഇന്ത്യയെന്ന ആശയത്തെതന്നെയാണ് അവർ ആക്രമിച്ചുകൊണ്ടിരിക്കുന്നത്.

പാക്കിസ്ഥാന്റെയും അഫ്ഗാനിസ്ഥാന്റെയും ചൈനയുടെയും അതിർത്തി പങ്കിടുന്ന ജമ്മുകാശ്മീർ തന്ത്രപ്രധാനമായ പ്രദേശമാണ്. ശീതയുദ്ധകാലത്തുടനീളം അമേരിക്കയുടെയും ബ്രിട്ടന്റെയും പിന്തുണയോടെയാണ് ഇന്ത്യാവിരുദ്ധശക്തികൾ കാശ്മീരിലേക്ക് നുഴഞ്ഞുകയറ്റം നടത്തുകയും ആ മേഖലയെ സംഘർഷഭരിതമാക്കുകയും ചെയ്തത്. ശീതയുദ്ധാനന്തരം അമേരിക്കൻ കാർമ്മികത്വത്തിൽ ജന്മമെടുത്ത ഭീകരവാദഗ്രൂപ്പുകളാണ് പാക്കിസ്ഥാൻ കേന്ദ്രമാക്കി സ്വതന്ത്ര കാശ്മീർ വാദവും കാശ്മീരിനെ പാക്കിസ്ഥാന്റെ ഭാഗമാക്കണമെന്ന മുദ്രാവാക്യവുമുയർത്തി ഈ മേഖലയിൽ ഭീകരാക്രമണങ്ങൾ നടത്തിയിട്ടുള്ളത്.

ഇപ്പോൾ പ്രത്യേകപദവി എടുത്തുകളഞ്ഞ് ഇന്ത്യയുടെ അവിഭാജ്യഘടകമായ കാശ്മീരിനെ ഒരു ശത്രുരാജ്യത്തെപ്പോലെ കൈകാര്യം ചെയ്യുന്ന മോദി സർക്കാരിന്റെ നടപടികൾ കാശ്മീർ പ്രശ്നത്തെ ട്രംപി

ന്റെയും അമേരിക്കയുടെയും കൈകളിലെത്തിച്ചിരിക്കുകയാണ്. കാശ്മീർ ഇന്ത്യയുടെ ആഭ്യന്തരപ്രശ്നമാണ് എന്ന് നാഴികയ്ക്ക് നാൽപ്പതുവട്ടം ഉരുവിട്ടുകൊണ്ടിരിക്കുന്ന സംഘപരിവാർ നയിക്കുന്ന കേന്ദ്രസർക്കാർ കാശ്മീർ പ്രശ്നത്തിൽ ട്രംപിനെ മധ്യസ്ഥനാക്കിയിരിക്കുകയാണ്. ചുരുക്കിപ്പറഞ്ഞാൽ വിവേകരഹിതമായ നടപടികളിലൂടെ കാശ്മീർ വിഷയത്തെ ട്രംപിന്റെ കൈകളിലെത്തിക്കുകയാണ് നരേന്ദ്രമോദിയും അമിത്ഷായും ചെയ്തിരിക്കുന്നത്. അക്കാര്യങ്ങൾ പിറകെ പരിശോധിക്കാം.

നെഹ്റുവിന്റെ ചേരിചേരാനയത്തെയും സോഷ്യലിസ്റ്റ്സോവിയറ്റ് ആഭിമുഖ്യത്തെയും സംശയത്തോടെകണ്ട സാമ്രാജ്യത്വശക്തികൾ പാക്കിസ്ഥാനെ ഉപയോഗിച്ച് കാശ്മീർപ്രശ്നത്തെ എന്നും സങ്കീർണമാക്കാനുള്ള ഇടപെടലുകൾ നടത്തിയിരുന്നു. സ്വാതന്ത്ര്യാനന്തരം ഇന്ത്യൻ യൂണിയന്റെ സംയോജനപ്രക്രിയയെയും ദേശരാഷ്ട്ര രൂപീകരണത്തെയും സാമ്രാജ്യത്വശക്തികൾ പലതലങ്ങളിൽ ഇടപെട്ടുകൊണ്ട് തടസ്സപ്പെടുത്തുകയായിരുന്നല്ലോ. സ്വതന്ത്ര കാശ്മീർവാദമുയർത്തിയ ഹരിസിംഹ രാജാവിന് പലഘട്ടങ്ങളിലും അമേരിക്കയുടെയും ബ്രിട്ടന്റെയും രഹസ്യവും പരസ്യവുമായ പിന്തുണ ലഭിച്ചിരുന്നു. 1947 ഒക്ടോബറിൽ പാക്ക് –അഫ്ഗാൻ കേന്ദ്രങ്ങളിൽനിന്ന് ഗോത്രവർഗ മിലിട്ടന്റുകളെ കാശ്മീരിലേക്ക് നയിച്ചത് റസ്സൽഹൈറ്റ് എന്ന അമേരിക്കൻ സൈനികോദ്യോഗസ്ഥനായിരുന്നു. അന്ന് ഗോത്രവർഗ മിലിട്ടന്റുകൾ കൈയടക്കിയ പ്രദേശങ്ങളാണ് ഇന്നത്തെ പാക്ക്അധീനകാശ്മീർ (POK).

ലോകത്തിലെ ഏറ്റവും മനോഹരവും സമ്പന്നവുമായ കാശ്മീരിൽ എന്നും ബ്രിട്ടീഷുകാർക്കും അമേരിക്കക്കാർക്കും കണ്ണുണ്ടായിരുന്നു. 84,771 ചതുരശ്രനാഴിക വിസ്തീർണമുള്ള ജമ്മുകാശ്മീർ പഞ്ചാബിലേക്ക് തള്ളിനിൽക്കുന്ന ജമ്മുവും വടക്ക് കാശ്മീർ താഴ്വരയും ലഡാക്കും ഉൾക്കൊള്ളുന്ന സാംസ്കാരിക വൈവിധ്യമുള്ള സംസ്ഥാനമാണ്. മുസ്ലീങ്ങളും ഹിന്ദുക്കളും ബുദ്ധമതക്കാരും താമസിക്കുന്ന ബഹുസ്വരതയുടെ സംസ്കാരമുള്ള സമൂഹം. കൃഷിയോഗ്യമായ ഭൂമിയും അതിലെ ആപ്പിൾത്തോട്ടങ്ങളും കാശ്മീർ താഴ്വരയിലെ താടകങ്ങളും കുന്നിൻചെരിവുകളും ഈ പർവ്വത സംസ്ഥാനത്തെ ആകർഷണീയമായ ഭൂപ്രദേശമാക്കി നിലനിർത്തി.

കാശ്മീർ ഉൾപ്പെടെ ഇന്ത്യയിലെ 600 ഓളം വരുന്ന നാട്ടുരാജ്യങ്ങൾ ഇന്ത്യൻയൂണിയന്റെ ഭാഗമായി ഉദ്ഗ്രഥിക്കപ്പെട്ടത് സാമ്രാജ്യത്വവിരുദ്ധ ദേശീയസ്വാതന്ത്ര്യസമരത്തിന്റെ തുടർച്ചയിലാണെന്ന യാഥാർത്ഥ്യം ഹിന്ദുത്വവാദികൾക്ക് ഓർമ്മിക്കാൻ ബുദ്ധിമുട്ടുണ്ടാക്കുന്നതാണ്. ഇന്ത്യൻ ദേശീയതയെ രൂപപ്പെടുത്തിയ ദേശീയസ്വാതന്ത്ര്യസമരത്തിലും നാട്ടുരാജ്യങ്ങളുടെ ശ്രമകരമായ സംയോജന പ്രക്രിയയിലും അവർ ഇന്ത്യാവിരുദ്ധശക്തികളോടൊപ്പം നിലയുറപ്പിച്ചവരായിരുന്നല്ലോ. ബ്രിട്ടീഷുകാരുടെയും നാട്ടുരാജാക്കന്മാരുടെയും സഹായികളും ചോറ്റുപട്ടാളവുമായി പ്രവർത്തിച്ച നിന്ദാകരമായ ചരിത്രമാണ് ആർ എസ് എസിനുള്ളത്. ദേശവഞ്ച

നയുടെയും ശിഥിലീകരണശക്തികളോട് കൂട്ടുചേർന്നതിന്റെയും ചരിത്രമുള്ളവരാണ് ദേശീയത പറഞ്ഞ് ഇന്ത്യയുടെ ഐക്യത്തിന് ആധാരമായ ഭരണഘടനയുടെ ഫെഡറൽ മൂല്യങ്ങളെ കുഴിച്ചുമൂടാൻ നോക്കുന്നത്.

സർദാർ വല്ലഭ്ഭായ്പട്ടേലിന്റെ വലംകൈയായിരുന്ന, നാട്ടുരാജ്യങ്ങളുടെ ഇന്ത്യൻ യൂണിയനിലേക്കുള്ള ഉദ്ഗ്രഥനത്തിന് നേതൃത്വംവഹിച്ച വി പി മേനോൻ എഴുതിയിരിക്കുന്നത്: 'ഒരു റിപ്പബ്ലിക്കിന്റെ പ്രരൂപമായ 554 നാട്ടുരാജ്യങ്ങളെ ഉദ്ഗ്രഥിക്കുക, ആരംഭത്തിലെ ദുഃസ്വപ്നസമാനമായ കുഴപ്പത്തിന്റെ അവസ്ഥയിലും ഒരു ക്രമം ഉരുത്തിരിച്ചെടുക്കുക, മുൻ നാട്ടുരാജ്യങ്ങളിലെയെല്ലാം ഭരണസംവിധാനം ജനാധിപത്യവൽക്കരിക്കുക, ഇതര മണ്ഡലങ്ങളിൽ ഇനിയെത്ര വലിയ നേട്ടമുണ്ടായാലും അവയൊന്നും ഇത്രത്തോളം വരില്ല" (Integration of the Indian States). ഇന്ത്യൻ യൂണിയന്റെ ഉദ്ഗ്രഥന പ്രക്രിയയുടെ സങ്കീർണവും ശ്രമകരവുമായ ചരിത്രദൗത്യത്തെയാണ് ശ്രീ. മേനോൻ ഈ വരികളിലൂടെ വ്യക്തമാക്കുന്നത്.

ബ്രിട്ടീഷുകാർ ഇന്ത്യ വിടുമ്പോൾ 500 ലേറെ വ്യതിരിക്തമായ അതിർത്തികളുള്ള പ്രദേശങ്ങളായിരുന്നു ഇന്ത്യയെന്ന ഈ ഉപഭൂഖണ്ഡം. ഇവയിൽ രണ്ടെണ്ണമായിരുന്നു പുതുതായി സൃഷ്ടിക്കപ്പെട്ട ഇന്ത്യയും പാക്കിസ്ഥാനും. അതായത് ഇന്ത്യയെന്നത് പലതരത്തിലുള്ള നാട്ടുരാജ്യങ്ങളും സംസ്ഥാനങ്ങളുമായി കിടക്കുന്ന ഭൂപ്രദേശം. ഇതിനെയെല്ലാം ചേർത്താണ് 'പ്രിൻസിലി ഇന്ത്യ' അഥവാ നാട്ടുരാജ്യവാഴ്ചാ പ്രദേശമായ ഇന്ത്യ എന്ന് വിളിക്കുന്നതെന്ന് *ഇന്ത്യൻ സംസ്ഥാനങ്ങളുടെ ഉദ്ഗ്രഥനം* എന്ന പുസ്തകത്തിൽ വി.പി.മേനോൻ രേഖപ്പെടുത്തിയിട്ടുണ്ട്. വി പി മേനോന്റെ ഈ പുസ്തകത്തെ നിരൂപണം ചെയ്തുകൊണ്ട് 1956 ആഗസ്റ്റ് മാസത്തിലെ *ന്യൂഏയ്ജിൽ* ഇ എം എസ് എഴുതിയ ലേഖനത്തിൽ നാട്ടുരാജ്യങ്ങളുടെ ജനാധിപത്യവൽക്കരണത്തിന്റെയും ഫെഡറൽ ഘടനയിലധിഷ്ഠിതമായ ഇന്ത്യയെന്ന രാഷ്ട്രത്തിന്റെ രൂപീകരണപ്രക്രിയയുടെയും ചരിത്രപ്രക്രിയയെ വിശകലനം ചെയ്യുന്നുണ്ട്.

ഇന്ത്യയിലെ നാട്ടുരാജ്യങ്ങളുടെ ഇന്ത്യൻയൂണിയനിലേക്കുള്ള സംയോജനത്തിൽ ഏറ്റവും വൈഷമ്യമേറിയതും പ്രധാനവും കാശ്മീരിന്റേതായിരുന്നു. മുസ്ലീം ഭൂരിപക്ഷമുള്ള ജമ്മുകാശ്മീരിനെ ഇന്ത്യയോടൊപ്പം ചേർത്തത് നെഹ്റുവിന്റെയും പട്ടേലിന്റെയും നാഷണൽ കോൺഫറൻസ് നേതാവായ ഷെയ്ഖ്അബ്ദുള്ളയുടെയും വിട്ടുവീഴ്ചയില്ലാത്ത മതനിരപേക്ഷ നിലപാടുകളിൽ നിന്നുള്ള അശ്രാന്തപരിശ്രമങ്ങളായിരുന്നു. ഈ ചരിത്രപ്രക്രിയയുടെ വിപരീത ദിശയിൽ കളിച്ചവരാണ് പാക്കിസ്ഥാനും മുഹമ്മദലിജിന്നയുമെന്നപോലെ ഇന്ത്യയിൽ ഹിന്ദുമഹാസഭയും ആർ എസ് എസുകാരുമെന്നതാണ് അനിഷേധ്യമായ ചരിത്രവസ്തുത. അതിന്റെ വിശദാംശങ്ങൾ നമുക്ക് പിന്നാലെ പരിശോധിക്കാം.

## ഭരണഘടനയെ ഇല്ലാതാക്കാനുള്ള ആസൂത്രിതനീക്കം

തങ്ങളുടെ ഹിന്ദുരാഷ്ട്ര അജണ്ടയ്ക്കാവശ്യമായ രീതിയിൽ ഭരണ

ഘടനയെത്തന്നെ പൊളിച്ചെഴുതാനുള്ള നീക്കങ്ങളാണ് സംഘപരിവാർ കഴിഞ്ഞ കുറേക്കാലമായി ത്വരിതഗതിയിൽ നടത്തിക്കൊണ്ടിരിക്കുന്നത്. 1998 ലെ വാജ്പേയ് സർക്കാർ ഇന്ത്യൻ ഭരണഘടനയെ പൊളിച്ചെഴുതാനും തങ്ങളുടെ മതരാഷ്ട്ര അജണ്ട നടപ്പാക്കാനുമായി ഒരു ഭരണഘടനാ കമ്മീഷനെത്തന്നെ നിയമിക്കുകയുണ്ടായി. ഭരണഘടന പൊളിച്ചെഴുതാനുള്ള വാജ്പേയ് സർക്കാരിന്റെ നീക്കങ്ങളെ ശാസിച്ചുകൊണ്ട് അന്നത്തെ രാഷ്ട്രപതി കെ ആർ നാരായണൻ നടത്തിയിട്ടുള്ള ഇടപെടലുകൾ ഇന്ത്യയുടെ സമകാലീന ചരിത്രത്തിലെ ശ്രദ്ധേയമായ ഏടാണ്.

2000 ലെ റിപ്പബ്ലിക് ദിനത്തിന്റെ സുവർണജൂബിലി സന്ദേശത്തിലാണ് കെ.ആർ.നാരായണൻ ഭരണഘടന പൊളിച്ചെഴുതാനുള്ള സംഘപരിവാർ നീക്കത്തെ ശാസിച്ചത്. ഭരണഘടനയോടൊപ്പം നിലവിൽവന്ന പരിമിതമായ ജനാധിപത്യ അവകാശങ്ങളെയും ദുർബല ജനവിഭാഗങ്ങൾക്കനുകൂലമായ സാമൂഹ്യനീതിതത്വങ്ങളെയും എടുത്തുകളയാനുള്ള ഏതു നീക്കവും അപകടകരമാണെന്ന് അദ്ദേഹം പാർലമെന്റിന്റെ സെൻട്രൽഹാളിൽ നടത്തിയ പ്രസംഗത്തിൽ പറഞ്ഞു. രാജ്യത്തെ പ്രസിഡൻഷ്യൽ സമ്പ്രദായത്തിലേക്ക് പരിവർത്തനപ്പെടുത്താനുള്ള സംഘപരിവാർ അജണ്ടയെ താക്കീത് ചെയ്തുകൊണ്ട് കെ ആർ നാരായണൻ പറഞ്ഞത്; ഭരണസ്ഥിരതയല്ല ജനങ്ങളോടും രാഷ്ട്രത്തോടുമുള്ള ഉത്തരവാദിത്വമാണ് പ്രധാനമെന്നാണ്. രാജ്യത്തിന്റെ വൈവിധ്യവും സാമൂഹ്യവികസനരംഗത്തെ പ്രശ്നങ്ങളും അഭിസംബോധനചെയ്യാനാവശ്യമായ സമീപനമാണിന്ന് ആവശ്യം. അല്ലാതെ രാജ്യത്തിന്റെ ബഹുസ്വരതയെയും ഭരണഘടനയുടെ ഫെഡറലിസത്തെയും തൃണവൽഗണിക്കുന്ന പ്രസിഡൻഷ്യൽ ഭരണസംവിധാനമല്ല. അത് ഏകാധിപത്യത്തിലേക്ക് വഴിവെക്കുമെന്നും രാജ്യത്തെ ശിഥിലീകരിക്കുമെന്നും അദ്ദേഹം മുന്നറിയിപ്പുനൽകി.

വാജ്പേയിക്ക് നടപ്പിലാക്കാൻ കഴിയാതെപോയ ഭരണഘടനയുടെ പൊളിച്ചെഴുത്തിനാണ് മോദിയും അമിത്ഷായും കച്ചകെട്ടിയിറങ്ങിയിരിക്കുന്നത്. ഏകരാജ്യ സിദ്ധാന്തവും ഏകനിയമ സിദ്ധാന്തവുമൊക്കെ തട്ടിവിട്ട് അവർ സ്വേച്ഛാധികാരത്തിലേക്ക് രാജ്യത്തെ നയിക്കാനും ഭരണഘടനയെ പൊളിച്ചെഴുതാനുമുള്ള കുത്സിതശ്രമങ്ങളിലാണ്. രണ്ടാം മോദിസർക്കാർ അധികാരമേറ്റെടുത്തതോടെ തങ്ങൾക്കനഭിമതരായ ജനസമൂഹങ്ങൾക്കും രാഷ്ട്രീയപ്രസ്ഥാനങ്ങൾക്കുമെതിരായ കടന്നാക്രമണങ്ങളുടെ ഗതിവേഗം കൂടിയിരിക്കുകയാണ്. വിദ്വേഷരാഷ്ട്രീയത്തിൽ അഭിരമിക്കുന്ന ഹിന്ദുത്വവാദികൾ ഇന്ത്യൻ ഭരണഘടനയെത്തന്നെ കുഴിച്ചുമൂടാനുള്ള അത്യന്തം പ്രതിഷേധജനകമായ ശ്രമങ്ങളാണ് ആരംഭിച്ചിരിക്കുന്നത്. കാശ്മീരിന്റെ പ്രത്യേകപദവി എടുത്തുകളഞ്ഞതും പൗരത്വ നിയമം, മുത്തലാഖ്, എൻ ഐ എ – യു എ പി എ നിയമഭേദഗതികൾ ചെയ്തതും ഇന്ത്യൻ ഭരണഘടനയെത്തന്നെ ലക്ഷ്യംവെച്ചുള്ള ആർ എസ് എസിന്റെ രാഷ്ട്രീയഅജണ്ടയുടെ ഭാഗമാണെന്ന കാര്യം ജനാധിപത്യവാദികൾ തിരിച്ചറിയാതെ പോകരുത്.

പരമാധികാരം, ഫെഡറലിസം, മതനിരപേക്ഷത, സോഷ്യലിസം തുടങ്ങിയ മൂല്യങ്ങളെയാണ് ഭരണഘടന അതിന്റെ അടിസ്ഥാനവും ആദർശലക്ഷ്യങ്ങളുമായി വിഭാവനം ചെയ്തിരിക്കുന്നത്. ലോകത്തിലെ ഏറ്റവും ശക്തമായ കൊളോണിയൽ അധീശത്വത്തിനെതിരെ ഒരു നൂറ്റാണ്ടിലേറെ കാലം നീണ്ടുനിന്ന സ്വാതന്ത്ര്യസമരത്തിന്റെ മൂല്യങ്ങളെയും ഒരു ആധുനിക രാഷ്ട്രത്തിന് അനുയോജ്യമായ ആശയങ്ങളെയും ഉൾക്കൊണ്ടുകൊണ്ടാണ് ഭരണഘടനാ നിർമ്മാണസഭ ഭരണഘടനയ്ക്ക് രൂപംനൽകിയത്. ചരിത്രത്തിന്റെ എല്ലാവിധത്തിലുള്ള സങ്കുചിതമായ ദുർവ്യാഖ്യാനങ്ങളെയും നിരാകരിച്ചുകൊണ്ടാണ് ഇന്ത്യയുടെ പാരമ്പര്യത്തിൽനിന്നും സംസ്കാരത്തിൽനിന്നും ഊർജ്ജം ഉൾക്കൊണ്ടുകൊണ്ട് നമ്മുടെ ദേശീയനേതൃത്വം ഭരണഘടനയുടെ സമത്വാധിഷ്ഠിത സാമൂഹ്യദർശനം രൂപപ്പെടുത്തിയത്.

ഭിന്നമതങ്ങളും ഭാഷകളും ജാതിവംശവിഭാഗങ്ങളും ബഹുസംസ്കാരങ്ങളും സഹവർത്തിച്ച് നിലകൊള്ളുന്ന ദേശീയതാസങ്കൽപ്പമാണ് ഭരണഘടന മുന്നോട്ടുവെച്ചിരിക്കുന്നത്. അതായത് നാനാത്വത്തിൽ ഏകത്വമെന്ന ജനാധിപത്യപരമായ ദേശീയതാസങ്കൽപ്പമാണ് ഭരണഘടന മുന്നോട്ടുവെച്ചിട്ടുള്ളത്. ഭരണഘടനാശിൽപ്പികൾ ലോകചരിത്രഗതികളെയാകെ പഠിക്കുകയും വിവിധ രാജ്യങ്ങളിലെ ലിഖിതവും എഴുതപ്പെടാത്തതുമായ ഭരണഘടനകളെ പരിശോധിക്കുകയും ജനാധിപത്യത്തിന്റെ ഭിന്നരൂപങ്ങളെക്കുറിച്ച് ധാരണയുണ്ടാക്കുകയും ചെയ്തുകൊണ്ടാണ് നമ്മുടെ ഭരണഘടനയ്ക്ക് രൂപംനൽകിയത്.

ജനാധിപത്യത്തിന്റെയും മതനിരപേക്ഷതയുടെയും മൂല്യങ്ങളിലൂന്നുകയും സാമൂഹ്യനീതി ഉയർത്തിപ്പിടിക്കുകയും ചെയ്യുന്നതാണ് നമ്മുടെ ഭരണഘടന. ജാതിമതലിംഗ ഭേദങ്ങളില്ലാതെ എല്ലാവരെയും തുല്യരായി കാണുന്ന പ്രമാണമാണ് ഭരണഘടനയുടെ മൗലികദർശനം. എല്ലാവർക്കും സംഘടിക്കാനും ഇഷ്ടമുള്ള ആശയങ്ങളിൽ വിശ്വസിക്കാനും ആശയപ്രകാശനം നടത്താനുമുള്ള മൗലികാവകാശങ്ങൾ ഓരോ വ്യക്തിക്കും ഇന്ത്യൻ ഭരണഘടന ഉറപ്പുനൽകുന്നു.

സമത്വാശയങ്ങളെയും മതനിരപേക്ഷമൂല്യങ്ങളെയും ജനാധിപത്യത്തെയും എന്നും എതിർത്തുപോന്ന മതരാഷ്ട്രവാദികൾ ഒരുകാലത്തും ഭരണഘടനയെ അംഗീകരിച്ചിരുന്നില്ല. ആർ എസ് എസുകാർ എന്നും ഇന്ത്യൻ ഭരണഘടനയെ ഹിന്ദുവിരുദ്ധ ഭരണഘടനയായിട്ടാണ് കണ്ടത്. തങ്ങളുടെ മതരാഷ്ട്രഅജണ്ടയ്ക്ക് തടസ്സം സൃഷ്ടിക്കുന്ന ഭരണഘടനയെ പൊളിച്ചെഴുതുകയെന്നത് എക്കാലത്തെയും അവരുടെ അജണ്ടയായിരുന്നു. ബാബ്റിമസ്ജിദ് തകർത്തതിനുശേഷം ചേർന്ന വിശ്വഹിന്ദുപരിഷത്തിന്റെ സന്ത്സമിതി (സന്ന്യാസിസഭ) ഇന്ത്യൻ ഭരണഘടന മാറ്റിയെഴുതാനുള്ള നിർദ്ദേശങ്ങൾ സമർപ്പിക്കാനായി സ്വാമിമുക്താനന്ദസരസ്വതിയുടെ നേതൃത്വത്തിൽ ഒരു നാലംഗസമിതിയെ നിയോഗിച്ചിരുന്നു. ആ സമിതി സംഘപരിവാറിന്റെ ഭരണഘടനാ വിമർശനത്തിന്റെ ഒരു കരട്രേഖ

തയ്യാറാക്കുകയും ചെയ്തിരുന്നു.

അതിലവർ നടത്തുന്ന ഭരണഘടനാവിമർശനം കൗതുകകരമാണ്; "ഇന്ത്യയുടെ ഐക്യവും അഖണ്ഡതയും സാഹോദര്യവും സമുദായ സൗഹാർദ്ദവും തകർക്കുന്നതിന് ഉത്തരവാദിയാര്? വിശപ്പും ദാരിദ്ര്യവും അഴിമതിയും മതനിഷേധവും വർദ്ധമാനമാകുന്നതിന് ഉത്തരവാദിയാര്? ഇന്നത്തെ ഇന്ത്യൻ ഭരണഘടന." എത്ര ബാലിശവും വസ്തുതകൾക്ക് നിരക്കാത്തതുമായ ഭരണഘടനാവിമർശനമാണ് ഇവർ മുന്നോട്ടുവെച്ചിരിക്കുന്നത്. ഇന്ത്യയുടെ ഇന്നത്തെ ഭരണഘടനയ്ക്ക് പോരായ്മകൾ ഉണ്ടാകാം. അത് നമ്മുടെ ജനാധിപത്യപ്രക്രിയയുടെ ഭാഗമായി പരിഹരിക്കാവുന്നതാണ്. നമ്മുടെ രാജ്യത്ത് നിലനിൽക്കുന്ന ചൂഷകവർഗബന്ധങ്ങളെ പൊളിച്ചെഴുതാനൊന്നും ഭരണഘടന അനുവദിക്കുന്നില്ലെങ്കിലും ജനാധിപത്യത്തിന്റെയും സമത്വത്തിന്റെയും സാമൂഹ്യനീതിയുടെയും മതേതരത്വത്തിന്റെയും മൂല്യങ്ങളെ ഉൾക്കൊള്ളുന്നതാണ് ഇന്നത്തെ ഭരണഘടനയെന്നകാര്യത്തിൽ പുരോഗമനജനാധിപത്യവാദികൾക്ക് ഒട്ടും സംശയമില്ല.

ഭരണഘടനയുടെ സാമൂഹ്യനീതിയുടെയും മതേതരത്വത്തിന്റെയും തുല്യതയുടെയും മൂല്യങ്ങളെത്തന്നെയാണ് ഹിന്ദുത്വവാദികൾ അങ്ങേയറ്റത്തെ നിഷേധബോധത്തോടെ എതിർത്തുകൊണ്ടിരിക്കുന്നത്. മധ്യകാലിക ബ്രാഹ്മണമൂല്യങ്ങളെ പുനരാനയിക്കാനാണവർ ശ്രമിച്ചുകൊണ്ടിരിക്കുന്നത്. വർത്തമാന മനുഷ്യപ്രശ്നങ്ങൾക്കെല്ലാം ഭൂതകാലത്തിലേക്ക് തിരിച്ചുപോയിക്കൊണ്ട് പരിഹാരമുണ്ടാക്കാമെന്ന് വ്യാമോഹിപ്പിക്കുന്ന പ്രത്യയശാസ്ത്രമാണ് ആർ.എസ്.എസിന്റേത്. മുക്താനന്ദയുടെ ഭരണഘടനാ മാറ്റത്തിനുള്ള നിർദ്ദേശങ്ങൾ ഇന്ത്യൻഭരണഘടനയുടെ ജനവിരുദ്ധതയായി കാണുന്നത് സ്ത്രീകൾക്കും പിന്നോക്ക ദളിത് ന്യൂനപക്ഷസമൂഹങ്ങൾക്കും ദരിദ്രർക്കും അനുകൂലമായുള്ള വ്യവസ്ഥകളെയാണ്. ഈ വ്യവസ്ഥകളെല്ലാം ഹിന്ദുവിരുദ്ധമാണെന്നാണ് അവർ പ്രചരിപ്പിച്ചുകൊണ്ടിരിക്കുന്നത്.

ഭരണഘടനയുടെ സാമൂഹ്യനീതിതത്വങ്ങളെയും സംവരണാവകാശങ്ങളെയും എടുത്തുകളയണമെന്ന് നിർദ്ദയമായി വാദിക്കുകയാണ് ഹിന്ദുത്വവാദികൾ. ദളിതർക്കും ആദിവാസികൾക്കും പിന്നോക്കവിഭാഗങ്ങൾക്കും സർക്കാർ സർവ്വീസിലോ മറ്റെവിടെയുമോ യാതൊരുവിധ സംവരണവും നൽകാൻ പാടില്ലെന്നാണ് സ്വാമി മുക്താനന്ദസരസ്വതി നിർദ്ദേശിച്ചിരിക്കുന്നത്. സംവരണം വിഭജനവിഘടനവികാരങ്ങളെ പോഷിപ്പിക്കുമെന്നാണല്ലോ ആചാര്യനായ ഗോൾവാൾക്കർ *വിചാരധാര*യിൽ എഴുതിവെച്ചിട്ടുള്ളത്.

വിശ്വഹിന്ദുപരിഷത്തിന്റെ സൻസമിതി മുന്നോട്ടുവെച്ച ഭരണഘടനാവിമർശനരേഖ ഇന്ത്യൻപതാകയെയും ദേശീയഗാനത്തെയും തള്ളിക്കളയുകയാണ്. സംഘപരിവാറിന്റെ അപരമതവിദ്വേഷവും അസഹിഷ്ണുതയുമാണ് സ്വാമി മുക്താനന്ദസരസ്വതിയുടെ രേഖയിലുടനീളമുള്ളത്.

രേഖ പറയുന്നത്: "ദേശീയപതാകയായി വിശേഷിപ്പിക്കുന്ന പതാകയിൽ ഒരു അശോകചക്രമുണ്ട്. അത് സാമ്രാജ്യത്വഗന്ധം നൽകാനേ ഉപകരിക്കുന്നുള്ളൂ." അശോകചക്രവർത്തിയുടെയും ബുദ്ധദർശനത്തിന്റെയും പ്രതീകമായ അശോകചക്രം സ്നേഹവും സമത്വവും സാഹോദര്യവും മറ്റുമായ ബുദ്ധമൂല്യങ്ങളെയാണ് പ്രതീകവൽക്കരിച്ചിരിക്കുന്നത്. ബുദ്ധന്റെ പ്രജ്ഞയുടെയും കരുണയുടെയും ദർശനങ്ങളെ അസഹിഷ്ണുതയോടെ തള്ളിക്കളയുകയും പുച്ഛിക്കുകയുമാണ് സ്വാമി മുക്താനന്ദസരസ്വതി.

1993 ജനുവരി 29 ന്റെ *ഫ്രണ്ട്‌ലൈനിൽ* പ്രസിദ്ധീകരിക്കപ്പെട്ട ഒരു അഭിമുഖത്തിൽ സ്വാമി മുക്താനന്ദസരസ്വതി മതകാര്യങ്ങളിൽ ഒരു ഇടപെടലും ഉണ്ടാകാൻ പാടില്ലെന്ന് വാദിച്ചുകൊണ്ടുതന്നെ എല്ലാവർക്കും ബാധകമായ ഏകീകൃത സിവിൽകോഡ് കൊണ്ടുവരണമെന്നാണ്. *മനുസ്മൃതി* നിയമമാക്കണമെന്നും പ്രയോഗത്തിൽ കൊണ്ടുവരണമെന്നുമാണ് ഒരു മറയുമില്ലാതെ മുക്താനന്ദ പറയുന്നത്. *മനുസ്മൃതി* അടിസ്ഥാന പ്രമാണമായി അംഗീകരിക്കുന്ന ഹിന്ദുരാഷ്ട്രത്തെ ലക്ഷ്യംവെച്ചാണ് ആർ എസ് എസ് ദ്രുതഗതിയിൽ നീങ്ങിക്കൊണ്ടിരിക്കുന്നത്. കാശ്മീരിന്റെ പ്രത്യേകപദവി റദ്ദ് ചെയ്തതും പ്രത്യേക വിഭാഗങ്ങളെ ലക്ഷ്യംവെച്ച് പൗരത്വനിയമവും വിവാഹമോചന നിയമവും ഭേദഗതി ചെയ്തതും സംവരണം എടുത്തുകളയാനുള്ള നീക്കമാരംഭിച്ചിരിക്കുന്നതും ഹിന്ദുരാഷ്ട്രഅജണ്ടയുടെ ഭാഗമായിട്ടാണ്. ഇപ്പോഴവർ കേന്ദ്രഭരണാധികാരത്തിന്റെ സൗകര്യമുപയോഗിച്ച് തങ്ങളുടെ ഹിന്ദുരാഷ്ട്രഅജണ്ട നടപ്പാക്കുന്നതിന് തടസ്സം നിൽക്കുന്ന ഇന്ത്യൻ ഭരണഘടനയെത്തന്നെ ഇല്ലാതാക്കാനുള്ള കൗശലപൂർവമായ നീക്കങ്ങളിലാണ്.

## സംഘപരിവാറിന്റെ വിതണ്ഡവാതങ്ങൾ

ഇന്ത്യയുടെ ചരിത്രത്തെയും ഭരണഘടനയെയും സംബന്ധിച്ച അജ്ഞത സൃഷ്ടിച്ചാണ് ഇപ്പോൾ സംഘപരിവാർ 370–ാം വകുപ്പ് എടുത്തുകളയുന്നതുൾപ്പെടെ തങ്ങളുടെ ജനാധിപത്യഹത്യയെ ന്യായീകരിച്ചുകൊണ്ടിരിക്കുന്നത്. അതായത് ഇന്ത്യൻ ഭരണഘടനയിൽ ചില സംസ്ഥാനങ്ങൾക്ക് പ്രത്യേക പദവിയും അവകാശങ്ങളും നൽകുന്ന വകുപ്പുകൾ കടന്നുവന്നത് ചരിത്രപരമായ കാരണങ്ങളാലാണെന്ന് ഹിന്ദുത്വവാദികൾ മറച്ചുപിടിക്കുകയാണ്. കാശ്മീരിന് മാത്രമല്ല ഭരണഘടനയിൽ പ്രത്യേകപദവിയും ആനുകൂല്യങ്ങളും അവകാശങ്ങളും വ്യവസ്ഥ ചെയ്തിരിക്കുന്നത്. 370, 35 എ അനുച്ഛേദങ്ങൾ എടുത്തുകളഞ്ഞതിനെ അഖണ്ഡതയുടെയും ദേശീയഐക്യത്തിന്റെയും വാചകമടികളിൽ പൊതിഞ്ഞ് ന്യായീകരിക്കുന്ന ബി ജെ പി നേതാക്കളും ചില കോൺഗ്രസ് നേതാക്കളും ഭരണഘടനയിൽ വ്യവസ്ഥ ചെയ്യപ്പെട്ട ഫെഡറൽ വ്യവസ്ഥകളെക്കുറിച്ച് കുറ്റകരമായ മൗനം പാലിക്കുകയാണ്.

എന്നുമാത്രമല്ല ഇന്ത്യൻ ദേശീയതയുടെ രൂപീകരണ പ്രക്രിയയെയും 600 ഓളം വരുന്ന നാട്ടുരാജ്യങ്ങളുടെ സംയോജന പ്രക്രിയയെയും സംബ

ന്ധിച്ച അജ്ഞത സൃഷ്ടിച്ചുകൊണ്ടാണ് തങ്ങളുടെ ഹിന്ദുരാഷ്ട്ര സങ്കൽപ്പങ്ങൾക്ക് ആവശ്യമായ രീതിയിൽ ഭരണഘടനയിലെ ജനാധിപത്യ ഫെഡറൽ തത്വങ്ങളെ ഇല്ലാതാക്കിക്കൊണ്ടിരിക്കുന്നത്. ഇന്ത്യൻസമൂഹത്തിന്റെ വൈവിധ്യങ്ങളെയും ചരിത്രപരമായ വിഭിന്നതകളെയും ഉൾക്കൊള്ളുകയാണ് ഭരണഘടനയുടെ മതനിരപേക്ഷ ഫെഡറൽ വ്യവസ്ഥകളിലൂടെ നമ്മുടെ ദേശീയ നേതൃത്വം ചെയ്തത്. ഇന്ത്യയെ രൂപപ്പെടുത്തിയ സുദീർഘമായ സ്വാതന്ത്ര്യസമരത്തിന്റെയും സ്വാതന്ത്ര്യാനന്തരം നടന്ന നാട്ടുരാജ്യങ്ങളുടെ ഇന്ത്യൻ യൂണിയനുകളിലേക്കുള്ള സംയോജന നടപടികളുടെയും എതിർദിശയിൽ സഞ്ചരിച്ചവരാണ് ആർ എസ് എസും ഹിന്ദുമഹാസഭയുമെന്ന് നേരത്തെ സൂചിപ്പിച്ചല്ലോ.

ഇന്ത്യയെ ഏകീകരിക്കാനുള്ള നെഹ്റുവിന്റെയും പട്ടേലിന്റെയും വി പി മേനോന്റെയുമൊക്കെ അശ്രാന്തമായ പരിശ്രമങ്ങളെ അപഹസിച്ചവരും തടസ്സപ്പെടുത്തിയവരുമാണ് ആർ എസ് എസ് നേതാക്കൾ. കാശ്മീരിലവർ സ്വതന്ത്രകാശ്മീർവാദം ഉന്നയിച്ച ദോഗ്രിരാജാവിന്റെ കൂടെയായിരുന്നു. കേരളത്തിൽ തിരുകൊച്ചിരാജാവിന്റെ കൂടെക്കൂടി സ്വതന്ത്ര തിരുവിതാംകൂർ വാദത്തിന്റെയും അമേരിക്കൻ മോഡലിന്റെയും പ്രചാരകരായിരുന്നു.

ഈ അനിഷേധ്യങ്ങളായ ചരിത്രവസ്തുതകളെയെല്ലാം മറച്ചുവെച്ചുകൊണ്ടാണ് കാശ്മീരിനെ ഇന്ത്യയോടു ചേർത്ത 370-ാം അനുച്ഛേദം ഉൾപ്പെടെയുള്ള ഭരണഘടനാ വകുപ്പുകൾ ബി ജെ പി സർക്കാർ റദ്ദുചെയ്തിരിക്കുന്നത്. കാശ്മീർ പ്രശ്നത്തിന്റെ ചരിത്രപരമായ അടിവേരുകളിലേക്കിറങ്ങിച്ചെല്ലുമ്പോൾ ദ്വിരാഷ്ട്രവാദമുയർത്തിയ മുസ്ലീം വർഗീയവാദികളും ഹിന്ദുത്വവാദികളുമാണ് കാശ്മീരിന്റെ ദുരവസ്ഥയ്ക്ക് കാരണമെന്ന് കണ്ടെത്താനാവൂ. ഈ മേഖലയിലെ സാമ്രാജ്യത്വ താൽപര്യങ്ങളും അതിർത്തി ഭീകരതയും കാശ്മീരിനെ എന്നും സംഘർഷാത്മക പ്രദേശമാക്കി നില നിർത്തി. കാശ്മീർ പ്രശ്നത്തെ കൈകാര്യം ചെയ്ത കോൺഗ്രസിന്റെയും ബി ജെ പിയുടെയും അവസരവാദ നിലപാടുകളുമാണ് അവിടുത്തെ സ്ഥിതിഗതികളെ എന്നും സങ്കീർണമാക്കിനിർത്തിയത്. അത്തരം കാര്യങ്ങൾ വിശദമായിത്തന്നെ പരിശോധിക്കപ്പെടേണ്ട സന്ദർഭം കൂടിയാണിത്. ഈ ലേഖനത്തിന്റെ അവസാനഭാഗത്ത് അക്കാര്യങ്ങൾ പരിശോധിക്കുന്നുണ്ട്.

തങ്ങളുടെ ജനാധിപത്യഹത്യയെ ന്യായീകരിക്കാനായി സംഘികൾ ചോദിക്കുന്നത് കാശ്മീരിന് മാത്രമെന്തിനാണ് മറ്റ് സംസ്ഥാനങ്ങൾക്കില്ലാത്ത പ്രത്യേക അവകാശമെന്നാണ്? ജനങ്ങളെ അജ്ഞതയിൽ നിർത്തി ഇന്ത്യയുടെ നിലനിൽപ്പിന്റെ ആധാരമായ ഭരണഘടനാതത്വങ്ങളെ ഇല്ലാതാക്കാനുള്ള അപരാധപൂർണമായ നീക്കമാണ് മോദിയും അമിത്ഷായും ആരംഭിച്ചിരിക്കുന്നത്. അതിന് ന്യായയുക്തി പണിയുന്നവർ വസ്തുതകളെയും യാഥാർത്ഥ്യങ്ങളെയും മറച്ചുപിടിക്കുകയാണ്. ഇന്ത്യൻ ഭരണഘടനയിൽ ജമ്മുകാശ്മീരിന് മാത്രമല്ല പ്രത്യേക അവകാശമുള്ളതെന്ന

യാഥാർത്ഥ്യത്തെ മറച്ചുപിടിക്കുകയാണവർ.

മഹാരാഷ്ട്ര, ഗുജറാത്ത്, നാഗാലാന്റ്, അസം, മണിപ്പൂർ, ആന്ധ്രാപ്രദേശ്, സിക്കിം, മിസോറാം, അരുണാചൽപ്രദേശ്, ഗോവ, കർണാടകം തുടങ്ങി വിവിധ സംസ്ഥാനങ്ങൾക്ക് ഭരണഘടനയുടെ 371 എ മുതൽ ജെ വരെയുള്ള അനുച്ഛേദങ്ങളിൽ പ്രത്യേക അവകാശങ്ങൾ വ്യവസ്ഥ ചെയ്തിട്ടുണ്ട്. സംസ്ഥാനങ്ങളുടെ സാംസ്കാരികവും സാമ്പത്തികവുമായ സ്വത്വത്തെ സംരംക്ഷിക്കുകയെന്ന ലക്ഷ്യത്തോടെയാണ് വിവിധ സംസ്ഥാനങ്ങൾക്ക് പ്രത്യേക അധികാരം നൽകുന്ന ഭരണഘടനാ വ്യവസ്ഥകൾ എഴുതിച്ചേർക്കപ്പെട്ടത്. നരേന്ദ്രമോദിയുടെയും അമിത്ഷായുടെയും പ്രസ്ഥാനമായ ആർ എസ് എസ് ഒരിക്കലും ഭരണഘടനയുടെ ജനാധിപത്യ ഫെഡറൽ മൂല്യങ്ങളെ അംഗീകരിച്ചിരുന്നില്ല. അവർക്കത് മനസ്സിലാവുകയും ചെയ്യില്ല.

സുദീർഘമായ കൊളോണിയൽ വിരുദ്ധ സമരത്തിലൂടെ രൂപപ്പെട്ടുവന്ന ഇന്ത്യൻ ദേശീയതയ്ക്കുപകരം സാംസ്കാരിക ദേശീയതയുടെ പ്രചാരകരായിരുന്നല്ലോ അവർ. സാംസ്കാരിക ദേശീയതയെന്നാൽ ഭൂരിപക്ഷ മതത്തെ അടിസ്ഥാനമാക്കിയുള്ള ദേശീയത. ഹിന്ദുമഹാസഭ തൊട്ട് ഭാരതീയ ജനസംഘവും ബി ജെ പിയുമെല്ലാം കാശ്മീർ ഉൾപ്പെടെയുള്ള സങ്കീർണമായ എല്ലാ പ്രശ്നങ്ങളെയും സമീപിച്ചത് മതാത്മകമായിട്ടായിരുന്നു. ഇന്ത്യൻ ദേശീയതയെ രൂപപ്പെടുത്തിയ ബ്രിട്ടീഷ് വിരുദ്ധ സമരത്തിലും നാട്ടുരാജ്യങ്ങളുടെ സംയോജനപ്രക്രിയയിലുമെല്ലാം ഇന്ത്യാവിരുദ്ധ നിലപാടെടുത്ത ദേശദ്രോഹപരമായ പാരമ്പര്യമാണ് ആർ എസ് എസിനും അതിന്റെ ഇന്നത്തെ രാഷ്ട്രീയമുഖമായ ബി ജെ പിക്കുമുള്ളത്.

ഇന്ത്യൻദേശീയതയെയും അതിനെ രൂപപ്പെടുത്തിയ മതനിരപേക്ഷ ഫെഡറൽ മൂല്യങ്ങളെയും അസ്ഥിരീകരിച്ചുകൊണ്ടേ ഹിന്ദുരാഷ്ട്രം സാക്ഷാൽക്കരിക്കാനാവൂ എന്ന നിലപാട് ഹെഡ്ഗേവാർ തൊട്ട് മോഹൻ ഭഗവത് വരെയുള്ള ആർ എസ് എസ് മേധാവികൾ ആവർത്തിച്ചുകൊണ്ടിരിക്കുന്നതാണ്. ആർ എസ് എസിന്റെ സൈദ്ധാന്തികാചാര്യനായ ഗോൾവാൾക്കർ *വിചാരധാര*യിലും *നാം അഥവാ നമ്മുടെ ദേശീയത നിർവ്വചിക്കപ്പെടുന്ന*തിലും ജനാധിപത്യ ഫെഡറൽ മൂല്യങ്ങളോട് കടുത്ത അസഹിഷ്ണുതയാണ് പ്രകടിപ്പിച്ചിട്ടുള്ളത്. ബ്രിട്ടീഷ് വിരുദ്ധ സമരകാലത്ത് ദേശീയ സ്വാതന്ത്ര്യസമര പ്രസ്ഥാനത്തിനെതിരെ നിലകൊണ്ട ആർ എസ് എസ് സ്വാതന്ത്ര്യാനന്തരം ആധുനിക ഇന്ത്യയുടെ നിർമ്മിതിയെ അതിനാധാരമായ ജനാധിപത്യ ഫെഡറൽ തത്വങ്ങളെയും നിരന്തരമായി എതിർത്തുപോരുകയാണ് ചെയ്തത്.

കാശ്മീർ പ്രശ്നവും ഗോസംരക്ഷണ പ്രസ്ഥാനവുമെല്ലാം ഹിന്ദുമഹാസഭയും ജനസംഘവുമെല്ലാം ഉയർത്തിയത് ഇന്ത്യയുടെ ജനാധിപത്യ ഫെഡറൽ മൂല്യങ്ങളെ അസ്ഥിരീകരിക്കുകയെന്ന ലക്ഷ്യത്തോടെയാണ്. മതപരമായധ്രുവീകരണവും അതിനായുള്ള വർഗീയവൽക്കരണവുമായിരുന്നു അവരുടെ എക്കാലത്തെയും അജണ്ട. ഹിന്ദുത്വവാദികളുടെ ചരി

ത്രബോധമില്ലായ്മയും വിദ്വേഷസംസ്കാരവും അവരെ എന്തും ചെയ്യാൻ മടിയില്ലാത്തവരാക്കിയെന്നതാണ് ചരിത്രം. 1949 ൽ ഭരണഘടന നിർമ്മാണ അസംബ്ലി ഇന്ത്യൻ ഭരണഘടനയ്ക്ക് അംഗീകാരം നൽകിയപ്പോൾ ആർ എസ് എസിന്റെ ഇംഗ്ലീഷ് ജിഹ്വയായ ഓർഗനൈസർ ഇത്തരമൊരു ഭരണഘടന അംഗീകരിക്കാനാവുകയില്ലെന്ന് തുറന്നെഴുതുകയും *മനുസ്മൃതി*യിലധിഷ്ഠിതമായ ഭരണഘടനയ്ക്കുവേണ്ടി വാദിക്കുകയും ചെയ്തു.

ഈയൊരു ചരിത്രരാഷ്ട്രീയപശ്ചാത്തലത്തിൽ നിന്നുവേണം ഭരണഘടനയുടെ 370 അനുച്ഛേദം റദ്ദുചെയ്ത ബി ജെ പി സർക്കാരിന്റെ നടപടിയെ പരിശോധിക്കേണ്ടത്. 1846 ലെ അമൃതസർ ഉടമ്പടി പ്രകാരം ബ്രിട്ടീഷുകാരിൽനിന്ന് ജമ്മുകാശ്മീർ വിലയ്ക്കുവാങ്ങിയ ദോഗ്ര രാജകുടുംബത്തിന്റെ കാലം മുതൽ കാശ്മീർ ജനത അനുഭവിച്ചുപോന്നിരുന്ന അവകാശങ്ങളാണ് ഈയൊരു ഭരണഘടനാ വകുപ്പുകളുടെ റദ്ദ് ചെയ്യൽ വഴി ഇല്ലാതാക്കപ്പെട്ടിരിക്കുന്നത്. ഇത് കാശ്മീരിനെതിരായ ആക്രമണമായി പരിമിതപ്പെടുത്തി കണ്ടുകൂടാ. ഇന്ത്യൻ ഭരണഘടനയ്ക്കും ഫെഡറൽ തത്വങ്ങൾക്കും നേരെയുള്ള ഹിംസാത്മകമായ കടന്നാക്രമണത്തിന്റെ തുടക്കമാണിത്. നമ്മുടെ ജനാധിപത്യ സംവിധാനങ്ങളെയും രാഷ്ട്രഘടനയെയും തന്നെ അസ്ഥിരീകരിക്കുന്ന നീക്കമാണിത്.

പലവിദഗ്ധന്മാരും ചൂണ്ടിക്കാണിക്കുന്നതുപോലെ ഈ നടപടി മറ്റ് സംസ്ഥാനങ്ങളുടെ പ്രത്യേക അവകാശങ്ങൾ കവരാൻ പ്രോത്സാഹനമാകും എന്ന കാര്യം ഗൗരവമായി കാണണം. ഭരണഘടനയുടെ 371–ാം അനുച്ഛേദപ്രകാരം ഗുജറാത്ത്, മഹാരാഷ്ട്ര ഗവർണർക്ക് ഇപ്പോൾ പ്രത്യേക അധികാരങ്ങൾ നിലനിൽക്കുന്നുണ്ട്. ഗുജറാത്തിൽ സൗരാഷ്ട്ര, കച്ച് മേഖലകൾക്കും മഹാരാഷ്ട്രയിൽ വിദർഭ, മറാഠ്വാല മേഖലകൾക്കും സ്വതന്ത്ര വികസനബോർഡുകൾ രൂപീകരിക്കാൻ ഗവർണർമാർക്ക് ഈ അനുച്ഛേദമനുസരിച്ച് പ്രത്യേക അധികാരമുണ്ട്. 371 എ നാഗാലാൻഡിന്റെ ദേശീയസ്വത്വം അംഗീകരിച്ചുകൊണ്ട് ആ സംസ്ഥാനത്തിന് പ്രത്യേകപദവി വ്യവസ്ഥ ചെയ്യുന്നു. നാഗാലാൻഡിന് പ്രത്യേക പതാകയും യു.എൻ പ്രതിനിധിയും വരെ ഈ വ്യവസ്ഥയനുസരിച്ച് ഉണ്ട്. അതേപോലെ ഭരണഘടനയിൽ അസം, മണിപ്പൂർ സംസ്ഥാനങ്ങൾക്ക് പ്രത്യേക അവകാശം നൽകുന്ന അനുച്ഛേദങ്ങളുമുണ്ട്. 371 ബി അനുച്ഛേദമനുസരിച്ച് അസമിലെ ഗോത്രവർഗപ്രതിനിധികളുടെ പ്രത്യേക സമിതി രൂപീകരിക്കാനുള്ള ഉത്തരവ് പുറപ്പെടുവിക്കാൻ രാഷ്ട്രപതിക്ക് അധികാരമുണ്ട്. 371–സി അനുച്ഛേദമനുസരിച്ച് മണിപ്പൂരിലെ പർവ്വതമേഖലകളിൽ ജനപ്രതിനിധികളുടെ സമിതി രൂപീകരിക്കാൻ വ്യവസ്ഥയുണ്ട്.

371 ഡി അനുസരിച്ച് ആന്ധ്രാപ്രദേശിൽ സർക്കാർ തസ്തികകളിലെ നിയമനങ്ങളിലുണ്ടാകുന്ന തർക്കങ്ങൾ പരിഹരിക്കാൻ പ്രത്യേക അഡ്മിനിസ്ട്രേറ്റീവ് ട്രിബ്യൂണൽ രൂപീകരിക്കാൻ രാഷ്ട്രപതിക്ക് ഉത്തരവിറക്കാം. 371–ജി പ്രകാരം മിസോറാമിലെ ജാതീയവും സാമൂഹ്യവുമായ ആചാര

ങ്ങൾ, സിവിൽ ക്രിമിനൽ നിയമങ്ങൾ, ഭൂമി ഉടമസ്ഥാവകാശവും കൈമാറ്റവും, മാമൂൽ ഇടപാടുകൾ തുടങ്ങിയവയിൽ മാറ്റം വരുത്തി നിയമം പുറപ്പെടുവിക്കാൻ പാർലമെന്റിന് അധികാരമില്ല. 371–എച്ച് പ്രകാരം അരുണാചൽപ്രദേശിലെ ക്രമസമാധാന വിഷയങ്ങളിൽ ഗവർണറുടെ വാക്കാണ് അന്തിമം. 371–ഐ പ്രകാരം ഗോവ നിയമസഭയിൽ 30–ൽ കൂടുതൽ അംഗങ്ങൾ പാടില്ലെന്ന വ്യവസ്ഥയുണ്ട്. 371–ജെ അനുസരിച്ച് കർണാടക–ഹൈദരാബാദ് മേഖലകളിലെ വികസനത്തിനായി പ്രത്യേക നടപടികൾ കൈക്കൊള്ളാൻ ഗവർണർക്ക് അധികാരമുണ്ട്.

കേന്ദ്ര സർക്കാരും സംഘപരിവാർ സംഘടനകളും ആൾക്കൂട്ട കൊലപാതകങ്ങൾക്കും ഭരണഘടനാഹത്യക്കും നേതൃത്വം നൽകിക്കൊണ്ട് ഇന്ത്യയുടെ ജനാധിപത്യ സംവിധാനങ്ങളെയും രാഷ്ട്രഘടനയെയും ശിഥിലീകരിക്കുകയാണ്. മതിനിരപേക്ഷ ജനാധിപത്യശക്തികൾ ഒന്നിച്ചുനിന്ന് ഈ ജനാധിപത്യഹത്യയെ പ്രതിരോധിക്കേണ്ടതുണ്ട്. കാശ്മീർ ഒരു തുടക്കം മാത്രമാണ്. ഇന്ത്യയെന്ന മഹത്തായ രാജ്യത്തെ അസ്ഥിരീകരിക്കാനും തകർക്കാനും മാത്രമേ ഇത്തരം നടപടികൾ സഹായകരമാകൂ. ഈ സാഹചര്യത്തെ ഉപയോഗിച്ച് ഇന്ത്യാവിരുദ്ധശക്തികൾ ഭീകരപ്രവർത്തനം തീവ്രമാക്കും. സൈനിക നടപടികളും ഭീകരപ്രവർത്തനവും കാശ്മീരിലെ ജനജീവിതത്തെ കൂടുതൽ അസ്വസ്ഥകരവും അസഹനീയവുമാക്കും. അതെല്ലാം ചേർന്ന സാഹചര്യം കാശ്മീർ ജനതയുടെ അന്യവൽക്കരണത്തെ തീവ്രതരമാക്കുകയും ഇന്ത്യാവിരുദ്ധശക്തികൾക്ക് മുതലെടുപ്പിനുള്ള അവസരമൊരുക്കിക്കൊടുക്കുകയും ചെയ്യും.

## കാശ്മീർ പ്രശ്നവും ആഗോളതാൽപ്പര്യങ്ങളും

കാശ്മീരിന്റെ പ്രത്യേകപദവി എടുത്തുകളഞ്ഞതിനെത്തുടർന്ന് ആ സംസ്ഥാനത്തെ സ്ഥിതിഗതികൾ സംഘർഷഭരിതമായിരിക്കുകയാണെന്നും ഇക്കാര്യങ്ങൾ ഞാൻ ഇന്ത്യൻ പ്രധാനമന്ത്രിയോട് സംസാരിച്ചുവെന്നും വൈറ്റ്ഹൗസിൽ മാധ്യങ്ങളോട് പറഞ്ഞത് അക്കാലത്തെ അമേരിക്കൻ പ്രസിഡന്റ് ഡൊണാൾഡ്ട്രംപ് തന്നെയായിരുന്നു. കാശ്മീർ പ്രശ്നത്തിൽ താൻ മധ്യസ്ഥം വഹിക്കാൻ തയ്യാറാണെന്നും ഇക്കാര്യം ഇന്ത്യൻ പ്രധാനമന്ത്രി തന്നോട് ആവശ്യപ്പെട്ടിട്ടുണ്ടെന്നും നേരത്തെതന്നെ ട്രംപ് വെളിപ്പെടുത്തിയതാണ്. ട്രംപിന്റെ പ്രസ്താവന വിവാദമായതോടെ മോദിയും അമിത്ഷായും അത് നിഷേധിക്കുകയായിരുന്നു.

എന്നാൽ ഇപ്പോൾ 370–ാം വകുപ്പ് എടുത്തുകളഞ്ഞ് സമ്പൂർണമായ സൈനിക നിയന്ത്രണത്തിലേക്ക് കാശ്മീരിനെ എത്തിച്ച മോദി സർക്കാരിന്റെ നടപടി അന്താരാഷ്ട്ര ഇടപെടലുകൾക്ക് അവസരമുണ്ടാക്കിക്കൊടുത്തിരിക്കുന്നുവെന്നാണ് ട്രംപിന്റെ പ്രസ്താന വ്യക്തമാക്കുന്നത്. അരമണിക്കൂറിലേറെ സമയമാണ് മോദിയും ട്രംപും ടെലിഫോണിലൂടെ സംഭാഷണം നടത്തിയത്. പാക്കിസ്ഥാൻ പ്രധാനമന്ത്രി ഇംമ്രാൻഖാൻ കാശ്മീർ തർക്കപ്രശ്നമാണെന്ന് ആവർത്തിച്ചിരിക്കുകയുമാണ്. ഹിന്ദുത്വ അജ

ണ്ടയ്ക്കനുസൃതമായ രീതിയിൽ ഇന്ത്യയുടെ ബഹുസ്വരതയെ നിരാകരിക്കുകയും ഭരണഘടനയുടെ ഫെഡറൽ മൂല്യങ്ങളെ കാറ്റിൽപ്പറത്തുകയുമാണ് മോദി സർക്കാർ ചെയ്തിരിക്കുന്നത്. ഇത് കാശ്മീർ ജനതയുടെ അന്യവൽക്കരണം തീവ്രമാക്കിയിരിക്കുകയാണ്.

സ്വതന്ത്ര ഇന്ത്യയുടെ ചരിത്രം പഠിക്കുന്ന എല്ലാവർക്കുമറിയാം കാശ്മീരിന്റെ തന്ത്രപരമായ പ്രാധാന്യവും ശീതയുദ്ധകാലത്തെ അമേരിക്കൻ താൽപര്യവും ചേർന്നാണ് പാക്കിസ്ഥാൻ കേന്ദ്രമായി പ്രവർത്തിക്കുന്ന അമേരിക്കൻ പിന്തുണയുള്ള തീവ്രവാദിഗ്രൂപ്പുകളുടെ തുടർച്ചയായ ഇന്ത്യാവിരുദ്ധ പ്രവർത്തനങ്ങൾ നടന്നുവന്നതെന്ന്. 1948 ൽ കാശ്മീർ പ്രശ്നം ഐക്യരാഷ്ട്രസഭയിൽ അവതരിപ്പിക്കപ്പെട്ട കാലം മുതൽ അമേരിക്കയും ബ്രിട്ടനും തുറന്നരീതിയിൽ പാക്കിസ്ഥാനനുകൂല നിലപാട് സ്വീകരിക്കുകയാണുണ്ടായത്.

ഐക്യരാഷ്ട്രസഭയുടെ സുരക്ഷാ കൗൺസിലിൽ കാശ്മീർ പ്രമേയം ചർച്ച ചെയ്ത സാഹചര്യത്തെ വിശകലനം ചെയ്തുകൊണ്ട് *സൺഡേ ടൈംസ്* എഡിറ്റർ 1948 മാർച്ച് മാസത്തിൽ തന്നെ എഴുതിയത്: "കമ്യൂണിസത്തിനുവേണ്ടിയും എതിരായുമുള്ള ആഗോള സമരത്തിൽ പാക്കിസ്ഥാനെ പലരും മനസ്സിലാക്കുന്നതിനേക്കാൾ പ്രധാനപ്പെട്ടൊരു സ്ഥാനമുണ്ട്. ബ്രിട്ടീഷ് കോമൺവെൽത്ത് ഭൗതികാർത്ഥത്തിൽത്തന്നെ സോവിയറ്റ് യൂണിയനെ സ്പർശിക്കുന്ന സ്ഥലമാണത്. അപ്രതീക്ഷിതമായ ഒരു മൃദുബിന്ദു. ഇന്ത്യ മഹാസാഗരതടത്തിന്റെ സാമീപ്യം. അത് അങ്ങനെ തന്നെ നിലനിർത്തേണ്ടത് കോമൺവെൽത്തിനെയും ലോകസമാധനത്തിനെയും സംബന്ധിച്ചിടത്തോളം ഏറ്റവും നിർണായകമാണ്."

ഐക്യരാഷ്ട്രസഭയിൽ ബ്രിട്ടീഷ് പ്രതിനിധിയെടുത്ത പക്ഷപാതിത്വവും ഇന്ത്യാവിരുദ്ധ നിലപാടും അക്കാലത്ത് വിവാദപരമായി ചർച്ച ചെയ്യപ്പെട്ടതാണ്. ബ്രിട്ടീഷ് പ്രതിനിധി ഫിലിപ്പ്നോയെൽബേക്കർ പാക്കിസ്ഥാൻ നിലപാടിനെ പിന്താങ്ങുകയായിരുന്നു. എന്തുകൊണ്ടാണ് ബ്രിട്ടനും അമേരിക്കയും പാക്കിസ്ഥാനനുകൂലമായ നിലപാടെടുത്തത് എന്ന ചോദ്യത്തിന് പല അന്താരാഷ്ട്രവിദഗ്ധരും നൽകുന്ന ഉത്തരം സോവിയറ്റ് യൂണിയനെതിരായ ശീതസമരത്തിൽ പാക്കിസ്ഥാനെ സഖ്യകക്ഷിയായി കാണുന്നതെന്നതുകൊണ്ടാണെന്നാണ്.

അക്കാലത്തെ സംഭവവികാസങ്ങളെ വിശകലനം ചെയ്തുകൊണ്ട് നെഹ്റു രോഷാകുലനായി പറഞ്ഞത്; യു.എൻ അമേരിക്കക്കാർ നടത്തുന്ന യാതൊരു നൈതികതയുമില്ലാത്ത ഒരു സംഘടനയാണെന്നാണ്. കാശ്മീർ ഇന്ത്യയുടെ കൂടെ ചേരണമെന്ന് ശക്തമായി വാദിച്ച ജനപിന്തുണയുള്ള കാശ്മീർ നേതാവായിരുന്നു ഷെയ്ഖ്അബ്ദുള്ള. കറകളഞ്ഞ മതനിരപേക്ഷവാദിയും സോഷ്യലിസ്റ്റ് ആഭിമുഖ്യം പുലർത്തിയ നേതാവുമായിരുന്നു ഷെയ്ഖ്അബ്ദുള്ള. ദോഗ്രരാജാവിനെതിരായി ഷെയ്ഖ് അബ്ദുള്ളയും നാഷണൽ കോൺഫറൻസും നടത്തിയ സമരങ്ങളെ തല്ലിത്തകർക്കാനിറങ്ങിയ രാജപക്ഷത്തായിരുന്നു ഹിന്ദുമഹാസഭയും ആർ

എസ് എസും എന്നകാര്യം നേരത്തെ സൂചിപ്പിച്ചിരുന്നല്ലോ. ഇന്ത്യാവിരുദ്ധ പക്ഷത്തുനിന്ന് സ്വതന്ത്ര കാശ്മീർ വാദത്തിന് എണ്ണയൊഴിച്ചുകൊടുത്ത സംഘപരിവാർ എല്ലാകാലത്തും സാമ്രാജ്യത്വ താൽപര്യങ്ങളുടെ ഇന്ത്യയിലെ നിർവ്വാഹകരായിരുന്നു.

വിവാദപരമായ ഹവാലകേസ് ഉയർന്നുവരുന്നത് മിലിട്ടറി ഇന്റലിജൻസ് വിഭാഗം ഒരു കാശ്മീരി തീവ്രവാദിയെ അറസ്റ്റുചെയ്ത് ചോദ്യം ചെയ്തതോടെയായിരുന്നല്ലോ. അവർക്കെല്ലാം പണമെത്തിച്ചുകൊടുക്കുന്നത് ജയിൻസഹോദരന്മാരാണെന്ന് വ്യക്തമായതോടെയാണ് ജയിൻ സഹോദരന്മാരുടെ വീടുകൾ റെയ്ഡ് ചെയ്യുന്നതും ഹവാലപണം പറ്റിയവരുടെ പേരുകൾ രേഖപ്പെടുത്തിയ ഡയറികൾ പിടിച്ചെടുക്കുന്നതും. അദ്വാനി ഉൾപ്പെടെയുള്ള ബി ജെ പി നേതാക്കൾ കാശ്മീർ ഭീകരവാദികൾക്ക് പണം നൽകുന്ന അതേ കേന്ദ്രങ്ങളിൽ നിന്ന് പണം പറ്റുന്നുവെന്നാണ് സി ബി ഐ കണ്ടെത്തിയത്.

വാജ്പേയി ഇന്ത്യയുടെ പ്രധാനമന്ത്രിയായിരിക്കുന്ന കാലത്താണല്ലോ അന്നത്തെ അമേരിക്കൻ പ്രസിഡന്റ് ക്ലിന്റനോട് കാശ്മീർ പ്രശ്നത്തിൽ ഹൂറിയത്ത് കൗൺസിലും ഹിസ്ബുൾമുജാഹിദ്ദീനും ഉൾപ്പെടെയുള്ള സംഘടനകളുമായി മധ്യസ്ഥ ചർച്ചനടത്താൻ ആവശ്യപ്പെട്ടുകൊണ്ട് പ്രധാനമന്ത്രിയുടെ ഓഫീസ് കത്തയച്ചത്. ഇന്നത്തെപ്പോലെ അന്നും ബി ജെ പി നേതാക്കൾ അത് നിഷേധിച്ചിരുന്നു. 2000 ജൂൺ, ജൂലായ് മാസങ്ങളിൽ ഹിസ്ബുൾ മുജാഹിദ്ദീന്റെ നേതൃത്വത്തിൽ നടന്ന ഭീകരാക്രമണ പരമ്പരയുടെ പശ്ചാത്തലത്തിലായിരുന്നു ക്ലിന്റനെ മധ്യസ്ഥനായി ഇടപെടുവിക്കാനുള്ള നീക്കം നടന്നത്. പാക്കിസ്ഥാനും തീവ്രവാദസംഘടനകളും അമേരിക്കയുടെ അറിവോടെയാണ് കാശ്മീരിൽ അക്രമപരമ്പരകൾക്ക് തിരികൊളുത്തിയത്.

കാശ്മീർ പ്രശ്നത്തിന് പരിഹാരമുണ്ടാക്കാൻ അമേരിക്ക നടത്തുന്ന ശ്രമങ്ങളുടെ പശ്ചാത്തലത്തിൽ ഹിസ്ബുൾമുജാഹിദ്ദീൻ വെടിനിർത്തൽ പ്രഖ്യാപിച്ചത് ഉൾപ്പെടെയുള്ള സംഭവങ്ങൾ ഇന്ത്യയിലെയും പാക്കിസ്ഥാനിലെയും പത്രങ്ങൾ വിവാദപരമായി ചർച്ചചെയ്തിട്ടുള്ളതാണ്. പാക്കിസ്ഥാനിലെ ദേശീയപത്രമായിട്ടുള്ള *ഡോൺ* എഴുതിയത് ഇന്ത്യയും പാക്കിസ്ഥാനും തമ്മിൽ അമേരിക്കൻ ഉദ്യോഗസ്ഥരുടെ മുൻകൈയിൽ കഴിഞ്ഞ കുറേക്കാലമായി നടക്കുന്ന പിൻവാതിൽനയതന്ത്രത്തിന്റെ ഫലമായിട്ടാണ് ഹിസ്ബുൾമുജാഹിദ്ദീൻ വെടിനിർത്തൽ പ്രഖ്യാപിച്ചതെന്നാണ്. അമേരിക്കൻ ഉദ്യോഗസ്ഥരുമായി നടത്തിയ ചർച്ചയുടെ ഫലമായി വാജ്പേയ് സർക്കാർ ഇന്ത്യൻ ജയിലുകളിലുള്ള ഹൂറിയത്ത് നേതാക്കളെ വിട്ടയക്കാനും അവരുമായി ചർച്ച ആരംഭിക്കുവാനും തയ്യാറായി. അതേപോലെ പാക്കിസ്ഥാൻ അതിർത്തിയിലെ പട്ടാളവിന്യാസം വൻതോതിൽ കുറയ്ക്കാനും വാജ്പേയ് സർക്കാർ തയ്യാറായി.

അന്നത്തെ പാക്കിസ്ഥാൻ പട്ടാളമേധാവിയായിരുന്ന പർവേസ്മുഷറഫ് ലണ്ടനിലെ *ദി ടൈംസ്* പത്രത്തിനുനൽകിയ അഭിമുഖത്തിൽ പറ

ഞ്ഞത് കാശ്മീർ പ്രശ്നപരിഹാരത്തിന് അമേരിക്കക്കാർ വഹിച്ച പങ്കിന് അവർക്ക് ക്രെഡിറ്റ് നൽകാൻ ഞാൻ തയ്യാറാണെന്നാണ്. ചുരുക്കിപ്പറഞ്ഞാൽ അമേരിക്കയുടെ സമ്മർദ്ദങ്ങൾക്കുവഴങ്ങി വാജ്പേയ്സർക്കാർ ഇന്ത്യൻ ജയിലുകളിലുണ്ടായിരുന്ന ഹുറിയത്ത് കൗൺസിൽ നേതാക്കളെ വിട്ടുകൊടുക്കുകയും പാക്കിസ്ഥാന്റെ ഇംഗിതമനുസരിച്ചുള്ള സൈനിക പിൻമാറ്റങ്ങൾക്ക് തയ്യാറാവുകയും ചെയ്തുവെന്നതാണ് യാഥാർത്ഥ്യം. ആ കാലഘട്ടത്തിൽ തന്നെയാണല്ലോ ഖണ്ഡഹാറിലേക്ക് ഇന്ത്യൻ വിമാനം റാഞ്ചികൊണ്ടുപോയതും ഭീകരവാദികളെ വിട്ടയക്കാൻ വിലപേശിയതും. താലിബാൻഗണത്തിൽപ്പെട്ട ഭീകരവാദികൾക്ക് പഞ്ചപുച്ഛമടക്കി കീഴടങ്ങുകയായിരുന്നല്ലോ വാജ്പേയ് സർക്കാർ. അന്നത്തെ വിദേശകാര്യമന്ത്രിയായിരുന്ന ജസ്വന്ത്സിംഗ് ഇപ്പോൾ നടന്ന പുൽവാമ ഭീകരാക്രമണത്തിന്റെ സൂത്രധാരൻ ഉൾപ്പെടെയുള്ള തീവ്രവാദികളെ ഖണ്ഡഹാറിൽ എത്തിച്ചുകൊടുക്കുകയായിരുന്നല്ലോ.

കാർഗിൽയുദ്ധത്തിന്റെ വീരസ്മരണകൾ പറഞ്ഞ് വിജ്രംഭിതരാവുന്നവരാണ് ആർ എസ് എസുകാർ. കാർഗിൽ മലകളിൽ നുഴഞ്ഞുകയറിയ പാക്ക് സൈനികരെ തുരത്താനുള്ള യുദ്ധത്തിൽ അമേരിക്കയുടെ സഹായവും പിന്തുണയും തേടുകയാണ് വാജ്പേയും അന്നത്തെ പ്രതിരോധ മന്ത്രി ജോർജ്ജ്ഫെർണാണ്ടസും ചെയ്തത്. മാസങ്ങളോളം നീണ്ടുനിന്ന യുദ്ധത്തിൽ നിരവധി സൈനികർക്ക് ജീവഹാനിയും ഗുരുതരമായ പരിക്കുകളും പറ്റി. യുദ്ധം ഒരുമാസം പിന്നിട്ടതോടെ നുഴഞ്ഞുകയറ്റക്കാരെ ഒഴിവാക്കാൻ അമേരിക്കയുടെ സഹായം തേടുന്നതിലേക്കാണ് കാര്യങ്ങളെത്തിയത്. അമേരിക്ക താക്കീത് ചെയ്താൽ അന്താരാഷ്ട്ര സമൂഹത്തിൽ പാക്കിസ്ഥാൻ ഒറ്റപ്പെടുമെന്നും അതോടെ നുഴഞ്ഞുകയറ്റക്കാരെ അവർ പിൻവലിക്കുമെന്നും കേന്ദ്രസർക്കാർ ആശ്വാസം കൊള്ളുന്നതാണ് കണ്ടത്.

യഥാർത്ഥത്തിൽ വളരെ ആസൂത്രിതമായും സമയമെടുത്തും നടത്തിയ ഒരു പദ്ധതിയുടെ ഭാഗമായിട്ടാണ് കാർഗിൽ കുന്നുകളിൽ നുഴഞ്ഞുകയറ്റം സംഘടിപ്പിച്ചത്. വാജ്പേയ് സർക്കാരിലെ പ്രതിരോധ മന്ത്രിയും സംഘപരിവാർ നേതാക്കളും ആയുധകച്ചവടക്കാരുടെ താൽപ്പര്യാനുസരണം അക്കാലത്തെ നാവികസേനാ മേധാവി വിഷ്ണുഭഗവതിനെയും വേട്ടയാടാനും സൈന്യത്തിൽ ഏറാൻമൂളികളെ കുത്തിനിറയ്ക്കാനും സൈന്യത്തെ കാവിവൽക്കരിക്കാനും ഉഴറി പാഞ്ഞുനടന്നപ്പോഴാണ് പാക്കിസ്ഥാൻ വളരെ വിദഗ്ധമായി കാർഗിൽ മലകളിലേക്ക് നുഴഞ്ഞുകയറിയത്.

ഒരുപക്ഷേ, ഐ എസ് ഐയും സി ഐ എയും പാക്ക് സൈന്യവും ഇന്ത്യയെ ഒരു യുദ്ധത്തിലേക്ക് വലിച്ചിഴയ്ക്കാൻ ആസൂത്രിതമായി നടത്തിയ ശ്രമമായിരുന്നിരിക്കാം ഈ നുഴഞ്ഞുകയറ്റം. അത് അമേരിക്കയുടെ അറിവോടെയല്ലെന്ന കാര്യം സി ഐ എയെയും പെന്റഗണിനെയും അവരുടെ ഇടപെടലുകളെക്കുറിച്ച് അറിവുള്ള ഒരാൾക്കും വിശ്വസിക്കാനാവില്ല.

1993 ൽ ശ്രീനഗറിലെ ഹസ്രത്ബാൽ പള്ളിയിലേക്ക് ഭീകരവാദികൾ നുഴഞ്ഞുകയറിയതും ഇന്ത്യൻ സൈന്യം പള്ളി വളഞ്ഞതുമെല്ലാം രാജ്യത്തെ ഭയപ്പെടുത്തിയ സംഭവങ്ങളായിരുന്നു. മുഹമ്മദ്നബിയുടെ തിരുമുടി സൂക്ഷിച്ചുവെച്ചിരിക്കുന്ന അതിപ്രധാനമായ പുണ്യസ്ഥലമായി പരിഗണിക്കുന്ന ഹസ്രത്ബാൽ പള്ളിയുടെ തകർച്ചയിലേക്ക് കാര്യങ്ങൾ എത്തുമോയെന്ന് ജനാധിപത്യവാദികൾ അന്ന് ആശങ്കപ്പെട്ടതാണ്.

അക്കാലത്ത് ശ്രീനഗറും അതിർത്തിപ്രദേശങ്ങളും സന്ദർശിച്ച അസ്ഗർഅലിഎഞ്ചിനീയർ കാശ്മീരിലേക്ക് അഫ്ഗാൻ ദൗത്യത്തിനുശേഷം വിന്യസിക്കപ്പെട്ടിരിക്കുന്ന ഭീകരവാദികളാണ് പള്ളിയിൽ നുഴഞ്ഞുകയറിയതെന്ന് ഹിന്ദു പത്രത്തിൽ എഴുതുകയുണ്ടായി. അഫ്ഗാനിസ്ഥാനിലെ കമ്യൂണിസ്റ്റ് സർക്കാരിനെ അട്ടിമറിക്കാനായിരുന്നല്ലോ പാക്കിസ്ഥാനിലെ നിരുപദ്രവങ്ങളായ മതപാഠശാലകളെ ഉപയോഗപ്പെടുത്തി മുജാഹിദ്ദീൻ മിലിട്ടന്റുകളെ അമേരിക്കൻ സി ഐ എ പടച്ചുണ്ടാക്കിയത്. 'പിൻവാതിൽ നയതന്ത്ര'ത്തിൽ വിശ്വാസമർപ്പിച്ച് കാശ്മീർ പ്രശ്നം ട്രംപിന്റെ കൈകളിലെത്തിക്കുന്ന മോദി സർക്കാർ തീക്കൊള്ളിക്കൊണ്ട് തലചൊറിയുകയാണ്. കാശ്മീർ ജനതയെ വിശ്വാസത്തിലെടുത്ത് അവരുടെ സ്വത്വവും സാമ്പത്തിക അവകാശങ്ങളും സംരക്ഷിക്കുന്ന ഭരണഘടനാവ്യവസ്ഥകൾ പുനഃസ്ഥാപിച്ച് ഇന്ത്യയുടെ ഭാഗമാക്കി കാശ്മീരിനെ നിലനിർത്തുകയാണ് വേണ്ടത്. ഹിന്ദുവർഗീയതയിൽ അഭിരമിക്കുന്ന മോദിയും അമിത്ഷായും അപകടകരമായ ഒരു ചരിത്രസന്ധിയിലേക്കാണ് ഇത്തരം വിവേകരഹിതമായ നടപടിയിലൂടെ ഇന്ത്യയെ തള്ളിവിടുന്നത്.

# ഹിന്ദുത്വം
# സിദ്ധാന്തവും പ്രയോഗവും

ഇന്ത്യൻ ഫാസിസത്തിന്റെ പ്രത്യയശാസ്ത്രമാണ് ഹിന്ദുത്വം. ആര്യശ്രേഷ്ഠതയിലധിഷ്ഠിതമായ അപരമതവിരോധത്തിന്റെ പ്രത്യയശാസ്ത്രം. ഇന്ത്യയുടെ മതനിരപേക്ഷ ജനാധിപത്യഘടനയെ തകർക്കുന്നതും സാമൂഹ്യജീവിതത്തിന്റെ എല്ലാ വ്യവഹാര മണ്ഡലങ്ങളിലും വിഭജനവും വിദ്വേഷവും പടർത്തുന്ന രാഷ്ട്രീയ അജണ്ടയാണ് ഹിന്ദുത്വത്തിന്റെ പ്രയോഗപദ്ധതി. അതിന്റെ കാലാൾപ്പടയാണ് ആർ എസ് എസ്. കഴിഞ്ഞ എട്ടു വർഷത്തിലേറെക്കാലമായി തങ്ങൾക്ക് ലഭ്യമായ ദേശീയാധികാരത്തിന്റെ സൗകര്യങ്ങളുപയോഗിച്ച് അവരുടെ പ്രഖ്യാപിതലക്ഷ്യമായ ഹിന്ദുരാഷ്ട്രം സാക്ഷാൽക്കരിക്കാനുള്ള ആസൂത്രിതനീക്കങ്ങളാണ് ആർ എസ് എസ് നടത്തിക്കൊണ്ടിരിക്കുന്നത്. നമ്മുടെ രാജ്യത്തിന്റെ ദേശീയപരമാധികാരവും സ്വാശ്രയത്വവും തകർക്കുന്ന നവലിബറൽ മൂലധനതാൽപ്പര്യങ്ങളിലാണ് ഹിന്ദുത്വവർഗീയത അതിന്റെ വേരുകളാഴ്ത്തിയിരിക്കുന്നത്.

കാർഷികവ്യാവസായിക ഉൽപ്പാദനമേഖലകളെയും ഇന്ത്യയുടെ ബൃഹത്തായ സേവനമേഖലകളെയും ആഗോളഫൈനാൻസ് മൂലധനതാൽപ്പര്യങ്ങൾക്ക് അടിയറവെക്കുന്ന നവഉദാരവൽക്കരണനയങ്ങളാണ് വർഗീയതയുടെ അക്രമോത്സുകമായ വളർച്ചയ്ക്കും ഹിന്ദുത്വാധികാരത്തിനും മണ്ണൊരുക്കിക്കൊടുത്തത്. എല്ലാറ്റിനുംമേൽ ആധിപത്യം നേടാനുള്ള ഫൈനാൻസ് മൂലധനത്തിന്റെ അക്രമോത്സുകമായ അധിനിവേശവ്യഗ്രതയാണ് ആർ.എസ്.എസിനെ നയിക്കുന്ന അപരമതവിദ്വേഷത്തിന്റെയും അസഹിഷ്ണുതയുടെയും ഉൾപ്രേരകമായിരിക്കുന്നതെന്ന് തൊഴിലാളിവർഗവും മറ്റ് അധ്വാനിക്കുന്ന ജനവിഭാഗങ്ങളും തിരിച്ചറിയേണ്ടതുണ്ട്. ദേശീയതയുടെ മുഖംമൂടിയണിഞ്ഞ് ന്യൂനപക്ഷമതസമൂഹങ്ങളെയും ദളിത് പിന്നോക്ക സമൂഹങ്ങളെയും വേട്ടയാടുന്ന ആർ എസ് എസും

പരിവാർസംഘങ്ങളും ഇന്ത്യൻ ഫാസിസത്തിന്റെ കാലാൾപ്പടകളാണ്.

മുസ്സോളിനിയുടെയും ഹിറ്റ്ലറുടെയും ഫാസിസ്റ്റ് സിദ്ധാന്തങ്ങളിൽ നിന്നും സൈനികപ്രവർത്തനങ്ങളിൽനിന്നും ആവേശംകൊള്ളുന്ന പല രൂപങ്ങളിലും പലപേരുകളിലും അക്രമോത്സുകരായിരിക്കുന്ന ഭീകരസം ഘങ്ങളാണിവർ. നാസികളെപ്പോലെ രാഷ്ട്രത്തെയും ദേശീയതയെയും സംബന്ധിച്ച് അവ്യക്തതയും ദുരൂഹതയും പടർത്തി ഭൂതകാലമഹിമക ളുടെയും വംശാഭിമാനത്തിന്റെയും വിദ്വേഷസംസ്കാരം പടർത്തുകയാണ് ഈ ക്രിമിനലുകൾ. വർണാശ്രമധർമ്മങ്ങളിലധിഷ്ഠിതമായ ജീർണമൂല്യ ങ്ങളെ പുനരാനയിക്കാനും ഹിന്ദുധർമ്മമെന്ന പേരിൽ അടിച്ചേൽപ്പി ക്കാനും പലപേരുകളിലും രൂപങ്ങളിലുമുള്ള സംഘടനാസംവിധാനങ്ങളെ സംഘപരിവാർ സജ്ജീകരിച്ച് വിന്യസിച്ചിട്ടുണ്ട്. ഗോരക്ഷാസേനകൾ മുതൽ സനാതൻസംസ്ഥ വരെ. ശ്രീരാമസേനമുതൽ ആന്റിറോമിയോ സ്ക്വാഡുകൾവരെ. വി എച്ച് പി മുതൽ ഹിന്ദുഐക്യവേദി വരെ. വിജ്ഞാ നഭാരതി മുതൽ ഭാരതീയവിചാരകേന്ദ്രം വരെ ഇങ്ങനെ പ്രതിലോമപ രവും ഹിംസാത്മകവുമായ പ്രത്യയശാസ്ത്രവിന്യാസങ്ങൾക്കും കലാപ ങ്ങൾക്കും തങ്ങൾക്കനഭിമതരായ വ്യക്തികളെയും സമൂഹങ്ങളെയും നിർമ്മാർജ്ജനം ചെയ്യാനുള്ള കൊലയാളി സംഘങ്ങൾവരെയുള്ള ശൃംഖ ലയാണ് സംഘപരിവാറിനുള്ളത്.

ഹിറ്റ്ലറെയും മുസ്സോളിനിയെയുംപോലെ ആർ എസ് എസ് ദേശീ യതയെ വിശ്വാസഭ്രാന്താക്കുകയാണ്. ഹിന്ദുരാഷ്ട്രാഭിമാനത്തിന്റെയും ആര്യശ്രേഷ്ഠതയുടെയും വ്യാജവും സങ്കുചിതവുമായ വികാരങ്ങളു ണർത്തി ന്യൂനപക്ഷങ്ങളെയും ദളിതുകളെയും, മൂലധനാധിപത്യത്തിനെ തിരെ പ്രതിരോധം തീർക്കുന്ന തൊഴിലാളി കർഷക ജനസമൂഹങ്ങളെയും വേട്ടയാടുകയാണ് രാജ്യമെമ്പാടും ഹിന്ദുത്വവാദികൾ. സ്മൃതികളുൾപ്പെടെ യുള്ള ബ്രാഹ്മണധർമ്മസംഹിതകൾ നീചജന്മങ്ങളായ് വിധിച്ച് ജീവിത ത്തിന്റെ പൊതുമണ്ഡലങ്ങളിൽ പ്രവേശനം നിഷിദ്ധമാക്കിയ സ്ത്രീ കളെയും അവർ വേട്ടയാടിക്കൊണ്ടിരിക്കുന്നു. ഘർവാപസി, ലൗജിഹാദ്, മീറ്റ് ജിഹാദ്, ബംഗ്ലാദേശി കുടിയേറ്റക്കാർ, പൗരത്വരഹിതർ, ഭീകരവാദി കൾ, രാജ്യദ്രോഹികൾ എന്നൊക്കെയുള്ള ക്ഷുദ്രവികാരങ്ങളുണർത്തുന്ന ശബ്ദമുദ്രകളിൽ അധിക്ഷേപിച്ച് മതന്യൂനപക്ഷങ്ങളെ വേട്ടയാടുകയും അവരിൽ ഭീതിപടർത്തുകയും ചെയ്യുന്നത് പതിവ് പരിപാടിയാക്കിയിരി ക്കുന്നു. അതുവഴി ഭൂരിപക്ഷസമുദായധ്രുവീകരണം ഉണ്ടാക്കുകയാണ് ഹിന്ദുത്വവാദികൾ.

ഭൂരിപക്ഷതാവാദത്തെ ഉപയോഗിച്ച് പാർലമെന്ററി ജനാധിപത്യപ്രക്രി യയിലൂടെതന്നെ തങ്ങളുടെ ഹിന്ദുരാഷ്ട്രം സാക്ഷാൽക്കരിക്കാനുള്ള നീക്ക ങ്ങളിലാണവർ. ഇതിനായി ഇസ്ലാമോഫോബിയയെ രാഷ്ട്രതന്ത്രമാക്കുക യാണ് ഹിന്ദുത്വവാദികൾ. ഇസ്ലാമുമായി ബന്ധപ്പെട്ടത് എല്ലാം ഭീകരവാ ദപരവും രാജ്യദ്രോഹപരവുമാണെന്ന ഭീതി പടർത്തുന്നു. ഭൂരിപക്ഷവർഗീ യത സൃഷ്ടിക്കുന്ന അരക്ഷിതാവസ്ഥയെ മുതലെടുത്ത് ന്യൂനപക്ഷവർഗീ

യവാദികൾ ഈയൊരു മതസമുദായധ്രുവീകരണത്തിന് ആക്കം കൂട്ടിക്കൊടുക്കുന്നുണ്ട്. ഇന്ത്യൻ സാഹചര്യത്തിൽ ന്യൂനപക്ഷവർഗീയത ഭൂരിപക്ഷവർഗീയതയ്ക്ക് ഇന്ധനമൊഴിച്ചുകൊടുക്കുകയാണ് ചെയ്യുന്നത്. എല്ലാവിധ വർഗീയവാദികളും തൊഴിലാളികളുടെയും കൃഷിക്കാരുടെയും വർഗപരമായ ഐക്യത്തെയും അവകാശസമരങ്ങളെയും ശിഥിലമാക്കാനും തകർക്കാനുമുള്ള മൂലധനതാൽപ്പര്യങ്ങളെയാണ് സേവിക്കുന്നതും പ്രതിനിധാനം ചെയ്യുന്നതെന്നും തിരിച്ചറിയണം.

കുത്തകമുതലാളിത്തം നവലിബറൽ പരിഷ്കാരങ്ങളിലൂടെ വിഭവങ്ങളും രാഷ്ട്രസമ്പത്തും കയ്യടക്കാനായി തൊഴിലാളിവർഗത്തെ നിരായുധമാക്കുകയാണ്. അതിനായി തൊഴിലാളിവിരുദ്ധ ലേബർകോഡുകളും കർഷകരെ അഗ്രിബിസിനസ്സ് കമ്പനികൾക്ക് കൂലി അടിമകളായി എറിഞ്ഞുകൊടുക്കുന്ന ഫാംനിയമങ്ങളും പൊതുമേഖലാസമ്പത്ത് കുത്തകകൾക്ക് വിറ്റുതുലയ്ക്കുന്ന അപനിക്ഷേപവൽക്കരണവും അടിച്ചേൽപ്പിക്കുന്നു. ഈവിധമുള്ള ആഗോളവൽക്കരണനയങ്ങൾക്ക് ആനുപാതികമായിട്ടാണ് വർഗീയവൽക്കരണം തീവ്രഗതിയിലായിക്കൊണ്ടിരിക്കുന്നത്. ഗതിവേഗം കൂടുന്ന ഉദാരവൽക്കരണ സ്വകാര്യവൽക്കരണ സാമ്പത്തിക നയങ്ങളുടെ തുടർച്ചയിലാണ് വർഗീയധ്രുവീകരണവും ഹിന്ദുത്വരാഷ്ട്രീയവും ഭീഷണമായിക്കൊണ്ടിരിക്കുന്നത്.

വർഗപരമായ ഐക്യത്തെയും ജനതയുടെ സാമൂഹ്യവും സാഹോദര്യപൂർവവുമായ നിലനിൽപ്പിനെയും അസ്ഥിരീകരിക്കുകയാണ് എല്ലാവിധ വർഗീയവാദികളും ചെയ്യുന്നത്. ന്യൂനപക്ഷവർഗീയത ഭൂരിപക്ഷവർഗീയതയ്ക്കും, ഇന്ത്യൻ സാഹചര്യത്തിൽ ഹിന്ദുത്വത്തിനും ഇന്ധനമായി തീരുകയാണ്. ഹിന്ദുത്വഭീകരതയെ ന്യൂനപക്ഷങ്ങളും ദളിത് പിന്നോക്ക വിഭാഗങ്ങളും സ്ത്രീകളും തൊഴിലാളി കർഷക വിഭാഗങ്ങളും ഇടത്തരക്കാരും ബുദ്ധിജീവികളും ഒന്നിച്ചുനിന്ന് പ്രതിരോധിക്കേണ്ട സാഹചര്യമാണ് സൃഷ്ടിച്ചെടുക്കേണ്ടത്. കറകളഞ്ഞ മതനിരപേക്ഷ നിലപാടുകൾ ഉയർത്തിപ്പിടിച്ചുകൊണ്ടേ ഈയൊരു വിശാലമായ പ്രതിരോധ മുന്നണി രൂപപ്പെടുത്താൻ കഴിയൂ.

ആർ എസ് എസിന്റെ രാഷ്ട്രീയ പ്രത്യയശാസ്ത്രമായ ഹിന്ദുത്വമെന്നത് ബ്രാഹ്മണാധികാരത്തിലധിഷ്ഠിതമായ സ്മൃതികളുടെയും ശ്രുതികളുടേതുമായ ഹിന്ദുരാഷ്ട്രവാദമാണ്. അതിന് ഇന്ത്യയുടെ പാരമ്പര്യവും സംസ്കാരവും പൗരാണികവിശ്വാസങ്ങളുമായി യാതൊരുവിധ ബന്ധവുമില്ല. ഹിന്ദുത്വം സാമ്രാജ്യത്വപ്രോക്തമായൊരു പ്രത്യയശാസ്ത്രമാണ്. ബ്രാഹ്മണാധികാരത്തിലധിഷ്ഠിതമായ സംസ്കൃതപാരമ്പര്യത്തെ ആദർശവൽക്കരിച്ച ഓറിയന്റലിസ്റ്റ് ചിന്താകേന്ദ്രങ്ങളുടെയും ബ്രിട്ടീഷ് അധികാരശക്തികളുടെയും നിർമ്മിതിയാണ് ഹിന്ദുത്വയും ആർ എസ് എസും. ഇന്ത്യയുടെ ചരിത്രത്തെയും സംസ്കാരത്തെയും വർഗീയവൽക്കരിച്ച ബ്രിട്ടീഷ് ഇന്തോളജിസ്റ്റുകളാണ് ഹിന്ദുത്വത്തിനാവശ്യമായ പ്രത്യയശാസ്ത്രപരിസരമൊരുക്കിയത്. ചരിത്രത്തെ തെറ്റായി അവതരിപ്പിച്ചുകൊണ്ട്

രാഷ്ട്രീയ ഹൈന്ദവതയ്ക്കാവശ്യമായ മുസ്ലീം വിരുദ്ധ പൊതുബോധം രൂപപ്പെടുത്തുകയായിരുന്നു ജെയിംസ്മില്ലിനെപ്പോലുള്ള ബ്രിട്ടീഷ് ഇന്തോളജിസ്റ്റുകൾ ചെയ്തത്.

## ഹിന്ദുരാഷ്ട്രവാദത്തിന്റെ ചരിത്രവഴികൾ

ഇന്ത്യയുടെ കൊളോണിയൽവിരുദ്ധ ദേശീയസ്വാതന്ത്ര്യസമരത്തിന്റെ ചരിത്രഗതിയിലാണ് അതിനെ തടയാനും തകർക്കാനുമുള്ള സാമ്രാജ്യത്വ അജണ്ടയും ഹിന്ദുത്വരാഷ്ട്രീയവും വർഗീയശക്തികളും ജന്മമെടുക്കുന്നത്. ബ്രിട്ടീഷ് തടവറകളിൽ മാപ്പെഴുതിക്കൊടുത്ത് മോചനം കാത്തുകഴിയുന്ന നാളുകളിലാണ് വഞ്ചകനായ സവർക്കർ *ഹിന്ദുത്വ* എന്ന കുപ്രസിദ്ധമായ കൃതി രചിക്കുന്നത്. ഹിന്ദുരാഷ്ട്രവാദത്തിന് പ്രത്യയശാസ്ത്ര അടിത്തറയിട്ട വി ഡി സവർക്കർ ഹിന്ദുക്കൾ ഒരു രാഷ്ട്രമാണെന്ന വാദത്തിലൂടെ ഇന്ത്യൻ സ്വാതന്ത്ര്യസമരപ്രസ്ഥാനത്തെ ഭിന്നിപ്പിക്കാനും മതവിഭജനങ്ങൾ സൃഷ്ടിച്ച് സാമ്രാജ്യത്വവിരുദ്ധ ദേശീയമുന്നേറ്റങ്ങളെ അസ്ഥിരീകരിക്കാനുമുള്ള കൊളോണിയൽ അജണ്ടയുടെ നിർവ്വാഹകനായിരുന്നു. 1857 ലെ ഒന്നാം സ്വാതന്ത്ര്യസമരത്തിലെ ഇന്ത്യൻ ജനതയുടെ രണോത്സുകമായ ദേശീയമുന്നേറ്റങ്ങൾ കണ്ട് പരിഭ്രാന്തരായ ബ്രിട്ടീഷ് ഭരണകൂടവും അവരുടെ പൊളിറ്റിക്കൽ ഇന്റലിജൻസ് ഡിപ്പാർട്ടുമെന്റുമാണ് ഹിന്ദുമുസ്ലീം വേർതിരിവുകൾ സൃഷ്ടിക്കാനുള്ള ആസൂത്രിതമായ നീക്കങ്ങൾ ആരംഭിച്ചത്. പഞ്ചാബ് ഹിന്ദുസഭയുടെ സ്ഥാപകനേതാക്കളും സവർക്കറുമെല്ലാം ബ്രിട്ടീഷുകാരുടെ ഏജന്റുമാരായി പ്രവർത്തിക്കുകയായിരുന്നു. അക്കാര്യങ്ങൾ ഈ പുസ്തകത്തിൽ വിശദമായിത്തന്നെ മറ്റൊരുഭാഗത്ത് പരിശോധിക്കുന്നുണ്ട്.

ഒന്നാം സ്വാതന്ത്ര്യസമരവും പഞ്ചാബിലെ കൃഷിക്കാരുടെ ബ്രിട്ടീഷ് കൊളോണിയൽ നയങ്ങൾക്കെതിരായ സമരങ്ങളുമാണ് ഹിന്ദു മുസ്ലീം ഐക്യത്തെ തകർക്കാനുള്ള ആസൂത്രണങ്ങളിലേക്ക് ബ്രിട്ടീഷുകാരെയും അവരുടെ ഇന്ത്യൻ പിണിയാളന്മാരായ ജന്മിനാടുവാഴിത്തശക്തികളെയും എത്തിച്ചത്. ഡോ. ബിപിൻചന്ദ്ര നിരീക്ഷിക്കുന്നതുപോലെ ഇന്ത്യൻ നാടുവാഴിത്തത്തിന്റെയും അത് പരിപാലിച്ചുപോന്ന മതാത്മകതയുടെയും അവശേഷിച്ച ദേശസ്നേഹത്തിന്റെയും ആത്മാഭിമാനത്തിന്റെയും പല ഘടകങ്ങളും ഒന്നാം സ്വാതന്ത്ര്യസമരത്തിൽ അതിന്റെ സാന്ദ്രരൂപത്തിൽ ത്തന്നെ പ്രതിഫലിക്കുകയുണ്ടായി. ദേശീയടിമത്വം അസഹനീയമായി തോന്നിയ പട്ടാളക്കാരുടെയും ജനവിഭാഗങ്ങളുടെയും പ്രത്യേകിച്ച് കർഷകരുടെയും കൈവേലക്കാരുടെയും സാമൂഹ്യസാമ്പത്തികവുമായ പ്രശ്നങ്ങളുമെല്ലാം ചേർന്നാണ് ഒന്നാം സ്വാതന്ത്ര്യസമരത്തിന്റെ ഭൂമിക സജ്ജീകരിക്കപ്പെട്ടത്.

ഡോ. ബിപിൻചന്ദ്ര *കമ്യൂണിസം ഇൻ മോഡേൺ ഇന്ത്യ* എന്ന പുസ്തകത്തിൽ കൊളോണിയൽവിരുദ്ധം എന്നപോലെ അതിന്റെ മൂല്യങ്ങൾക്കുമെതിരായിട്ടുള്ള ഇന്ത്യൻ ജനതയുടെ ഒരു കത്തിജ്ജ്വലിക്കലായി

ഒന്നാം സ്വാതന്ത്ര്യസമരത്തെ വിശേഷിപ്പിക്കുന്നുണ്ട്. മതാത്മകവും ആധുനികവുമായ വിഭിന്നഘടകങ്ങളുടെ സംയോജനവും ഒന്നാം സ്വാതന്ത്ര്യസമരത്തിൽ ഉണ്ടായിരുന്നല്ലോ. പന്നിയുടെ കൊഴുപ്പും പശുക്കൊഴുപ്പും ചേർന്ന തോട്ട തങ്ങളുടെ മതവിശ്വാസത്തെ അപചയപ്പെടുത്തുമെന്ന ധാരണകൂടി ഹിന്ദുമുസ്ലീം പട്ടാളക്കാരെ ഒന്നാം സ്വാതന്ത്ര്യസമരത്തിൽ ഒന്നിച്ചുനിർത്തിയിരുന്നു.

1857 ലെ ഒന്നാം സ്വാതന്ത്ര്യസമരത്തിന്റെ രണോത്സുകമായ എത്രയോ സംഭവങ്ങൾക്ക് സാക്ഷ്യം വഹിച്ച മണ്ണാണ് അയോധ്യയിലേത്. ഹിന്ദുവും മുസൽമാനും തോളോടുതോൾ ചേർന്ന് ബ്രിട്ടീഷ് ഭരണത്തെ എതിർത്തു. ജനങ്ങൾ ബ്രിട്ടനെതിരെ പടനയിച്ചപ്പോൾ അയോധ്യയിലെ പല മഹന്തുക്കളും ബ്രിട്ടീഷ് പാദസേവകരായി മാറി. അതിന് പാരിതോഷികമായിട്ടുകൂടിയാണ് ബാബ്റിമസ്ജിദിനു മുമ്പിൽ അവർക്ക് ഭൂമി നൽകിയതും ഹിന്ദുമുസ്ലീം ഭിന്നതയുണ്ടാക്കാൻ ബ്രിട്ടീഷുകാർ ആസൂത്രിതമായി ശ്രമങ്ങളാരംഭിച്ചതും. പക്ഷേ, ദേശാഭിമാനത്തിന്റെ ധീരമായ സ്വപ്നങ്ങളും രക്തസാക്ഷിത്വത്തിന്റെ സ്മരണകളുമുള്ള അയോധ്യയിലെ ജനങ്ങൾ ബ്രിട്ടീഷുകാരുടെ ഈ വിഭജനതന്ത്രങ്ങളെ അതിജീവിച്ചുവെന്നതാണ് ചരിത്രം. ഫൈസാബാദിലെ മൗലവി അമീർഅലിയും മഹന്ത് രാംചരൺദാസും ഇരുസമുദായങ്ങൾ തമ്മിലുള്ള ഭിന്നതയ്ക്കിടവരുത്തുന്ന ബ്രിട്ടീഷ് തന്ത്രങ്ങളെ തിരിച്ചറിഞ്ഞ് ഐക്യത്തിനുള്ള അവസരമൊരുക്കി. അവർക്കിടയിലെ തർക്കപ്രശ്നങ്ങൾ രമ്യതയിലെത്തിച്ചു. അതിന് പ്രതികാരമായിട്ടാണല്ലോ 1858 മാർച്ച് 10 ന് ബ്രിട്ടീഷുകാർ ഈ രണ്ട് ധീരന്മാരെയും പ്രതികാരബുദ്ധിയോടെ തൂക്കിലേറ്റിയത്. മതമൈത്രിക്കും ജനങ്ങളുടെ ഐക്യത്തിനുംവേണ്ടിയുള്ള രക്തസാക്ഷിത്വമായിരുന്നു ഫൈസാബാദ് മൗലവിയുടെയും ബാബാ രാംദാസിന്റെയും.

പഞ്ചാബിലെ കർഷകസമരങ്ങളെ പീരങ്കികൾകൊണ്ടുമാത്രം നേരിടാൻ കഴിയില്ലെന്നുവന്നപ്പോഴാണ് ഹിന്ദുമുസ്ലീം ഭിന്നതകൾ വളർത്താനുള്ള കുത്സിതശ്രമങ്ങൾ സെമീന്ദാർമാരെ മുൻനിർത്തി ബ്രിട്ടീഷുകാർ ആരംഭിച്ചത്. അങ്ങനെയാണ് കാർഷികപ്രതിസന്ധിക്ക് കാരണം ബ്രിട്ടീഷ് നയങ്ങളല്ല കൃഷിക്കാവശ്യമായ കന്നുകാലികളെ കൊന്നുതിന്നുന്ന മുസ്ലീങ്ങളാണെന്ന പ്രചാരണം വ്യാപകമാക്കി ഗോവധനിരോധനപ്രസ്ഥാനം രൂപപ്പെടുത്തിയത്. മാംസഭുക്കുക്കളായ മുസ്ലീങ്ങൾ മ്ലേച്ഛരാണെന്നും അവർ കൃഷിക്കും പൗരാണികസംസ്കൃതിയുടെ ശുദ്ധിക്കും ഭീഷണിയാണെന്ന പ്രചാരണമാണ് ലാലാലാൽചന്ദിനെപ്പോലുള്ള ബ്രിട്ടീഷ് ഏജന്റുമാരായ ബ്രാഹ്മണിക് ബുദ്ധിജീവികൾ നടത്തിയത്. ഇദ്ദേഹം *Self abnegation in Politics* എന്ന കൃതിയുടെ കർത്താവാണ്. ലാലാലാൽചന്ദാണ് പിൽക്കാലത്ത് സവർക്കർ വികസിപ്പിച്ച ഹിന്ദുരാഷ്ട്രവാദത്തിനും മുസ്ലീം അപരവൽക്കരണത്തിനുമുള്ള വിത്തുവിതച്ചത്. മുസ്ലീം വിരുദ്ധമായ കലാപങ്ങൾ വളർത്തി ഹിന്ദുമതാധിഷ്ഠിതമായ ധ്രുവീകരണമാണ് ബ്രിട്ടീഷുകാർ ഗോവധം പ്രശ്നവൽക്കരിക്കുന്നതിലൂടെ ലക്ഷ്യമിട്ടത്. പഞ്ചാബ് ഹിന്ദുമ

ഹാസഭയുടെ രൂപീകരണത്തിന് നേതൃത്വം കൊടുത്ത റായ്ബഹദൂർ ലാലാലാൽചന്ദ് ഒരു മതഭ്രാന്തനായിരുന്നു. ദയാനന്ദസരസ്വതിയുടെ ആര്യസമാജവും പ്രാർത്ഥനാസമാജവുമെല്ലാം ഗോസംരക്ഷണവാദമേറ്റെടുത്ത് മുസ്ലീംവിരുദ്ധമായ വിദ്വേഷപ്രചരണം നടത്തുകയും മധ്യേന്ത്യയിലാകെ വർഗീയകലാപങ്ങൾ പടർത്തുകയും ചെയ്തു.

ഹൈന്ദവതയാണ് പ്രധാനം രാഷ്ട്രമല്ല എന്നതായിരുന്നു ഈ ഹിന്ദുത്വവാദിയുടെ പ്രത്യയശാസ്ത്രം. ഒരാൾ ആദ്യമായി ഹിന്ദുവാണെന്നും പിന്നെ മാത്രമേ ഇന്ത്യക്കാരനാകുന്നുള്ളു എന്നതാണ് പഞ്ചാബ് ഹിന്ദുമഹാസഭയുടെ രൂപീകരണത്തിന് നേതൃത്വം കൊടുത്ത ലാലാലാൽചന്ദിന്റെ പ്രത്യയശാസ്ത്രം. ദേശീയസ്വാതന്ത്ര്യസമരം ഹിന്ദുജനതയുടെ യഥാർത്ഥ ശത്രുക്കൾക്കെതിരായിട്ടുള്ള പോരാട്ടത്തെ രണ്ടാം സ്ഥാനത്താക്കിക്കളയുമെന്ന നിലപാടാണ് ലാലാലാൽചന്ദ് മുന്നോട്ടുവെച്ചത്. ബ്രിട്ടീഷ് പൊളിറ്റിക്കൽ ഇന്റലിജൻസ് ഡിപ്പാർട്ടുമെന്റിന്റെ പ്രോത്സാഹനത്തോടെയാണ് ദേശീയസ്വാതന്ത്ര്യപ്രസ്ഥാനത്തെ ദുർബലപ്പെടുത്താനായി 1907-ൽ ലാലാലാൽചന്ദ് ഹിന്ദുസഭ രൂപീകരിക്കുന്നത്. അതായത് ബ്രിട്ടീഷുകാരുടെ ഭിന്നിപ്പിക്കുക ഭരിക്കുക എന്ന കൊളോണിയൽ തന്ത്രത്തിന്റെ കൈകളിലാണ് ഹിന്ദുമഹാസഭ പിറക്കുന്നതും വളരുന്നതും. 1915 ഏപ്രിൽ 9-ന് ഹരിദ്വാറിൽ നടന്ന സമ്മേളനത്തോടെയാണല്ലോ പഞ്ചാബിൽ രൂപംകൊണ്ട ഹിന്ദുമഹാസഭ അഖിലേന്ത്യാ ഹിന്ദുമഹാസഭയായി മാറുന്നത്. ബ്രിട്ടീഷുകാരുടെ കൈയിൽ കിടന്ന് ഇന്ത്യൻ ദേശീയ പ്രസ്ഥാനത്തെ അസ്ഥിരമാക്കാനും ഹിന്ദുജനസാമാന്യത്തെ അതിൽ നിന്ന് പിന്തിരിപ്പിക്കാനുമുള്ള വഞ്ചനാപരമായ പ്രവർത്തനങ്ങളാണ് ഹിന്ദുമഹാസഭ അതിന്റെ ചരിത്രത്തിലുടനീളം നടത്തിയിട്ടുള്ളത്.

നമ്മുടെ സംസ്കാരത്തിന്റെയും പാരമ്പര്യത്തിന്റെയും പേരിലാണ് ആർ എസ് എസുകാർ ഗോവധനിരോധനവും അതിന്റെ മറവിൽ മനുഷ്യരുടെ ഭക്ഷണാവകാശത്തെ കടന്നാക്രമിക്കുന്നതും. ഇഷ്ടമുള്ള ഭക്ഷണം കഴിക്കാനുള്ള സ്വാതന്ത്ര്യത്തെ അടിച്ചമർത്തുന്നതും. ഇന്ത്യയുടെ പൗരാണികദർശനങ്ങളും ചരിത്രവും ഗോവധവും ഗോമാംസവും വർജ്ജ്യമായി കണ്ടിരുന്നില്ലെന്നതാണ് വസ്തുത. നമ്മുടെ വേദങ്ങളും ബ്രാഹ്മണങ്ങളും പുരാണങ്ങളും ഗോമാംസം വർജ്ജ്യമായി പറയുന്നേയില്ല. മാത്രമല്ല *ഋഗ്വേദ*ത്തിലെ അനവധിയായ ദേവീദേവന്മാർ ഗോംമാസഭുക്കുകളുമാണ്. ദേവേന്ദ്രന്റെ തന്നെ ഇഷ്ടഭക്ഷണം ഇളംകാളകളുടെ മാംസവുമാണ്. *മഹാഭാരത*ത്തിൽ രന്തീദേവൻ എന്ന രാജാവിന്റെ ദാനധർമ്മങ്ങളെക്കുറിച്ച് പറയുമ്പോൾ വ്യാസമഹർഷി അദ്ദേഹത്തിന്റെ കൊട്ടാരത്തിലെ പാചകപുരയിൽ ഒരുദിവസം 2000-ലേറെ കാളകളെ അറക്കുമെന്നും ധാന്യങ്ങളോടൊപ്പം ഈ മാംസം ഉദാരമായി ബ്രാഹ്മണർക്ക് ദാനം ചെയ്യുമെന്നും വിശദീകരിക്കുന്നുണ്ട്. നമ്മുടെ ചരിത്രത്തെയും സംസ്കാരത്തെയും തെറ്റായി വ്യാഖ്യാനിച്ചുകൊണ്ടാണ് ഹിന്ദുത്വശക്തികൾ എന്നും ഗോവധപ്രശ്നം ഉയർത്തിയിട്ടുള്ളത്. ഹിന്ദുത്വമെന്നതുപോലെ അതിനെ പോഷി

പ്പിക്കുന്ന പശുരാഷ്ട്രീയവും ഒരു കൊളോണിയൽ സൃഷ്ടിയാണെന്ന താണ് ചരിത്രപരമായ യാഥാർത്ഥ്യം.

1925 ൽ രൂപംകൊണ്ട ആർ എസ് എസ് അതിന്റെ ചരിത്രത്തിലൊരിക്കലും ഇന്ത്യൻ ദേശീയപ്രസ്ഥാനത്തിൽ പങ്കെടുത്തിട്ടില്ല. അതെന്നും ആവേശംകൊണ്ടത് സാമ്രാജ്യത്വവിരുദ്ധ പോരാളികളിൽ നിന്നല്ല മറിച്ച്, വിദേശികൾക്ക് നമ്മുടെ മാതൃഭൂമിയിലേക്ക് ചുവപ്പ് പരവതാനിവിരിച്ചുകൊടുത്ത ഹിന്ദുരാജാക്കന്മാരിൽ നിന്നാണ്. ചന്ദ്രഗുപ്തമൗര്യന്റെയും സമുദ്രഗുപ്തമൗര്യന്റെയും ഛത്രപതി ശിവജിയുടെയും റാണാപ്രതാപന്റെയുമൊക്കെ ഭരണകാലത്തേക്ക് ഇന്ത്യയെ പുനരാനയിക്കണമെന്ന് വാദിക്കുന്ന ആർ എസ് എസ് ഭൂതകാലത്തിന്റെ പ്രാക്തനസ്വപ്നങ്ങളിൽ ഒരുരാഷ്ട്രത്തെയും ജനതയെയും എന്നന്നേക്കുമായി തളച്ചിടാനാണ് ശ്രമിച്ചുപോന്നത്.

പോർച്ചുഗീസുകാരെ കുടിയിരുത്തിയ സാമൂതിരിയും കൊച്ചിരാജാവുമെല്ലാം ഹിന്ദുത്വവാദികളുടെ ആരാധനാമൂർത്തികളാണ്. എന്നാൽ വിദേശാധിപത്യത്തിനെതിരെ പോരാടിയ കുഞ്ഞാലിമരയ്ക്കാരും ടിപ്പുവും അവർക്ക് ഹിന്ദുവിരുദ്ധരും രാജ്യദ്രോഹികളുമാണ്. ഹിന്ദുരാജ്യാഭിമാനത്തിന്റെയും ദേശീയതയുടെയും പുറംകാഴ്ചകൾക്ക് അകത്ത് സംഘപരിവാർ രാജ്യദ്രോഹത്തിന്റെ കാളകൂടവിഷത്തെയാണ് സംഘപരിവാർ ഒളിപ്പിച്ചുവെച്ചിരിക്കുന്നത്. ഇത് ജനാധിപത്യദേശീയതയ്ക്കുവേണ്ടി നിലകൊള്ളുന്നവർ വിട്ടുവീഴ്ചയില്ലാതെ തുറന്നുകാണിക്കേണ്ടതുണ്ട്. അപരമതവിരോധത്തിന്റെയും വർഗീയതയുടെയും ഈ കാളകൂടവിഷത്തെ സമൂഹശരീരത്തിലേക്കാകെ സംക്രമിപ്പിക്കാനാണ് ഗോവധനിരോധനവും ഘർവാപസിയും ലൗജിഹാദും തുടങ്ങി ന്യൂനപക്ഷ വിരോധത്തിന്റേതായ നാനാവിധമായ വിദ്വേഷക്യാമ്പയിനുകൾ സംഘപരിവാർ നടത്തിക്കൊണ്ടിരിക്കുന്നത്.

ആര്യവംശാഭിമാനത്തെയും മേധാവിത്വത്തെയും ചോദ്യം ചെയ്യുന്ന സ്വതന്ത്രബുദ്ധിജീവികളെയും കലാകാരന്മാരെയും ശാരീരികമായി തന്നെ ഇല്ലാതാക്കുകയും അവരുടെ രചനകളെ നിരോധിക്കുകയും ചെയ്തുകൊണ്ടാണ് ഹിറ്റ്ലേറിയൻ ഫാസിസം ജർമ്മനി കീഴടക്കിയത്. ചരിത്രത്തിലെ ഈ മഹാദുരന്തത്തിൽ നിന്ന് പാഠം ഉൾക്കൊള്ളുന്ന ഒരാൾക്കും വർത്തമാന ഇന്ത്യയിലെ സംഭവഗതികളിൽ ഉൽക്കണ്ഠാകുലരാകാതിരിക്കാനാവില്ല. എതിർക്കുന്നവരെ നിശ്ശബ്ദരാക്കി തങ്ങൾക്ക് അനഭിമതരായ ജനവിഭാഗങ്ങളെ കൊന്നൊടുക്കാനാണ് ഹിറ്റ്ലറുടെ സെമറ്റിക് മതവിരോധത്തിൽനിന്ന് ആവേശംകൊണ്ട് രൂപംകൊണ്ട ആർ എസ് എസുകാർ എന്നും ഇന്ത്യയിൽ ശ്രമിച്ചുപോന്നിട്ടുള്ളത്. ഗാന്ധി മുതൽ കൽബുർഗി വരെയുള്ളവർ ആർ എസ് എസിന്റെ ഹിറ്റ്ലേറിയൻ ഫാസിസത്തിന്റെ ഇരകളാണ്.

ഇന്ത്യൻ സ്വാതന്ത്ര്യസമരത്തെ വഞ്ചിച്ചവരും ബ്രിട്ടീഷുകാരുടെ കൈയിൽ കളിച്ചവരുമായ ആർ എസ് എസുകാർ ദേശീയതയുടെ ചാമ്പ്യന്മാരായി തങ്ങളുടെ മതരാഷ്ട്രവാദത്തിന് ഭീഷണിയാവുന്ന ന്യൂനപക്ഷ

ങ്ങളെയും കമ്യൂണിസ്റ്റുകാരെയും കടന്നാക്രമിക്കാനാണ് ശ്രമിച്ചുകൊണ്ടിരിക്കുന്നത്. അക്രമത്തിന്റെയും വർഗീയതയുടെയും ചോരവീണ വഴികളിലൂടെയാണ് ഹിന്ദുരാഷ്ട്രനിർമ്മിതിക്കായുള്ള രഥയോട്ടം അവർ തുടരുന്നത്. സ്വാതന്ത്ര്യാനന്തരം ഇന്ത്യയിൽ നടന്ന എല്ലാ വർഗീയകലാപങ്ങളിലും നേരിട്ടും അല്ലാതെയും ആർ എസ് എസ് പങ്കുവഹിച്ചിട്ടുണ്ട്. മതനിരപേക്ഷതയെ അപ്രസക്തമാക്കുന്ന ഭൂരിപക്ഷന്യൂനപക്ഷ വർഗീയതകൾ സാമ്രാജ്യത്വ മൂലധനത്തിന്റെ സഹായത്തോടെയാണ് ഇന്ത്യയിൽ വളർന്നുവന്നതും നിലനിൽക്കുന്നതും. കൊളോണിയൽ ഭരണകാലത്ത് ബ്രിട്ടീഷ് പൊളിറ്റിക്കൽ ഇന്റലിജൻസ് വിഭാഗത്തിന്റ അഭീഷ്ടമനുസരിച്ച് പ്രവർത്തിച്ച ആർ എസ് എസ് സ്വാതന്ത്ര്യാനന്തരം അമേരിക്കൻ സാമ്രാജ്യത്വത്തിന്റെ ഇംഗിതങ്ങൾക്കനുസരിച്ചാണ് കരുനീക്കങ്ങൾ നടത്തിയത്. സി ഐ എ വിദഗ്ധനായ ജെ ക്യൂറാൻ തന്റെ 'മിലിട്ടന്റ് ഹിന്ദുയിസം ഇൻ ഇന്ത്യ' എന്ന പഠനത്തിൽ ഇന്ത്യയിലെ പുരോഗമനപ്രസ്ഥാനങ്ങൾക്കെതിരായി പ്രതിലോമസഖ്യത്തിന്റെ നേതൃത്വമായി ആർ എസ് എസിനെ എങ്ങനെ മാറ്റാമെന്നാണ് പരിശോധിക്കുന്നത്.

രക്തപങ്കിലമായ ആർ എസ് എസിന്റെ രാഷ്ട്രീയചരിത്രം രാജ്യദ്രോഹത്തിന്റെയും സാമ്രാജ്യത്വ വിടുപണിയുടേതുമായിരുന്നുവെന്നകാര്യം കേരളം പോലെ ഒരു സമൂഹത്തിൽ വേണ്ടത്ര ചർച്ചചെയ്യപ്പെടാതെ പോകുകയാണ്. മതരാഷ്ട്രവാദം നവോത്ഥാനത്തിന്റെയും ആധുനിക ജനാധിപത്യത്തിന്റെയും ആശയങ്ങളെ നിഷേധിക്കുന്ന സാമ്രാജ്യത്വ രാഷ്ട്രീയമാണെന്ന കാര്യമാണ് സംഘപരിവാറിനോടും അതിനെ എതിർക്കാനെന്ന വ്യാജേന വർഗീയ തീവ്രവാദികളോടും മൃദുസമീപനം സ്വീകരിക്കുന്ന ചില മധ്യവർഗ ബുദ്ധിജീവികൾ കാണാതെപോകുന്നത്. ഇരുവിഭാഗത്തിലുംപെട്ട ഉത്തരാധുനിക സ്വത്വരാഷ്ട്രീയവാദികൾ ഇന്ത്യയെന്ന ആശയത്തെതന്നെ ഇല്ലാതാക്കുന്ന വർഗീയ ചേരിതിരിവുകൾക്കും വിധ്വംസക പ്രവർത്തനങ്ങൾക്കും അറിഞ്ഞും അറിയാതെയും വളംവെച്ചുകൊടുക്കുകയാണ്. ഈയൊരു സാഹചര്യത്തിൽ ആർ എസ് എസിന്റെ ബ്രാഹ്മണാധികാരത്തിലധിഷ്ഠിതമായ കൊളോണിയൽ ബാന്ധവത്തെ പുരോഗമനശക്തികൾ നിശിതമായി തന്നെ തുറന്നുകാണിക്കേണ്ടതുണ്ട്.

ഇടതുപക്ഷത്തെയും സ്വതന്ത്ര ബുദ്ധിജീവികളെയും പാക്കിസ്ഥാൻ കേന്ദ്രമായി പ്രവർത്തിക്കുന്ന ഭീകരവാദ സംഘങ്ങളുമായി ചേർന്ന് ഭീകരപ്രവർത്തനം നടത്തുന്ന വിധ്വംസകശക്തികളായിപോലും ആക്ഷേപം ഉന്നയിക്കുന്ന സംഘപരിവാറിന്റെ ധാർഷ്ട്യത്തിനും ഗീബൽസിയൻ തന്ത്രങ്ങൾക്കുമെതിരെ ചരിത്രത്തെയും അതിന്റെ അനിഷേധ്യമായ വസ്തുതകളെയും സംഭവങ്ങളെയും ഉയർത്തി തുറന്നുകാട്ടേണ്ടതുണ്ട്. പൗരത്വ ഭേദഗതി നിയമം കേരളത്തിൽ നടപ്പാക്കില്ലെന്ന് കേരള മുഖ്യമന്ത്രി വ്യക്തമാക്കിയപ്പോൾ ആർ എസ് എസ് – ബി ജെ പി നേതാക്കൾ പിണറായി വിജയന്റെ ശബ്ദം പാക്കിസ്ഥാന്റെയും വിഘടനവാദികളുടേതുമാണെന്ന് ആക്ഷേപിക്കുകയായിരുന്നു.

1857 നുശേഷം ഇന്ത്യൻ ജനത മതജാതിവ്യത്യാസങ്ങൾക്കപ്പുറത്ത് ബ്രിട്ടീഷുകാർക്കെതിരെ അണിനിരക്കുകയായിരുന്നല്ലോ ഖിലാഫത്ത് നിസ്സഹകരണ പ്രസ്ഥാനത്തിലൂടെ സംഭവിച്ചത്. ഈയൊരു സന്ദർഭത്തിലാണ് ഇന്ത്യൻ ജനതയുടെ അഭൂതപൂർവ്വമായ ഐക്യത്തെ ശിഥിലമാക്കുക എന്ന ലക്ഷ്യത്തോടെ ഹിന്ദുമഹാസഭയേക്കാൾ മിലിറ്റന്റായ ഒരു വർഗീയസംഘടനയ്ക്ക് രൂപംനൽകാൻ കൊളോണിയൽ ശക്തികളും ഹിന്ദുത്വവാദികളും നിർബന്ധിതരായത്. 1925 വിജയദശമി ദിനത്തിൽ ഡോ. കേശവ്ബലിറാംഹെഡ്ഗേവാർ ആർ എസ് എസ് സ്ഥാപിച്ചത് 1921–22 ലെ നിസ്സഹകരണപ്രസ്ഥാനം ഉണ്ടാക്കിയ സാമ്രാജ്യത്വവിരുദ്ധ ദേശീയ ഐക്യത്തെ തകർക്കാനായിരുന്നുവെന്ന് ഒട്ടനവധി ചരിത്രകാരന്മാർ ചൂണ്ടിക്കാണിച്ചിട്ടുണ്ട്.

ആർ എസ് എസ് രൂപീകരിക്കുന്നതിനുമുമ്പുതന്നെ ബംഗാൾവിഭജനപ്രക്ഷോഭവുമായി ബന്ധപ്പെട്ട് 1906 ഡിസംബർ 13 ന് വെയിൽസ് രാജകുമാരനെഴുതിയ കത്തിൽ വൈസ്രോയ് മിന്റോ മുസ്ലീംലീഗിനോടെന്നപോലെ തങ്ങളുടെ ഹിന്ദുസുഹൃത്തുക്കളുമായുള്ള ബന്ധം ശക്തിപ്പെട്ടതായും രേഖപ്പെടുത്തിയിട്ടുണ്ട്. ബ്രിട്ടീഷുകാരുടെ ഈ ഹിന്ദുസുഹൃത്തുക്കൾ മറ്റാരുമായിരുന്നില്ല ഹിന്ദുമഹാസഭയുടെ സാമൂഹ്യാടിത്തറയായ രാജാക്കന്മാരും വൻകിട ഭൂവുടമകളും മറ്റ് സ്ഥാപിത താല്പര്യക്കാരുമായിരുന്നു. ഖിലാഫത്ത് നിസ്സഹകരണപ്രസ്ഥാനം അലയടിച്ചുയർന്നതോടെ ദേശീയപ്രസ്ഥാനത്തിന്റെ ബൂർഷ്വാനേതാക്കൾ ഭയചകിതരാകുകയാണുണ്ടായത്. 1857 നുശേഷം ഹിന്ദുക്കളെയും മുസ്ലീങ്ങളെയും ഒരൊറ്റവേദിയിൽ കൊണ്ടുവന്ന ദേശീയപ്രക്ഷോഭത്തിന്റെ ഊക്കും ഉശിരും ബ്രിട്ടീഷുകാരെ മാത്രമല്ല ഇന്ത്യയിലെ ഹിന്ദുത്വശക്തികളെയും പരിഭ്രാന്തരാക്കി. ഇതെല്ലാം ചേർന്ന് സൃഷ്ടിച്ച സന്ദിഗ്ധതയിലാണ് ചൗരിചൗരാ സംഭവത്തെ നിമിത്തമാക്കി ആ പ്രക്ഷോഭം പിൻവലിക്കപ്പെടുന്നത്.

ഖിലാഫത്ത് നിസ്സഹകരണപ്രസ്ഥാനത്തിന് തിരശ്ശീല വീണതോടെ ഹിന്ദുത്വശക്തികളുടെ മുൻകൈയിൽ രാജ്യത്തിന്റെ പലഭാഗങ്ങളിലും വർഗീയലഹളകൾ ആരംഭിച്ചു. ജനകീയ ഐക്യത്തെ ശിഥിലമാക്കി ബ്രിട്ടീഷ് വാഴ്ചയ്ക്ക് ശക്തിനൽകുവാനായി ഏറക്കുറെ പൂർണമായി മൃതപ്രായമായിത്തീർന്നിരുന്ന ഹിന്ദുമഹാസഭ പുനരുജ്ജീവിപ്പിക്കപ്പെട്ടു. മദൻമോഹൻ മാളവ്യയും ലാലാലജ്പത്റായിയും ശ്രദ്ധാനന്ദയും ജയ്കറും തുടങ്ങി ഒട്ടേറെ കോൺഗ്രസ് നേതാക്കൾ ഹിന്ദുമഹാസഭയിലേക്ക് ആകർഷിക്കപ്പെട്ടു. 1923 ൽ ഹിന്ദുതാൽപ്പര്യം സംരക്ഷിക്കുന്നതിന് ഹിന്ദുമഹാസഭയുടെ സമ്മേളനം വിളിച്ചുചേർക്കപ്പെട്ടു. സമ്മേളനത്തിൽ മുസ്ലീം ശുദ്ധീകരണം എന്ന മുദ്രാവാക്യം ഉയർത്തപ്പെട്ടു. ഇതോടെ ഖിലാഫത്തിനെ തുടർന്ന് വേരറ്റുപോയ മുസ്ലീംലീഗും പുനരുജ്ജീവിപ്പിക്കപ്പെട്ടു. ഈയൊരു സാഹചര്യത്തിലാണ് കമ്യൂണിസ്റ്റ് പാർട്ടിയുടെ കേന്ദ്രകമ്മിറ്റി 'ഹിന്ദു മുസ്ലീം പ്രോബ്ലംസ് ഇൻ ഇന്ത്യ' എന്ന ലഘുലേഖ പ്രസിദ്ധീകരിക്കുന്നതും ഗോഹട്ടി എ ഐ സി സി സമ്മേളനത്തിൽ എം എൻ റോയ്

വർഗീയതക്കെതിരെ ശക്തമായ നിലപാട് സ്വീകരിക്കേണ്ടതിനെയും അതിനായി മതനിരപേക്ഷ ആശയങ്ങൾ ജനങ്ങളിൽ എത്തിക്കേണ്ടതിനെയും കുറിച്ച് പ്രസംഗിക്കുന്നതും. ബ്രിട്ടീഷുകാരുടെ ഭിന്നിപ്പിക്കുക ഭരിക്കുക എന്ന കൊളോണിയൽ തന്ത്രത്തിന്റെ ഭാഗമാണ് ഹിന്ദുമഹാസഭയും മുസ്ലീംലീഗുമെന്നും ഇരുവരും പരസ്പരം സഹായിച്ച് വളരുകയുമാണെന്ന് കമ്യൂണിസ്റ്റ് പാർട്ടിയുടെ ലഘുലേഖ ചൂണ്ടിക്കാട്ടുന്നു.

ഇങ്ങനെ ബ്രിട്ടീഷ് ഇംഗിതമനുസരിച്ച് ഇരുമതസമുദായങ്ങളിലെയും വർഗീയവാദികൾ ദേശീയപ്രസ്ഥാനത്തെ മതപരമായ ഭിന്നത പടർത്തി ശിഥിലമാക്കാനുള്ള പ്രവർത്തനങ്ങൾ ആരംഭിച്ചു. ഈയൊരു രാഷ്ട്രീയ സാഹചര്യത്തിലാണ് ആർ എസ് എസ് പിറന്നുവീണത്. ചിത്പവൻബ്രാഹ്മണരുടെ രാഷ്ട്രീയാഭിലാഷങ്ങളുടെ സാക്ഷാൽക്കാരമെന്ന നിലയ്ക്കാണ് മുഞ്ജെയും ഹെഡ്ഗേവാറുമെല്ലാം ചേർന്ന് ആർ എസ് എസിന് രൂപം നൽകിയത്. ആർ എസ് എസിന്റെ ഔദ്യോഗിക ചരിത്രകാരനായ ബി പി ദിഷികാർ സംഘത്തിന്റെ സ്ഥാപനത്തിലേക്ക് നയിച്ച ഹെഡ്ഗേവാറുടെ മനോഭാവം എന്താണെന്ന് വ്യക്തമാക്കാൻ അദ്ദേഹത്തിന്റെ ഒരു പരാമർശം എടുത്ത് ഉദ്ധരിക്കുന്നുണ്ട്. അതിങ്ങനെയായിരുന്നു: "നിസ്സഹകരണപ്രസ്ഥാനമാകുന്ന പാൽകുടിച്ച് വളർന്ന യവനസർപ്പങ്ങളെ (മുസ്ലീങ്ങൾ) അവരുടെ വിഷലിപ്തമായ ശബ്ദംകൊണ്ട് രാജ്യത്ത് ലഹളകൾ സൃഷ്ടിക്കുന്നതിനെ എതിർക്കാനായിരുന്നു." അല്ലാതെ ഹെഡ്ഗേവാറിന്റെ വാക്കുകൾ മറയില്ലാതെ വ്യക്തമാക്കുന്നതുപോലെ ബ്രിട്ടീഷ് വിരുദ്ധ ദേശീയ പ്രസ്ഥാനത്തിൽ അണിചേരാനല്ല ആർ എസ് എസ് രൂപീകരിച്ചത്. ആർ എസ് എസിന്റെ ലക്ഷ്യവും മാർഗവും മായം ചേർക്കാത്ത മുസ്ലീംവിരുദ്ധ മനോഭാവത്തെ ദേശീയത എന്ന പേരിൽ രാജ്യത്താകെ വളർത്തി ആധിപത്യം പുലർത്തണമെന്നതാണ്.

ഹെഡ്ഗേവാറിനുശേഷം ആർ എസ് എസിന്റെ നേതൃത്വം ഏറ്റെടുത്ത ഗോൾവാൾക്കറുടെ ജീവചരിത്രമായ *ശ്രീഗുരുജി: ദി മാൻ ആന്റ് ദി മിഷൻ* എന്ന കൃതിയിൽ ഹൈന്ദവതയാണ് ഇന്ത്യൻ ദേശീയതയെന്ന അദ്ദേഹത്തിന്റെ ദർശനം അടിവരയിട്ട് വിശദീകരിക്കുന്നു. മധ്യകാലിക ബ്രാഹ്മണമൂല്യങ്ങളെ, ചാതുർവർണ്യവ്യവസ്ഥയെ പുനരുജ്ജീവിപ്പിക്കുകയും ഹിന്ദുക്കളല്ലാത്ത എല്ലാവരെയും ദേശീയവിരുദ്ധരായി പ്രഖ്യാപിക്കുകയുമാണ് ആർ എസ് എസ് ചെയ്തത്. ചരിത്രവിരുദ്ധവും അശാസ്ത്രീയവുമായ ദേശീയതയെ സംബന്ധിച്ച സങ്കൽപ്പനമുയർത്തി ന്യൂനപക്ഷ മതവിഭാഗങ്ങൾക്കെതിരെ ശത്രുതപടർത്തുകയാണ് ആർ.എസ്. എസിന്റെ രൂപീകരണത്തിലൂടെ ഹിന്ദുവർഗീയവാദികൾ ചെയ്തത്.

1939 ൽ പ്രസിദ്ധീകരിച്ച *നാം അഥവാ നമ്മുടെ ദേശീയത നിർവ്വചിക്കപ്പെടുന്നു* എന്ന ഗോൾവാൾക്കറുടെ പുസ്തകം ഹിറ്റ്ലറുടെ നാസി സിദ്ധാന്തങ്ങളെയാണ് ആദർശമാതൃകയായി സ്വീകരിച്ചത്. ആര്യവംശാഭിമാനത്തിന്റെ, ജർമ്മൻ വംശശുദ്ധിസിദ്ധാന്തം തന്നെയാണ് ആർ എസ് എസ് ഇന്ത്യൻ സാഹചര്യങ്ങൾക്കനുസൃതമായ രീതിയിൽ സാംസ്കാ

രികദേശീയതയായി അവതരിപ്പിച്ചിട്ടുള്ളത്. ഇന്ത്യക്ക് ഏറ്റവും ഉചിതമായ ആദർശം ഹിറ്റ്ലറുടെ നാസിസമാണെന്നും തുറന്നുപറയാൻ ഗോൾവാൾക്കർക്ക് ഒരു മടിയുമുണ്ടായിരുന്നില്ല. ജൂതന്മാരെ വംശനാശം വരുത്തി എങ്ങനെ ജർമ്മൻകാർ വംശശുദ്ധി നിലനിർത്തിയോ അതിൽനിന്ന് ഇന്ത്യക്കാർ പഠിക്കണമെന്നും അതേമാർഗം അവലംബിക്കണമെന്നുമാണ് ഗോൾവാൾക്കറുടെ നിലപാട്. അഹിന്ദുക്കൾ ഹിന്ദുമതവും സംസ്കാരവും അംഗീകരിക്കണമെന്നും അല്ലെങ്കിൽ ഹിന്ദുക്കൾക്ക് സമമായ പൗരത്വം ആഗ്രഹിക്കരുതെന്നും ഹിന്ദുത്വത്തിന് കീഴടങ്ങി രണ്ടാം പൗരന്മാരായി കഴിഞ്ഞുകൂടണമെന്നുമാണ് ഗോൾവാൾക്കറുടെ ഉപദേശം. ഹിറ്റ്ലർ കൊണ്ടുവന്ന ന്യൂറംബർഗ്റെയ്സ് ആക്ടുകൾക്ക് സമാനമാണ് മോദി സർക്കാരിന്റെ ദേശീയ പൗരത്വനിയമഭേദഗതി. 1955 ലെ മതനിരപേക്ഷ പൗരത്വനിയമത്തെ മതാധിഷ്ഠിതമാക്കുകയാണ് ഭേദഗതിയിലൂടെ ചെയ്തത്.

അഹിന്ദുക്കൾ യാതൊരുവിധ പൗരാവകാശങ്ങളും മനുഷ്യോചിതമായ പരിഗണനകളും അവകാശപ്പെടാനോ ആഗ്രഹിക്കാനോ പാടില്ല. മതപരിവർത്തനം ചെയ്യുന്ന ഹിന്ദുക്കളെ വിദേശികൾ മാത്രമായിട്ടല്ല വഞ്ചകന്മാർ ആയിട്ടുകൂടിയാണ് കണക്കാക്കേണ്ടതെന്ന് *വിചാരധാര*യിൽ ഖണ്ഡിതമായ ഭാഷയിൽ ഗോൾവാൾക്കർ എഴുതിവെച്ചിട്ടുണ്ട്. ഇന്ത്യൻ ജനത ബ്രിട്ടനെതിരെ വിപുലമായ ഐക്യം ഊട്ടിയുറപ്പിച്ച് ദേശീയ സ്വാതന്ത്ര്യത്തിനുവേണ്ടി പടപൊരുതുന്ന ഘട്ടത്തിലാണ് വംശീയ വിദ്വേഷത്തിന്റെയും വിഭജനത്തിന്റെയും പ്രത്യയശാസ്ത്ര ഘോഷണങ്ങളുമായി ആർ എസ് എസ് പ്രവർത്തനം ആരംഭിച്ചത്. അക്രമോത്സുകമായ ഹൈന്ദവതയ്ക്ക് തീപിടിപ്പിക്കുന്ന വിദ്വേഷക്യാമ്പയിനുകൾ വഴി മതസംഘർഷങ്ങൾ വളർത്തി ദേശീയപ്രസ്ഥാനത്തെ ശിഥിലമാക്കുകയായിരുന്നു ആർ എസ് എസിന്റെ ജന്മദൗത്യം. ഇത് തിരിച്ചറിഞ്ഞതുകൊണ്ടാണ് 1934 ൽ ഇന്ത്യൻ നാഷണൽ കോൺഗ്രസ് ആർ എസ് എസ്, ഹിന്ദുമഹാസഭ, മുസ്ലീംലീഗ് തുടങ്ങിയ വർഗീയസംഘടനകളിലുള്ളവർക്ക് അംഗത്വം നൽകുന്നത് നിരോധിച്ചുകൊണ്ട് പ്രമേയം പാസ്സാക്കിയത്.

ആർ എസ് എസ് രൂപീകരിച്ച ഉടനെതന്നെയാണല്ലോ സൈമൺ കമ്മീഷനെ ബഹിഷ്കരിക്കുന്ന പ്രക്ഷോഭങ്ങളിൽ ദേശീയരാഷ്ട്രീയം ഇളകിമറിഞ്ഞത്. ഹിന്ദുമഹാസഭയും ആർ എസ് എസും സൈമൺകമ്മീഷനെതിരായ പ്രക്ഷോഭങ്ങളിൽ നിന്ന് മാറിനിൽക്കുകയായിരുന്നു. ഹിന്ദുമഹാസഭയിൽ അംഗത്വമുണ്ടായിരുന്ന ലാലാലജ്പത്റായിയെ പോലുള്ളവർ സൈമൺ കമ്മീഷനെതിരായ പ്രക്ഷോഭത്തിന്റെ തീച്ചൂളയിലേക്ക് എടുത്തുചാടിയപ്പോൾ അവരെ തള്ളിപ്പറയുകയാണ് ഹിന്ദുമഹാസഭ ചെയ്തത്. 1928 ൽ ലാഹോറിൽ സൈമൺ കമ്മീഷനെതിരെ കരിങ്കൊടി കാണിച്ച് ലാത്തിയടിയേറ്റ് പിടഞ്ഞുവീണ ലാലാലജ്പത്റായ് ദിവസങ്ങൾക്കകം രക്തസാക്ഷിത്വം വരിച്ചു. ബ്രിട്ടീഷുകാർക്കെതിരെ ദേശീയസ്വാതന്ത്ര്യത്തിനുവേണ്ടി കത്തിജ്ജ്വലിച്ചുനിന്ന ഒരു തലമുറയുടെ പ്രതിനിധികളായ

ഭഗത്സിംഗും സുഖ്ദേവും രാജ്ഗുരുവും അറസ്റ്റുചെയ്യപ്പെടുകയും തൂക്കിലേറ്റപ്പെടുകയും ചെയ്തു. മുസഫർഅഹമ്മദ് ഉൾപ്പെടെയുള്ള 32 ഓളം കമ്യൂണിസ്റ്റ് നേതാക്കളെ അറസ്റ്റുചെയ്യുകയും ബ്രിട്ടീഷ് ഭരണം ഇല്ലാതാക്കുന്നതിന് ഗൂഢാലോചന നടത്തിയെന്ന കുറ്റം ചുമത്തി വിചാരണ ചെയ്യുകയും ചിലരെ ജയിലിലിലടയ്ക്കുകയും ചിലരെ ആജീവനാന്തം നാടുകടത്തുകയും ചെയ്തു.

1930 ജനുവരി 26 ന് സഹസ്രസക്കണക്കിന് ഇന്ത്യൻ ദേശാഭിമാനികൾ സ്വാതന്ത്ര്യദിന പ്രതിജ്ഞയെടുത്തു. ഗാന്ധിജിയുടെ നേതൃത്വത്തിൽ പതിനായിരങ്ങൾ ദേശീയ മുദ്രാവാക്യങ്ങളുയർത്തി ജയിലിലേക്ക് പോയി. ബ്രിട്ടീഷ് ഭരണത്തെ തകർക്കുന്ന വിധ്വംസക പ്രവർത്തനങ്ങൾ നടത്തിയെന്നാരോപിച്ച് രാജ്യമെമ്പാടും ദേശീയവാദികളെ വേട്ടയാടുകയും അവരുടെ സ്വത്തുവകകൾ കണ്ടുകെട്ടുകയും ചെയ്തു. പ്രക്ഷുബ്ധമായ ദേശീയ സ്വാതന്ത്ര്യത്തിനുവേണ്ടിയുള്ള ഈ പോരാട്ടത്തിന്റെ നാളുകളിൽ ആർ എസ് എസ് കുറ്റകരമായ നിസ്സംഗതയിലായിരുന്നു. ആർ എസ് എസ് സ്ഥാപകരിൽ പ്രമുഖനായ മുഞ്ജേ സ്വാതന്ത്ര്യത്തിനുവേണ്ടി ഒരു ജനത തിളച്ച് മറിയുന്നകാലത്ത് ആർ എസ് എസുകാരെ ഉപദേശിച്ചത്; "ഉത്തരവാദിത്വമുള്ള സഹകാരിയായി ബ്രിട്ടീഷ് ഗവൺമെന്റിനോട് സഹകരിക്കാനാ"യിരുന്നു. ആസേതു ഹിമാചലം ഇന്ത്യൻ ജനത സ്വാതന്ത്ര്യബോധത്താൽ ബ്രിട്ടീഷുകാർക്കെതിരെ ആളിക്കത്തിയപ്പോൾ ബ്രിട്ടീഷ് രാജ്ഞിയെയും വൈസ്രോയിയേയും അവരുടെ കൂടെനിന്ന് ആശ്വസിപ്പിച്ച രാജ്യദ്രോഹത്തിന്റെ പാരമ്പര്യമാണ് ആർ എസ് എസിനുള്ളത്.

1930 ലെ ലണ്ടൻ വട്ടമേശസമ്മേളനത്തിൽ ഹിന്ദുക്കളെ പ്രതിനിധീകരിച്ച് മുഞ്ജേ പങ്കെടുക്കുകയുണ്ടായി. 1930 ജനുവരി 26 ന് കോൺഗ്രസ് സ്വാതന്ത്ര്യദിന പ്രഖ്യാപനം നടത്തിക്കൊണ്ട് പുറത്തിറക്കിയ സർക്കുലറിനെ പിന്തുണയ്ക്കാൻ നിർബന്ധിതമായ ആർ എസ് എസ് അവരുടെ യോഗങ്ങളിൽ ത്രിവർണപതാകയെ (നമ്മുടെ ദേശീയ പതാക) വന്ദിക്കില്ലെന്നും ഭഗവത്ജണ്ടയെ മാത്രമേ വന്ദിക്കുകയുള്ളുവെന്നും വാശിപിടിക്കുകയായിരുന്നു. ഹെഡ്ഗേവാറിന്റെ ജീവചരിത്രം എടുത്താൽ 1922-ൽ നിസ്സഹകരണപ്രസ്ഥാനകാലത്ത് ഒരു പ്രസംഗത്തിന്റെ പേരിൽ ജയിലിൽ പോയതല്ലാതെ ദേശീയസ്വാതന്ത്ര്യത്തിനുവേണ്ടി ഒരു ത്യാഗവും ചെയ്തതായി കാണാനാവില്ല. ഹെഡ്ഗേവാറിന്റെ പിൻഗാമിയായി 1940-ൽ തെരഞ്ഞെടുക്കപ്പെട്ട ഗോൾവാൾക്കർ ബ്രിട്ടീഷുകാർക്കെതിരെ സ്വാതന്ത്ര്യത്തിനുവേണ്ടി ഇന്ത്യ കത്തിനിന്ന നാളുകളിൽ ദേശീയപ്രസ്ഥാനത്തിൽ പങ്കെടുക്കുകയോ ഒരു നിമിഷനേരം പോലും ബ്രിട്ടീഷ് ജയിലിന്റെ അകം കാണുകയോ ചെയ്തിട്ടില്ല!

ഇക്കൂട്ടരാണ് ഇന്ന് ദേശീയതയെക്കുറിച്ചുള്ള വാചാടോപങ്ങളുമായി ന്യൂനപക്ഷങ്ങളെയും തങ്ങൾക്ക് അനഭിമതരായ ജനസമൂഹങ്ങളെയും ദേശവിരുദ്ധരായി മുദ്രകുത്തി വേട്ടയാടുന്നത്. എഴുത്തുകാരോടും കലാകാരന്മാരോടും പാക്കിസ്ഥാനിലേക്ക് വിട്ടോളാൻ ആക്രോശിക്കുന്നത്.

നാടാകെ തങ്ങൾക്കനഭിമതമായ കലാസൃഷ്ടികളെയും കലാകാരന്മാരെയും ബുദ്ധിജീവികളെയും ആൾക്കൂട്ട ആക്രമണങ്ങൾക്ക് വിധേയമാക്കുന്നത് സിനിമകൾക്ക് ആൾക്കൂട്ട സെൻസർഷിപ്പുകൾ ഏർപ്പെടുത്തുന്നത്. 1938–ൽ പ്രസിദ്ധീകരിച്ച ഗോൾവാൾക്കറുടെ *നമ്മൾ അഥവാ നമ്മുടെ ദേശീയത നിർവ്വചിക്കപ്പെടുന്നു* എന്ന പുസ്തകമാണ് ഹിന്ദുരാഷ്ട്രവാദം അതിശക്തമായി ഉയർത്തിയത്. ഹിന്ദുക്കൾ ഒരു രാഷ്ട്രമാണെന്ന വാദത്തിലൂടെ ദേശീയപ്രസ്ഥാനത്തെ തകർക്കാനുള്ള ദ്വിരാഷ്ട്ര വാദത്തിന് ബ്രിട്ടീഷുകാർ ആഗ്രഹിച്ച രീതിയിൽ ധ്രുവീകരണം ഉണ്ടാക്കുകയാണ് ഗോൾവാൾക്കർ ചെയ്തത്. മുസ്ലീം രാഷ്ട്രവാദം ഉന്നയിച്ച മുസ്ലീംലീഗിന്റെ 1940 ലെ ലാഹോർ പ്രമേയത്തിന് രണ്ടുവർഷം മുമ്പാണ് ഗോൾവാൾക്കർ 'ദ്വിരാഷ്ട്രം' എന്ന പരികൽപ്പനയ്ക്ക് ഹിന്ദുപക്ഷത്തു നിന്നുള്ള അക്രമോത്സുകമായ ആവിഷ്കാരം നൽകുന്നത്.

ബ്രിട്ടീഷുകാരെ എതിർക്കുക എന്നത് ഒരു പിന്തിരിപ്പൻ നയമായിട്ടാണ് ഹെഡ്ഗേവാർ മുതൽ ഗോൾവാൾക്കർ വരെയുള്ള ആർ എസ് എസ് നേതാക്കൾ എന്നും കണ്ടത്. വളരെ വിചിത്രവും ദേശദ്രോഹപരവുമായ നിലപാടായിരുന്നു അവരുടേത്. ഭൂപരമായ ദേശീയതയുടെയും പൊതുവിപത്തിന്റെയും (ബ്രിട്ടീഷ് വിരുദ്ധം) തത്വങ്ങളുടെ അടിസ്ഥാനത്തിലാണ് ഇന്ത്യൻ ദേശീയതയുടെ അസ്ഥിത്വം എന്നതിനാൽ യഥാർത്ഥ ഹിന്ദുദേശീയതയുടെ ആവേശം നഷ്ടപ്പെട്ടുപോകുകയാണെന്നാണല്ലോ ഗോൾവാൾക്കർ വ്യാകുലപ്പെടുന്നത്. ബ്രിട്ടീഷ് കൊളോണിയൽ വാഴ്ചക്കെതിരായ പ്രതിഷേധവും പ്രക്ഷോഭവും ദേശാഭിമാനത്തിന്റെയും ദേശീയതയുടെയും പര്യായമായി മാറുന്നതിനെയാണ് ഗോൾവാൾക്കർ ബ്രിട്ടീഷുകാരിൽ നിന്ന് അച്ചാരം വാങ്ങിയ ഒരു ഏജന്റിനെപ്പോലെ ആക്ഷേപിക്കുന്നത്.

ബ്രിട്ടീഷ് വിരുദ്ധ ദേശീയതയിൽനിന്നും ഇന്ത്യക്കാരെ രക്ഷിക്കാനാണല്ലോ ആർ എസ് എസ് രൂപീകരിച്ചത്. ബ്രിട്ടന് പകരം മുസ്ലീങ്ങളെ ഹിന്ദുക്കളുടെ മുഖ്യശത്രുക്കളായി പ്രഖ്യാപിക്കുകയും മുസ്ലീങ്ങളെ പ്രതിരോധിക്കാനുള്ള കലാപങ്ങൾ സംഘടിപ്പിക്കുകയായിരുന്നു ആർ എസ് എസിന്റെ പരിപാടി. 1923 ലെ നാഗപ്പൂർ കലാപത്തിന്റെ പശ്ചാത്തലത്തിലാണ് ആർ എസ് എസ് പിറന്നുവീഴുന്നത്. തുടർന്ന് ചെറുതും വലുതുമായ ഒട്ടേറെ കലാപങ്ങൾ ആർ എസ് എസ് മുസ്ലീംവിരുദ്ധമായ ഹിന്ദുദേശീയത രൂപപ്പെടുത്താനായി അതിന്റെ ശൈശവദശയിൽത്തന്നെ നടത്തിയിട്ടുണ്ട്. ഹിന്ദുസമുദായ ബോധം വളർത്തി മുസ്ലീംവിരുദ്ധമായ ദേശീയബോധം വികസിപ്പിക്കാനാണ് ആർ എസ് എസ് ശ്രമിച്ചിട്ടുള്ളത്. 1927 ലെ സെപ്തംബറിലെ നാഗപ്പൂർ കലാപം ഈ ദിശയിൽ ആർ എസ് എസ് നടത്തിയ ഒരു പരീക്ഷണമാണ്. കേഡർമാരെ പരിശീലിപ്പിക്കാനും അവരെ ലാത്തിയും വാളും കുന്തവുമെല്ലാം ഉപയോഗിക്കുന്നവരാക്കി വളർത്താനും അതുവഴി ഹിന്ദുരാഷ്ട്രനിർമ്മിതിക്കായുള്ള ഒരു സേനാദളമായി ആർ എസ് എസിനെ മാറ്റാനുമുള്ള ആത്മവിശ്വാസമാണ് നാഗപ്പൂർ കലാപം അവർക്ക് നൽകിയത്.

ബ്രിട്ടീഷ് അനുകൂലമായ ആർ എസ് എസ് നീക്കങ്ങൾക്ക് ബ്രിട്ടീഷ് ആഭ്യന്തരവകുപ്പിന്റെ എല്ലാ സഹായങ്ങളും ഉണ്ടായിരുന്നു. ഇന്ത്യയിൽ ബ്രിട്ടീഷ് ഭരണം സുരക്ഷിതമായി തുടരാൻ ആർ എസ് എസിന്റെ പ്രവർത്തനങ്ങൾ സഹായകരമായിരിക്കുമെന്നാണ് ബ്രിട്ടീഷ് പൊളിറ്റിക്കൽ ഇന്റലിജൻസ് വിഭാഗം കണക്കാക്കിയത്. ബ്രിട്ടീഷ് പൊളിറ്റിക്കൽ ഇന്റലിജൻസ് ഡിപ്പാർട്ടുമെന്റിലെ ഒരു ഉദ്യോഗസ്ഥനായ ഇ ജെ ബവ്റിജ് 1942 ൽ ആർ എസ് എസിനെക്കുറിച്ച് നടത്തിയിട്ടുള്ള നിരീക്ഷണം അവരുടെ കൊളോണിയൽ ദാസ്യം കൃത്യമായി വ്യക്തമാക്കുന്നതാണ്. ബവ്റിജ് നിരീക്ഷിക്കുന്നത് ഹിന്ദുമഹാസഭയും ആർ എസ് എസും ഒന്നിച്ചിനിൽക്കുന്നിടത്തോളം ഇന്ത്യയിലെ ബ്രിട്ടീഷ് വാഴ്ചയ്ക്ക് ഒരാപത്തും ഉണ്ടാകില്ലെന്നാണ്. ബ്രിട്ടീഷ് വിരുദ്ധമായ ഒരു പ്രവർത്തനത്തിലും ഏർപ്പെടുന്നതിന് ആർ എസ് എസിന് താല്പര്യമില്ലെന്നും തങ്ങളുടെ രാഷ്ട്രീയമരണത്തിനിടയാക്കുന്ന സംഭവങ്ങൾ ഉണ്ടാകാൻ പോകുകയാണെന്ന് ഭയപ്പെടുമ്പോൾ മാത്രമേ ആർ എസ് എസ് ബ്രിട്ടീഷുകാർക്കെതിരായ പ്രവർത്തനങ്ങളിൽ ഇടപെടുകയുള്ളു എന്നാണ് ബവ്റിജ് വിശ്വാസം പ്രകടിപ്പിക്കുന്നത്.

ബ്രിട്ടീഷുകാരെ സഹായിച്ചുകൊണ്ടുതന്നെ തങ്ങളുടെ ക്രമപ്രവൃദ്ധമായ വളർച്ചയ്ക്കുള്ള തയ്യാറെടുപ്പുകളാണ് ആർ എസ് എസ് നടത്തുന്നതെന്നാണ് ബവ്റിജ് നിരീക്ഷിച്ചത്. ഒരു നിയമവും ലംഘിക്കരുതെന്നും അധികൃതരുമായി ഏറ്റുമുട്ടരുതെന്നും ആർ എസ് എസ് തീരുമാനിച്ചിട്ടുണ്ടെന്നും ഈ ഇന്റലിജൻസ് ഉദ്യോഗസ്ഥൻ പറയുന്നുണ്ട്. പക്ഷേ, ഇതിന് രണ്ട് അപവാദങ്ങൾ ഉണ്ടെന്നാണ് അദ്ദേഹത്തിന്റെ റിപ്പോർട്ട് ചൂണ്ടിക്കാട്ടിയത്. ഒന്ന്, അമിതമായ സാമുദായിക സങ്കുചിത്വംമൂലം ആർ എസ് എസ് വർഗീയ ലഹളകളിലും മറ്റ് പ്രവർത്തനങ്ങളിലും എടുത്തുചാടുന്നു. രണ്ട്, യൂണിഫോം ധരിക്കുകയും പരേഡ് സംഘടിപ്പിക്കുകയും ചെയ്യുന്നതിന് 1940 ൽ ഏർപ്പെടുത്തിയ നിരോധനത്തിൽ ആർ എസ് എസിന് പ്രതിഷേധം ഉണ്ടായിരുന്നു. പക്ഷേ, ബ്രിട്ടീഷുകാരുടെ നിരോധന ഉത്തരവുകൾ ആർ എസ് എസ് പാലിച്ചിരുന്നുവെന്നും അവരുടെ ഇക്കാര്യത്തിലുള്ള സന്നദ്ധത നിരീക്ഷിച്ച് മനസ്സിലാക്കിയിട്ടുണ്ടെന്നും ബവ്റിജ് പറയുന്നുണ്ട്. അതായത് ബ്രിട്ടീഷ് ഏജൻസിപണി വളരെ വിശ്വസ്തതയോടെ വിധേയത്വത്തോടെ ചെയ്തുവന്നവരാണ് ആർ എസ് എസുകാർ! സായിപ്പിന്റെ മുമ്പിൽ കവാത്ത് മറന്ന ഈ കുറുവടി സംഘമാണ് ഇന്ന് രാജ്യമാകെ ന്യൂനപക്ഷങ്ങളെയും ദളിതരെയും ഭിന്നാഭിപ്രായമുള്ളവരെയും ആക്രമിച്ചും കൊലചെയ്തും ഭീതിപടർത്തുന്നത് എന്നോർക്കണം പൗരത്വത്തെ മതാധിഷ്ഠിതമാക്കി ന്യൂനപക്ഷവേട്ടയ്ക്ക് ഗതിവേഗം പകരുന്നത്. ഭരണഘടനയെ തകർത്ത് മതരാഷ്ട്രമാക്കി ഇന്ത്യയെ മാറ്റാനുള്ള കുത്സിതനീക്കങ്ങൾ നടത്തുന്നത്.

ഗാന്ധിജിയോടും കോൺഗ്രസിനോടുമുള്ള ആർ എസ് എസിന്റെ എതിർപ്പ് തങ്ങളുടെ ഏറ്റവും വലിയ ശത്രുക്കളായ മുസ്ലീങ്ങളെ മാറോട

ണയ്ക്കുകയും അങ്ങനെ തങ്ങളുടെ നിലനിൽപ്പിനെ അപകടത്തിലാക്കുകയും ചെയ്യുന്നുവെന്നതായിരുന്നു. ഹിന്ദുരാഷ്ട്രത്തിന്റെ പരിപാവനത്വവും ശുദ്ധിയും ചാതുർവർണ്യത്തിലാണെന്നും ഒരുമടിയുമില്ലാതെ പ്രഖ്യാപിച്ച ആർ എസ് എസിന്റെ പ്രത്യയശാസ്ത്രം ഫ്യൂഡൽ പുരുഷാധിപത്യമൂല്യങ്ങളിൽ അധിഷ്ഠിതമായ സവർണ കൊളോണിയൽ അടിത്തറയിലാണ് രൂപപ്പെട്ടത്. 1931 ൽ കറാച്ചി പ്രമേയത്തിലൂടെ കോൺഗ്രസ് മുന്നോട്ടുവെച്ച മതനിരപേക്ഷ ജനാധിപത്യ ഇന്ത്യ എന്ന പരികൽപ്പനയ്ക്ക് വിരുദ്ധമായ മതരാഷ്ട്രസങ്കൽപ്പമാണ് ആർ എസ് എസ് ഗോൾവാൾക്കറിസത്തിലൂടെ പ്രചരിപ്പിച്ചത്.

1940 ൽ ആർ എസ് എസിന് പരിശീലനം സിദ്ധിച്ച ഒരു ലക്ഷം വളണ്ടിയർമാർ ഉണ്ടെന്നാണ് അവർ അവകാശപ്പെട്ടത്. ഈ ഒരു ലക്ഷം വളണ്ടിയർമാർ 1940 കളിലെ ബ്രിട്ടീഷ് വിരുദ്ധ പ്രക്ഷോഭങ്ങളുടെ കാലത്ത് എന്താണ് ചെയ്തതെന്ന ചോദ്യം പ്രസക്തമല്ലേ? അതിന് ഉത്തരം തേടുമ്പോഴാണ് ആർ എസ് എസിന്റെ കടുത്ത ദേശീയവഞ്ചനയും രാജ്യദ്രോഹവും കൃത്യമായി മനസ്സിലാക്കാനാവുക. ഗാന്ധിയുടെ നേതൃത്വത്തിൽ ത്യാഗിവര്യന്മാരായ സ്വാതന്ത്ര്യപോരാളികൾ തടവറകൾക്കകത്തും പുറത്തും ദേശീയസ്വാതന്ത്ര്യത്തിനുവേണ്ടി എല്ലാം ഉപേക്ഷിച്ച് പോരാടുകയായിരുന്നു. അക്കാലത്ത് ഏകദേശം ഇരുപതിനായിരത്തിലധികം സ്വാതന്ത്ര്യസമരസേനാനികൾ ബ്രിട്ടീഷ് തടവറയിലായിരുന്നു. കോൺഗ്രസുകാരും കമ്യൂണിസ്റ്റുകാരും സോഷ്യലിസ്റ്റുകളുമെല്ലാം ഇക്കൂട്ടത്തിലുണ്ടായിരുന്നു.

എന്നാൽ ഒരുലക്ഷം അംഗബലമുള്ള ആർ എസ് എസ് പ്രവർത്തകരിൽ നിന്ന് ഒരാൾപോലും ഇക്കൂട്ടത്തിലുണ്ടായിരുന്നില്ല. സമരമുഖത്തും ജയിലറകളിലും ആർ എസ് എസിന്റെ അസാന്നിധ്യം അവരുടെ ഭീരുത്വം മാത്രമല്ല ദേശദ്രോഹ രാഷ്ട്രീയ ചരിത്രത്തെക്കൂടിയാണ് വെളിവാക്കുന്നത്. ഹെഡ്ഗേവാർ മുതൽ ഗോൾവാൾക്കർ വരെയുള്ള ആർ.എസ്. എസുകാരുടെ രാജ്യസ്നേഹമെന്നത് മുസ്ലീം വിരോധവും കമ്യൂണിസ്റ്റ് വിരോധവും കൂടിചേർന്ന ബ്രിട്ടീഷ് പാദസേവയായിരുന്നു!

ക്വിറ്റിന്ത്യാ സമരത്തെ തുടർന്ന് രാജ്യമാസകലം ദേശീയവാദികൾ വേട്ടയാടപ്പെട്ടു. 1942 ൽ ഔദ്യോഗിക കണക്കുപ്രകാരം പൊലീസ് പട്ടാള വെടിവെപ്പിൽ മാത്രം 1060 പേരാണ് മരണമടഞ്ഞത്. സംഘപരിവാറിന്റെ രാഷ്ട്രീയ മുഖമായ ബി ജെ പി നേതാവ് ഇന്ത്യയുടെ മുൻപ്രധാനമന്ത്രി അടൽബിഹാരി വാജ്പേയ് ഉൾപ്പെടെയുള്ളവർ ക്വിറ്റ്ഇന്ത്യ സമരകാലത്ത് മാപ്പെഴുതി കൊടുത്ത് ബ്രിട്ടീഷുകാർക്ക് കീഴടങ്ങുകയായിരുന്നല്ലോ. ഗാന്ധിയുടെ ആഹ്വാനം കേട്ട് ഔദ്യോഗിക പദവികളും ബിരുദങ്ങളും വരെ വലിച്ചെറിഞ്ഞ് രണ്ടും കൽപ്പിച്ചുള്ള ഒരു സമരത്തിൽ ദേശീയവാദികളാകെ അണിനിരന്നപ്പോൾ ഹിന്ദുമഹാസഭക്കാരായ ശ്യാമപ്രസാദ് മുഖർജിയേപോലുള്ളവർ നിയമസഭകളിലും ഔദ്യോഗിക പദവികളിലും അള്ളിപ്പിടിച്ചിരിക്കുകയായിരുന്നു. ജനസംഘത്തിന്റെ രൂപീകരണത്തിന്

നേതൃത്വം കൊടുത്ത ഈ ശ്യാമപ്രസാദ് മുഖർജിയെപോലുള്ളവരാണല്ലോ ബി ജെ പിയുടെ ആദർശപുരുഷന്മാർ!

കോൺഗ്രസുകാരെല്ലാം ജയിലിലേക്ക് പോയപ്പോൾ ആ സൗകര്യം ഉപയോഗിച്ച് ബ്രിട്ടീഷ് സൗജന്യങ്ങളും അധികാരത്തിന്റെ പങ്കും അനുഭവിക്കാനാണ് ഹിന്ദുമഹാസഭയും ഗോൾവാൾക്കറുടെ ആർ എസ് എസും തീരുമാനിച്ചത്. അതെ, ബ്രിട്ടീഷ് പൊളിറ്റിക്കൽ ഇന്റലിജൻസ് ഉദ്യോഗസ്ഥനായ ഇ ജെ ബവ്റിജ് നിരീക്ഷിച്ചതുപോലെ; "സംഘത്തിന് നിയമത്തിന്റെ നല്ലവശം നോക്കി നിൽക്കാനും അധികാരികളുമായി തെറ്റാതെ സൂക്ഷിക്കാനും പൊതുവായ ധാരണയുണ്ട്." ആർ എസ് എസിന്റെ ദേശാഭിമാനം ബ്രിട്ടീഷുകാർക്കുമുന്നിൽ കുമ്പിടുന്നതായിരുന്നു. ബ്രിട്ടീഷ് സേവയായിരുന്നു അവരുടെ രാഷ്ട്രസേവനമെന്നത്.

രാജ്യമാകെ രണ്ടാം ലോകമഹായുദ്ധാനന്തരം ബ്രിട്ടീഷുകാർക്കെതിരെ തിളച്ചുമറിയുകയായിരുന്നു. 1945 ൽ ഐ എൻ എ തടവുകാരോട് ഐക്യദാർഢ്യം പ്രഖ്യാപിച്ചുകൊണ്ടുള്ള പ്രക്ഷോഭത്തിലും 1946 ലെ റോയൽനേവി കലാപത്തിന് പിന്തുണ നൽകിക്കൊണ്ടുള്ള ദേശീയ മുന്നേറ്റങ്ങളിലും ആർ എസ് എസ് ഉണ്ടായിരുന്നില്ല. 1947 വരെ ഗോൾവാൾക്കറും ആർ എസ് എസും വിശ്വസിച്ചിരുന്നത് ഇന്ത്യക്ക് സ്വാതന്ത്ര്യം കിട്ടില്ല എന്നു തന്നെയായിരുന്നു. ഹിന്ദുരാഷ്ട്രവാദത്തിന്റെ മൗഢ്യങ്ങളിൽ കിടന്ന് ദേശീയപ്രസ്ഥാനത്തെ അവഗണിച്ച പാരമ്പര്യമാണ് ആർ എസ് എസിനുള്ളത്. ബ്രിട്ടീഷുകാർ ഇന്ത്യ വിട്ടാൽ മുസ്ലീം വാഴ്ച പുനഃസ്ഥാപിക്കുന്നതിന് ഇടയാകുമെന്നാണ് ആർ എസ് എസ് സ്വന്തം അണികൾക്കിടയിൽ സ്ഥിരമായി പ്രചരണം നടത്തിയത്.

*രാഷ്ട്രീയസ്വയംസേവക്സംഘ്* എന്ന പുസ്തകത്തിന്റെ കർത്താവായ ദേശ്രാജ്ഗോയൽ 1947 ആഗസ്റ്റ് രണ്ടാം വാരത്തിൽ പഞ്ചാബിലെ ഫഗ്വാരയിൽ നടന്ന ആർ.എസ്.എസിന്റെ ഒ ടി സി ക്യാമ്പിന്റെ ദൃക്സാക്ഷിയായിരുന്നു. എസ് ആർ ഗോയൽ രേഖപ്പെടുത്തിയിരിക്കുന്നത് നോക്കൂ; ക്യാമ്പിൽ പങ്കെടുത്ത ഒരാൾ ചോദിച്ചു? "ബ്രിട്ടീഷുകാർ ഇന്ത്യ വിടുകയാണ് ഇനി ആർ എസ് എസിന്റെ പങ്ക് എന്തായിരിക്കും?" ആ ചോദ്യം കേട്ട് ആർ എസ് എസ് തലവൻ ഗോൾവാൾക്കർ പൊട്ടിച്ചിരിച്ചു. ബ്രിട്ടീഷുകാർ ഇന്ത്യവിടുമെന്ന് നിങ്ങൾ വിശ്വസിക്കുന്നുണ്ടോ? അദ്ദേഹത്തിന്റെ മറുചോദ്യം. അധികാരം കൈയാളാൻ കച്ചകെട്ടിനിൽക്കുന്നവർ ഒന്നിനും കൊള്ളാത്തവരാണ്. ഒരു മാസംപോലും ഭരണം നടത്താൻ അവർക്കാവില്ല. അവർ തന്നെ ബ്രിട്ടീഷുകാരോട് തിരിച്ചുവരാൻ കേണപേക്ഷിക്കും. അപ്പോൾ ആർ എസ് എസ് അതിന്റെ പഴയപണി തുടരേണ്ടിവരും എന്ന് ഗോൾവാൾക്കർ കൂട്ടിച്ചേർത്തു. ആ പഴയപണി മറ്റൊന്നുമല്ല വർഗീയ വിദ്വേഷം പടർത്തി ജനകീയ ഐക്യം തകർക്കുക എന്നതുതന്നെ!

1946 ൽ പാക്കിസ്ഥാൻ വാദമുയർത്തി ജിന്നയും ലീഗും പ്രത്യക്ഷസമരത്തിന് ആഹ്വാനം ചെയ്തതോടെ ഉളവായ സാഹചര്യത്തെ ഉപ

യോഗപ്പെടുത്തിക്കൊണ്ട് ആർ എസ് എസുകാർ നാടുനീളെ വർഗീയ ലഹളകൾ നടത്തി. ഗോൾവാൾക്കർ 'ഹിന്ദുമുസ്ലീം ഐക്യം കൂടാതെ സ്വരാജ് ഇല്ലെന്ന്' പ്രഖ്യാപിക്കുന്നവർ സമൂഹത്തോട് കടുത്ത വഞ്ചന കാണിക്കുകയാണെന്നും മഹത്തും പൗരാണികവുമായ ഒരു വംശത്തിന്റെ ശക്തിയെ ചോർത്തിക്കളയുകയാണെന്നും ആക്ഷേപമുന്നയിച്ചു. രാജ്യത്തിന്റെ ഐക്യത്തെയും അഖണ്ഡതയെയുംകുറിച്ച് വാചകമടിക്കുന്ന ആർ എസ് എസുകാർ ഇന്ത്യയുടെ മതാധിഷ്ഠിത വിഭജനത്തിൽ മുസ്ലീംലീഗിനെപോലെ പങ്കുവഹിച്ചവരാണ്.

1947 നുശേഷം ഇന്ത്യാവിഭജനത്തെ ഹിന്ദുക്കൾക്ക് സംഭവിച്ച പരാജയമായി പ്രചരിപ്പിച്ചവർ നാട്ടുരാജാക്കന്മാരുടെ ഇന്ത്യൻ യൂണിയനുകളിൽ നിന്ന് തങ്ങളുടെ ഭരണപ്രദേശങ്ങളെ വേർപെടുത്താനുള്ള നീക്കങ്ങൾക്ക് പിന്തുണ നൽകുകയായിരുന്നു. ആർ എസ് എസിന്റെ നാട്യങ്ങളും കപടനിലപാടുകളുമാണ് ഇതിലൂടെ പുറത്തുവന്നത്. ഇന്ത്യയെ നിരവധി നാട്ടുരാജ്യങ്ങളായി വിഘടിപ്പിക്കാനുള്ള കാശ്മീരിലെ ദോഗ്ര മഹാരാജാവ് തൊട്ട് തിരുവിതാംകൂറിലെ മഹാരാജാവ് വരെയുള്ളവരുടെ അഞ്ചാം പത്തികളായിട്ടാണ് സ്വാതന്ത്ര്യത്തിനുശേഷം ആർ എസ് എസ് പ്രവർത്തിച്ചത്. ഇതിന് പ്രതിഫലമായി രാജാക്കന്മാരിൽ നിന്ന് ഉദാരമായ സഹായവും ആർ എസ് എസിന് കിട്ടിയിട്ടുണ്ട്. ജോദ്പൂർ, അൽവാർ, ഭരത്പൂർ, ബറോഡ എന്നിവിടങ്ങളിലെ രാജാക്കന്മാർ ആർ എസ് എസിന് ഉദാരമായ സഹായങ്ങൾ ചെയ്തുകൊടുത്തുകൊണ്ടിരുന്നു.

കാശ്മീർ ഇന്ത്യൻ യൂണിയനിൽ ചേരുന്നതിനെതിരെ നിലപാട് സ്വീകരിച്ച ദോഗ്ര മഹാരാജാവിന് ആർ എസ് എസ് പിന്തുണ നൽകുകയായിരുന്നു. സ്വതന്ത്ര കാശ്മീർ വാദം ഹിന്ദുപക്ഷത്തുനിന്ന് മുസ്ലീംവിരുദ്ധ നിലപാടുമൂലം ഉയർത്തിയവരാണ് ആർ എസ് എസുകാർ. ഷെയ്ക്ക് അബ്ദുള്ളയുടെ നേതൃത്വത്തിൽ കാശ്മീർ ഇന്ത്യൻ യൂണിയനിലെ സംസ്ഥാനമായതിനുശേഷവും ആർ എസ് എസ് അവരുടെ തട്ടിപ്പ് തുടരുകയാണുണ്ടായത്. അക്രമികളെ പ്രതിരോധിക്കുന്നതിന് രൂപീകരിച്ച നാഷണൽ മിലീഷ്യ എന്ന വളണ്ടിയർ സംഘടനയിലെ അംഗങ്ങളുടെ കൈയിൽ നിന്ന് ആർ എസ് എസുകാർ ആയുധങ്ങളും വെടിക്കോപ്പുകളും പിടിച്ചെടുക്കുകയായിരുന്നുവെന്ന് അന്നത്തെ കാശ്മീർ ആഭ്യന്തര മന്ത്രി ഭക്ഷിഗുലാംമുഹമ്മദ് കേന്ദ്രസർക്കാരിൽ ആവർത്തിച്ച് പരാതിപ്പെട്ടിട്ടുണ്ട്. ഇന്ത്യയിൽ നിന്ന് നാട്ടുരാജ്യങ്ങൾ വേറിട്ടുപോകുന്നതിനുവേണ്ടി പ്രവർത്തിക്കുന്ന ദേശവിരുദ്ധ ശക്തികളെ സഹായിച്ച പാരമ്പര്യമാണ് ആർ.എസ്.എസിനുള്ളത്. കാശ്മീരിനെ ഇന്ത്യയോട് ചേർത്ത 370–ാം വകുപ്പ് റദ്ദ് ചെയ്ത മോദിയുടെയും അമിത്ഷായുടെയും പൂർവ്വികർ 565 നാട്ടുരാജ്യങ്ങളായി ഇന്ത്യ നിലനിൽക്കണമെന്ന് ആഗ്രഹിച്ച, ഇന്ത്യയുടെ സംയോജന പ്രക്രിയയെ വെല്ലുവിളിച്ച നാട്ടുരാജാക്കന്മാരുടെ ചോറ്റുപട്ടാളമായി പ്രവർത്തിച്ചവരാണ്.

1947 ലെ ഇന്ത്യാവിഭജനത്തിൽ ലക്ഷോപലക്ഷം മനുഷ്യരുടെ ജീവ

നാണ് നഷ്ടപ്പെട്ടത്. മുസ്ലീംലീഗെന്നപോലെ ഹിന്ദുമഹാസഭയും ആർ എസ് എസുമാണ് ഈ കൂട്ടക്കൊലകൾക്ക് ചാലകശക്തിയായി വർത്തിച്ചത്. 1960 നും 71 നുമിടയ്ക്ക് ഇന്ത്യയിൽ 7,964 വർഗീയകലാപങ്ങൾ നടന്നിട്ടുണ്ട്. 1972 നും 84 നുമിടയ്ക്ക് 6510 ഉം 85 നും 89 നുമിടയ്ക്ക് 2,400 വർഗീയകലാപങ്ങളും നടന്നിട്ടുണ്ട്. 1923 മുതൽ ഹിന്ദുമുസ്ലീം സ്പർദ്ധ വളർത്താനായി ബ്രിട്ടീഷ് സഹായത്തോടെ ഹിന്ദുമഹാസഭയും പിന്നീട് ആർ.എസ്.എസും പ്രവർത്തിച്ചുവെങ്കിൽ 1947 നുശേഷം അമേരിക്കയുടെയും ഇന്ത്യൻ കുത്തകവർഗങ്ങളുടെയും വിശ്വസ്തസേവകരായി ആഗോളമൂലധനത്തിന്റെ സാമന്തപ്രദേശമാക്കി ഇന്ത്യയെ മാറ്റാനാണ് അവർ നിരവധിയായ വർഗീയ പ്രവർത്തനങ്ങളിലൂടെയും തങ്ങൾക്ക് ലഭിച്ച കേന്ദ്രാധികാരത്തിലൂടെയും ശ്രമിച്ചത്.

## ഇന്ത്യൻ ഫാസിസത്തിന്റെ കാലാൾപ്പട

ഫാസിസത്തിന്റെയും നാസിസത്തിന്റെയും അടിസ്ഥാനപ്രമാണം അപരമതവംശവിരോധത്തിലധിഷ്ഠിതമായ പ്രത്യയശാസ്ത്രമാണ്. ഫാസിസ്റ്റ് രാഷ്ട്രീയത്തിന്റെ സ്വാഭാവിശേഷങ്ങളെ പല പണ്ഡിതരും വിശകലനം ചെയ്ത് പറഞ്ഞിട്ടുള്ളത്; സങ്കുചിത ദേശീയവികാരങ്ങളെ ആളിക്കത്തിക്കുക, മതാധിഷ്ഠിതമോ വംശാധിഷ്ഠിതമോ ആയ ചില ന്യൂനപക്ഷവിഭാഗങ്ങളെ അപകടകാരികളായി മുദ്രകുത്തുക, അവരെ അന്യരായി മുദ്രകുത്തി വേട്ടയാടുക, സാമൂഹ്യനീതിയോടും സോഷ്യലിസം പോലുള്ള പുരോഗമനാശയങ്ങളോടും ശത്രുതവളർത്തുക, പുരോഗമനപ്രസ്ഥാനങ്ങളെ വിദേശചരക്കുകളായി അധിക്ഷേപിച്ച് അവയ്ക്കെതിരെ അവജ്ഞ വളർത്തുക, ജനങ്ങളുടെ സമത്വാഭിലാഷങ്ങളെയും സ്വാതന്ത്ര്യവാഞ്ഛയെയും പരിഹസിക്കുക, പറ്റുമെങ്കിൽ അവയെ നിർമ്മാർജ്ജനം ചെയ്യുക..... ഇതെല്ലാമാണ് ഫാസിസത്തിന്റെ സ്വഭാവവിശേഷങ്ങളും പ്രചാരണരീതിയും.

ന്യൂനപക്ഷങ്ങൾക്കും പുരോഗമനശക്തികൾക്കുമെതിരെ നുണപ്രചാരണങ്ങളിലൂടെ വിദ്വേഷത്തിന്റെ ഉന്മാദം വളർത്തുകയാണ് ഫാസിസത്തിന്റെ പ്രചാരകന്മാർ ചരിത്രത്തിലെല്ലായിടത്തും ചെയ്തിട്ടുള്ളത്. ഇത് മനോരോഗസമാനമായ ഫാസിസത്തിന്റെ പ്രത്യയശാസ്ത്രവൽക്കരണമാണ്. തങ്ങളുടെ മതവും വംശവുമെല്ലാം അപകടത്തിലാണെന്നും അവഗണനയിലാണെന്നും പ്രചരിപ്പിച്ച് മനുഷ്യമനസ്സിൽ വിദ്വേഷത്തിന്റെ വേലിയേറ്റങ്ങൾ സൃഷ്ടിക്കുകയാണ് ലോകത്തെല്ലായിടത്തും മതവംശീയവാദികളായ ഫാസിസ്റ്റ് സംഘടനകൾ ചെയ്തിട്ടുള്ളത്. തങ്ങൾക്കനഭിമതരായ ജനസമൂഹങ്ങൾക്കെതിരെ ആൾക്കൂട്ടങ്ങളെ ഇളക്കിവിടുകയാണ് ഇക്കൂട്ടരുടെ പ്രചാരണതന്ത്രം. മനുഷ്യവംശത്തെ നിഷ്ഠൂരമായ കലാപങ്ങളിലേക്കും വംശഹത്യകളിലേക്കും തള്ളിവിട്ട സാർവദേശീയപാതകങ്ങളുടെ പരമ്പരയാണ് ഫാസിസ്റ്റുകൾ ചരിത്രത്തിലുടനീളം നടത്തിയിട്ടുള്ളത്. ഇറ്റലിയിൽ മുസ്സോളിനിയും ജർമ്മനിയിൽ ഹിറ്റ്ലറും സ്പെയിനിൽ

ഫ്രാങ്കോവും വംശവിദ്വേഷത്തിന്റെ ഉന്മത്തത സൃഷ്ടിച്ച് സെമിറ്റിക് വിഭാഗങ്ങളെയും കമ്യൂണിസ്റ്റുകളെയും വേട്ടയാടുകയായിരുന്നു.

അതുകൊണ്ടാണ് കമ്യൂണിസ്റ്റ് ഇന്റർനാഷണലിന്റെ ഏഴാം കോൺഗ്രസിൽ ഫാസിസത്തിന്റെ രാഷ്ട്രീയസമ്പദ്ശാസ്ത്ര അടിസ്ഥാനങ്ങളെ വിശകലനം ചെയ്തുകൊണ്ട് സഖാവ് ദിമിത്രോവ് നടത്തിയ ചരിത്രപ്രസിദ്ധമായ പ്രസംഗത്തിൽ ഫാസിസത്തിന്റെ സാംസ്കാരിക സ്വാധീനത്തിലേക്ക് വിരൽചൂണ്ടിക്കൊണ്ട് പറഞ്ഞത്; ഫാസിസത്തിന്റെ കോൺസെൻട്രേഷൻ ക്യാമ്പുകളേക്കാൾ കമ്യൂണിസ്റ്റുകാരും ജനാധിപത്യവാദികളും ഭയപ്പെടുന്നത് അതിന്റെ ജനസ്വാധീനത്തെയാണെന്നാണ്. ഫാസിസത്തിന്റെ രാഷ്ട്രീയ സംസ്കാരത്തെയും മനഃശാസ്ത്രപരമായ തലങ്ങളെയും വിശകലനം ചെയ്തുകൊണ്ട് വില്യംറീഹ് മനുഷ്യമനസ്സുകളിൽ അപരത്വബോധവും അന്യവംശവിരോധവും ഫാസിസ്റ്റുകൾ വളർത്തിയെടുക്കുന്നതെങ്ങനെയാണെന്ന് നിരീക്ഷിക്കുന്നുണ്ട്. *ഫാസിസത്തിന്റെ ആൾക്കൂട്ട മനഃശാസ്ത്രം* എന്ന അദ്ദേഹത്തിന്റെ കൃതി മനുഷ്യബന്ധങ്ങളുടെയും കുടുംബം ഉൾപ്പെടെയുള്ള സ്ഥാപനങ്ങളുടേതുമായ സൂക്ഷ്മവ്യവഹാര മണ്ഡലങ്ങളെ ഉപയോഗിച്ച് ഫാസിസ്റ്റുകൾ സ്വാധീനം ഉറപ്പിക്കുന്നത് എങ്ങനെയാണെന്നാണ് വിശകലനവിധേയമാക്കുന്നത്. ഫാസിസത്തിന്റെ സംസ്കാരത്തിന് ഒരു ജനത വിധേയപ്പെടുന്നത് എങ്ങനെയാണെന്നാണ് റീഹ് മനഃശാസ്ത്രപരമായി അപഗ്രഥനം ചെയ്യുന്നത്. അതേപോലെ ജർമ്മനിയിലെ കമ്യൂണിസ്റ്റ്ചിന്തകനായ ആർതർറോസൻബർഗ് *ഫാസിസം ഒരാൾക്കൂട്ടപ്രസ്ഥാനം* എന്ന തന്റെ കൃതിയിൽ ലിബറൽ ജനാധിപത്യമൂല്യങ്ങൾ പോലും ഉപേക്ഷിച്ച് മധ്യവർഗങ്ങളും ഇടത്തരം ബൂർഷ്വാകളും എങ്ങനെയാണ് ഫാസിസത്തിന്റെ ആൾക്കൂട്ടരാഷ്ട്രീയത്തിന്റെ വാഹകരായി അധഃപതിക്കുന്നതെന്ന് നിരീക്ഷിക്കുന്നുണ്ട്.

ഫാസിസത്തിന്റെ രാഷ്ട്രീയ സംസ്കാരത്തെക്കുറിച്ചുള്ള പഠനങ്ങളെല്ലാം പ്രചാരണത്തെയും പ്രത്യയശാസ്ത്രവൽക്കരണത്തെയും സംബന്ധിച്ച അപഗ്രഥനങ്ങൾ കൂടിയാണ്. ജനാധിപത്യവിരുദ്ധമായി മനുഷ്യമനസ്സുകളെ, പൊതുബോധത്തെ പാട്ടിലാക്കുന്ന പ്രചാരണതന്ത്രമാണ് ഫാസിസ്റ്റുകളുടേത്. ഹിറ്റ്ലറുടെ പ്രചാരകമന്ത്രിയായിരുന്ന ഗീബൽസ് നുണകൾ ആവർത്തിച്ച് സത്യമാക്കാമെന്ന് പരീക്ഷിച്ച് തെളിയിച്ച ഇരുപതാം നൂറ്റാണ്ടിലെ നുണയൻ സമൂഹത്തിന്റെ പിതാവാണ്. നുണകൾ പറയുമ്പോൾ വലിയ നുണകൾ പറയണമെന്നാണ് നാസി പത്രാധിപന്മാരെയും പബ്ലിക്റിലേഷൻസ് ഉദ്യോഗസ്ഥന്മാരെയും ഗീബൽസ് എപ്പോഴും ഉപദേശിച്ചിരുന്നത്. കമ്യൂണിസ്റ്റുകാരെയും ജൂതന്മാരെയുംകുറിച്ചുള്ള വലിയ നുണകൾ ജനങ്ങൾ വിശ്വസിക്കുമോ എന്ന് ആശങ്കപ്രകടിപ്പിച്ച പത്രാധിപന്മാരോട് ഗീബൽസ് പറഞ്ഞത്; നുണകൾ ആവർത്തിച്ച് ജൂതന്മാരെയും കമ്യൂണിസ്റ്റുകാരെയും സംശയത്തിന്റെ നിഴലിൽ ആക്കാമെന്നാണ്. തീയില്ലാതെ പുകയുണ്ടാവില്ലെന്ന ലളിതയുക്തിയുണർത്തി ജനങ്ങളെ നുണകൾ വിശ്വസിക്കുന്നവരാക്കാം എന്നാണ് ഗീബൽസ് തെളി

യിച്ചത്. നുണയൻസമൂഹത്തിന്റെ പ്രത്യയശാസ്ത്രമാണ് ഗീബൽസിന്റെ പ്രചാരണസിദ്ധാന്തം എന്നുവേണമെങ്കിൽ പറയാവുന്നതാണ്.

ഭൂരിപക്ഷമതത്തിന്റെ അടിസ്ഥാനത്തിലുള്ള മതരാഷ്ട്രവാദമാണ് ഫാസിസത്തിന്റെ പ്രത്യയശാസ്ത്രം. അത് വംശവുമാകാം. ഇന്ത്യയിൽ ഹിന്ദുരാഷ്ട്രനിർമ്മിതിയാണ് സംഘപരിവാറിന്റെ ലക്ഷ്യം. അതുകൊണ്ടാണ് ഇന്ത്യൻ ഫാസിസത്തിന്റെ കാലാൾപ്പടയായി ആർ എസ് എസിനെയും സംഘപരിവാറിനെയും നേരത്തെ മുതൽ പലരും വിശേഷിപ്പിച്ചത്. കൊളോണിയൽ വിരുദ്ധ സമരത്തിന്റെ സുദീർഘമായ ചരിത്രം അതിനെ അസ്ഥിരീകരിക്കാനുള്ള സാമ്രാജ്യത്വപ്രോക്തമായ മതരാഷ്ട്ര വാദത്തിന്റേതുകൂടിയാണ്. ഹിന്ദുമുസ്ലീം രാഷ്ട്രവാദം ഉയർത്തി ഇന്ത്യൻ ദേശീയ പ്രസ്ഥാനത്തെ ശിഥിലീകരിക്കാനാണ് സാമ്രാജ്യത്വവാദികൾ ശ്രമിച്ചത്. ഹിന്ദുമഹാസഭയുടെയും ആർ എസ് എസിന്റെയും രൂപീകരണപ്രക്രിയയിൽ ബ്രിട്ടീഷ് പൊളിറ്റിക്കൽ ഡിപ്പാർട്ടുമെന്റിന്റെ ഇടപെടലുകൾ വ്യക്തമാക്കുന്ന നിരവധി വിവരങ്ങൾ പലഗവേഷകരും പുറത്തുകൊണ്ടുവന്നിട്ടുണ്ട്. ഹിന്ദുമഹാസഭയും മുസ്ലീംലീഗും വർഗീയസംഘടനകൾ മാത്രമല്ല രാജ്യദ്രോഹസംഘടനകൾ കൂടിയാണെന്നാണ് ഇന്ത്യൻ നാഷണൽ കോൺഗ്രസിന്റെ അദ്ധ്യക്ഷനായിരുന്ന ഗോപാലകൃഷ്ണഗോഖലെ ഒരിക്കൽ പറഞ്ഞത്. പൗരന്മാരെ മതത്തിന്റെയും ജാതിയുടെയും അടിസ്ഥാനത്തിൽ രാഷ്ട്രീയവും സാമ്പത്തികവുമായ ആവശ്യങ്ങൾക്കായി സംഘടിപ്പിക്കുന്നതാണ് വർഗീയതയും സാമുദായികതയുമെല്ലാം. കൊളോണിയൽ അടിമത്വത്തെ ശാശ്വതീകരിച്ച് നിർത്താനും ദേശീയസ്വാതന്ത്ര്യ പ്രസ്ഥാനത്തെ ശിഥിലമാക്കാനുമാണ് മതരാഷ്ട്രവാദവും ഹിന്ദുമുസ്ലീം വർഗീയസംഘടനകളും അവയുടെ ജന്മകാലം മുതൽ ശ്രമിച്ചിട്ടുള്ളത്.

## വംശീയ ഉന്മൂലനത്തിന്റെ സിദ്ധാന്തവും പ്രയോഗവും

മുസ്ലീംവിരുദ്ധവും ദളിത് വിരുദ്ധവുമായ ബ്രാഹ്മണിപ്രത്യയശാസ്ത്രമാണ് ആർ എസ് എസിന്റെ പ്രയോഗശാസ്ത്രം. സവർക്കറുടെ *ഹിന്ദുത്വ* മുതൽ ഗോൾവാൾക്കറുടെ *നാം അഥവാ നമ്മുടെ ദേശീയത നിർവ്വചിക്കപ്പെടുന്നു*, *വിചാരധാര*വരെയുള്ള കൃതികളെല്ലാം ആർ എസ് എസിന്റെ പ്രത്യയശാസ്ത്രം ബ്രാഹ്മണാധികാരത്തിലധിഷ്ഠിതമായ ധർമ്മശാസ്ത്രങ്ങളാണെന്ന് വ്യക്തമാക്കുന്നുണ്ട്.

ഗോൾവാൾക്കറുടെ *വിചാരധാര*യിലെ ആന്തരിക ഭീഷണികൾ എന്ന അധ്യായത്തിലെ 3 ഉപശീർഷകങ്ങൾ അവരെത്രത്തോളം ന്യൂനപക്ഷങ്ങൾക്കും കമ്യൂണിസ്റ്റുകാർക്കും എതിരാണെന്നതിന്റെ വ്യക്തമായ സൂചനയാണ്. കൊളോണിയൽ ഭരണത്തിന്റെ പരിലാളനയിൽ ഇന്ത്യയിൽ പ്രവർത്തനമാരംഭിച്ച ആർ എസ് എസിന് നിർമ്മാർജനം ചെയ്യേണ്ട ശത്രുക്കൾ മുസ്ലീങ്ങളും, ക്രിസ്ത്യാനികളും, കമ്യൂണിസ്റ്റുകളുമാണ്! സാമ്രാജ്യത്വ അധികാരത്തിന്റെ സൗകര്യങ്ങളിൽ വളർന്നുവന്ന ഇന്ത്യൻ ബൂർഷ്വാസി ഭൂതകാലജീർണതകളുടെ സനാതനമഹത്വത്തെക്കുറിച്ചുള്ള കപ

ടപ്രചരണങ്ങളിലാണ് ഊന്നിയത് എന്നകാര്യം ഇന്ത്യൻ ദേശീയപ്രസ്ഥാനത്തിന്റെ വർഗപരമായ ദൗർബല്യങ്ങളെക്കുറിച്ച് പഠിച്ചിട്ടുള്ള പലരും ചൂണ്ടിക്കാട്ടിയിട്ടുണ്ട്. ഇന്ത്യയിൽ ഓറിയന്റലിസം പടച്ചുവിട്ട ജീർണചിന്താധാരകളുമായി സന്ധിചെയ്ത ബൂർഷ്വാവർഗങ്ങൾ ഹിന്ദുത്വവാദത്തിനും മുസ്ലീംരാഷ്ട്രവാദത്തിനും ഒരുപോലെ വെള്ളവും വളവും നൽകി എന്നതാണ് യാഥാർത്ഥ്യം. ഹിന്ദുമഹാസഭയും പിൽക്കാലത്ത് അതിന്റെ തന്നെ സേനാദളമായി ജന്മമെടുത്ത ആർ എസ് എസും എങ്ങനെയാണോ ഹിന്ദുരാഷ്ട്രവാദമുയർത്തിയത് അതേപോലെ മുസ്ലീംലീഗും മതരാഷ്ട്രവാദം ഉയർത്തി ദേശീയപ്രസ്ഥാനത്തെ ശിഥിലീകരിക്കാനാണ് ശ്രമിച്ചത്. എല്ലാവിധ വർഗീയവാദികളും രാജ്യദ്രോഹകരമായ താല്പര്യങ്ങളെയാണ് പ്രതിനിധീകരിക്കുന്നത്.

1938 ൽ സർവർക്കർ ഭൂരിപക്ഷമതമാണ് ദേശീയതയെന്നും പ്രഖ്യാപിക്കുകയുണ്ടായല്ലോ. അതിനോടുള്ള ഒരു പ്രതികരണമെന്നനിലയിലാണെങ്കിലും ജിന്ന പറഞ്ഞത്; 'മുസ്ലീങ്ങളുടെ താല്പര്യത്തിനുവേണ്ടി ഏതു ചെകുത്താനുമായി കൂട്ടുചേരാമെന്നതൊഴിച്ച് മുസ്ലീംലീഗ് ആരുടെയും സഖ്യകക്ഷിയാകാൻ പോകുന്നില്ലായെന്നതാണ്. നമ്മൾ സാമ്രാജ്യത്വത്തോട് പ്രേമത്തിലായതുകൊണ്ടല്ലയിത്, രാഷ്ട്രീയത്തിൽ ഒരാൾക്ക് ചതുരംഗപലകയുടെ മുമ്പിലെന്നപോലെ കളിക്കേണ്ടതുണ്ട്' (*കമ്യൂണലിസം ഇൻ മോഡേൺ ഇന്ത്യ*, ബിപിൻചന്ദ്ര). ഇവിടെ ബിപിൻചന്ദ്ര വ്യക്തമാക്കുന്നത് ആധുനിക ഇന്ത്യയിലെ വർഗീയത എന്നത് സാമ്രാജ്യത്വബൂർഷ്വാസിയുടെയും അവരുടെ ഇന്ത്യൻ പിണിയാളന്മാരുടെയും പ്രയോജനവാദത്തിലധിഷ്ഠിതമായ ഒരു പ്രത്യയശാസ്ത്രപദ്ധതിയാണെന്നാണ്. ഹിന്ദുവർഗീയതയും മുസ്ലീം വർഗീയതയും സമ്പന്നവർഗങ്ങളുടെ വിഭവങ്ങളും സമ്പത്തും കൈയടക്കാനുള്ള മത്സരത്തിന്റെയും രാഷ്ട്രീയതാല്പര്യങ്ങളുടെയും അടിസ്ഥാനത്തിലാണ് വളർന്നുവന്നത് എന്നകാര്യം പുരോഗമനശക്തികൾ മറന്നുകളയരുത്. ഹിന്ദുത്വം ഓറിയന്റലിസ്റ്റ് ശുദ്ധആത്മീയതയെക്കുറിച്ചുള്ള കേവല ആദർശാത്മകതയും നഗ്നമായ ബൂർഷ്വാ പ്രയോജനമാത്രാവാദവും ചേർന്ന് രൂപപ്പെടുത്തിയ ന്യൂനപക്ഷ മതവിരോധത്തിലധിഷ്ഠിതമായ മതരാഷ്ട്രസിദ്ധാന്തമാണ്. മുസ്സോളിനിയിൽനിന്നും ഹിറ്റ്ലറിൽനിന്നും പ്രചോദനവും ആശയാദർശങ്ങളും ഉൾക്കൊണ്ടാണ് അത് പ്രവർത്തനമാരംഭിച്ചത്.

ഗോൾവാൾക്കറുടെ *വിചാരധാര*യും ഹിറ്റ്ലറുടെ ആത്മകഥയായ *മെയ്ൻകാംഫും* വായിക്കുന്ന ഒരാൾക്ക് രണ്ടും ഒരേരീതിശാസ്ത്രമാണ് പിന്തുടരുന്നതെന്ന് എളുപ്പം മനസ്സിലാകും. ഹിറ്റ്ലറുടെ ജൂതമതവിദ്വേഷത്തിന്റേതായ നാസിമാതൃകയിൽനിന്നും ഗോൾവാൾക്കർ ആവേശം കൊള്ളുന്നത് നോക്കുക;...... 'ഇന്ന് ലോകം ശ്രദ്ധിക്കുന്ന രാഷ്ട്രമാണ് ജർമ്മനി. ഈ രാഷ്ട്രം ലക്ഷണമൊത്ത ദൃഷ്ടാന്തമാണ്........ വംശത്തിന്റെയും സംസ്കാരത്തിന്റെയും വിശുദ്ധി നിലനിർത്താൻ ലോകത്തെ ഞെട്ടിച്ചുകൊണ്ട് ജർമ്മനി സെമറ്റിക് വിഭാഗക്കാരെ (ജൂതന്മാരെ) പുറ

ത്താക്കി. വംശാഭിമാനം അതിന്റെ ഉച്ചകോടിയിൽ എത്തുന്ന കാഴ്ചയാണ് അവിടെ ദൃശ്യമാകുന്നത്. അടിസ്ഥാനപരമായി വ്യത്യസ്തമായ വംശങ്ങൾക്കും സംസ്കാരങ്ങൾക്കും ഒന്നായി വർത്തിക്കാൻ കഴിയില്ലെന്ന വസ്തുതയാണ് ജർമ്മനി കാണിച്ചുതരുന്നത്...... ഹിന്ദുസ്ഥാന് ഇതിൽനിന്ന് നല്ലൊരു പാഠം പഠിക്കാനുണ്ട്' (*വിചാരധാര*).

*നാം അഥവാ നമ്മുടെ ദേശീയത നിർവ്വചിക്കപ്പെടുന്നു* എന്ന പുസ്തകത്തിൽ ഗോൾവാൾക്കർ ഹിന്ദുമുസ്ലീം വിദ്വേഷത്തിന്റേതായ ആർ എസ് എസ് നിലപാടിന്റെ പരസ്യമായ വിളംബരമാണ് നടത്തുന്നത്. 'നാം ഹിന്ദുക്കളും' 'മുസ്ലീങ്ങളും' 'ബ്രിട്ടീഷുകാരും' എക്കാലത്തും ത്രികോണ യുദ്ധത്തിലായിരുന്നുവെന്ന് പറയുന്ന ഗോൾവാൾക്കറുടെ ഉപദേശങ്ങളിലുടനീളം മതവംശീയ ന്യൂനപക്ഷങ്ങൾക്കെതിരായ വിദ്വേഷത്തിന്റെ നുരയും പതയുമായാണ് തികട്ടുന്നത്. *മെയ്ൻകാംഫിൽ* ഹിറ്റ്ലർ എന്നപോലെ ഗോൾവാൾക്കർ ന്യൂനപക്ഷങ്ങളെ ഉപദേശിക്കുന്നത് നോക്കൂ. 'വിദേശശക്തികൾക്കുമുമ്പിൽ രണ്ടുപോംവഴികളെയുള്ളു. ഒന്നുകിൽ അവർ ദേശീയജനതയുടെ സംസ്കാരം സ്വീകരിച്ച് പൊതുധാരയിൽ ലയിച്ചുചേരുക, അല്ലെങ്കിൽ അവർ ദേശീയജനതയുടെ കാരുണ്യത്തിൽ കഴിയുക.' (ഇവിടെ വിദേശശക്തികൾ മുസ്ലീങ്ങളാണ്. ദേശീയജനതയെന്നാൽ ഹിന്ദുക്കളും. ഇപ്പോൾ ഘർവാപസിയിലൂടെ സംഘപരിവാർ ഗോൾവാൾക്കറിന്റെ ഹിറ്റ്ലേറിയൻ തന്ത്രമാണ് നടപ്പാക്കാൻ ശ്രമിക്കുന്നത്). നുണപ്രചാരണങ്ങളിലൂടെയാണ് ഫാസിസ്റ്റുകൾ തങ്ങളുടെ അപരമതവിരോധത്തിന്റേതായ പ്രത്യയശാസ്ത്രം വിപുലമാക്കുന്നത്. ഇന്ത്യയിലും കേരളത്തിലുമിപ്പോൾ ജനമനസ്സുകളെ ഹിന്ദുത്വത്തിന്റെ സ്വീകർത്താക്കളാക്കി മാറ്റുന്നത് ന്യൂനപക്ഷവിരുദ്ധമായ വ്യാജപ്രചാരണങ്ങളിലൂടെയാണ്. എല്ലാ മതവർഗീയവാദികളും അപരമതവിരോധത്തിന്റേതായ വിദ്വേഷപ്രചാരണങ്ങളിലൂടെയാണ് താന്താങ്ങളുടേതായ സ്വത്വരാഷ്ട്രീയഗ്രൂപ്പുകളെയും സംഘടനകളെയും വളർത്തിയെടുക്കുന്നത്.

ഹിന്ദുക്കളും മുസ്ലീങ്ങളും ക്രിസ്ത്യാനികളുമെല്ലാം മതവിശ്വാസത്തിന്റെ കാര്യത്തിൽ മാത്രമല്ല മതേതരമായ കാര്യങ്ങളിലും ഭിന്നതയും വ്യത്യസ്തതയുമുള്ളവരാണെന്ന വാദമാണ് വർഗീയസാമുദായികവാദികൾ സ്ഥാപിച്ചെടുക്കാൻ ശ്രമിക്കുന്നത്. ബി ജെ പി ആർ എസ് എസിനെപോലെ ജമാഅത്തെഇസ്ലാമിയും എസ് ഡി പി ഐയുമെല്ലാം ഇതാണ് ചെയ്യുന്നത്. പലരൂപത്തിലും ഭാവത്തിലും പ്രത്യക്ഷപ്പെടുന്ന ക്രിസ്ത്യൻ വർഗീയവാദികളും. ആഗോള ഫൈനാൻസ് മൂലധനത്തിന്റെ വ്യാപനതാല്പര്യങ്ങളുമായി ബന്ധപ്പെട്ടാണ് വ്യത്യസ്ത മതരാഷ്ട്രവാദപ്രസ്ഥാനങ്ങളും വർഗീയതയും വളർന്നുവരുന്നത്. സാമുദായികാടിസ്ഥാനത്തിൽ പ്രവർത്തിക്കുന്ന നിരവധി പാർട്ടികൾ ഇന്ത്യയിലും കേരളത്തിലുമുണ്ട്. അവയിൽനിന്ന് വ്യത്യസ്തമാണ് ബി ജെ പിയെന്ന കാര്യം പുരോഗമന ശക്തികൾ വർഗീയതക്കെതിരായ പൊതുവർത്തമാനങ്ങൾക്കിടയിൽ വിസ്മരിച്ചുകളയരുത്. മതസാമുദായികാടിസ്ഥാനത്തിൽ പ്രവർത്തിക്കുന്ന

മുസ്ലീംലീഗ്, അകാലിദൾ തുടങ്ങിയ കക്ഷികൾക്ക് ഒരു മതരാഷ്ട്ര രൂപീകരണ അജണ്ടയില്ലെന്ന കാര്യം നാം കാണണം. ആർ എസ് എസിന്റെ ബഹുജനരാഷ്ട്രീയ മുഖമായ ബി ജെ പി ഭൂരിപക്ഷമതത്തിന്റെ അടിസ്ഥാനത്തിൽ ഇന്ത്യയെ ഹിന്ദുരാഷ്ട്രമാക്കണമെന്ന അജണ്ടയുടെ അടിസ്ഥാനത്തിൽ പ്രവർത്തനോന്മുഖമായിരിക്കുന്ന പാർട്ടിയാണ്. മൂലധനം എന്ന മതത്തിന്റെയും ദൈവത്തിന്റെയും പ്രയോജനമാത്രവാദപരമായ താല്പര്യങ്ങളിൽ നിന്നാണ് നവഹിന്ദുത്വവാദവും രാഷ്ട്രീയ ഇസ്ലാമിസവുമെല്ലാം വളരുന്നതും മതനിരപേക്ഷ ജനാധിപത്യപ്രസ്ഥാനങ്ങൾക്കെതിരായി ഭീഷണി ഉയർത്തുന്നതും.

ഹിന്ദുത്വവാദികൾ കടുത്ത ന്യൂനപക്ഷവിരുദ്ധത ഉയർത്തിയാണ് ഹിന്ദുസ്വത്വത്തെ വളർത്തിയെടുക്കുന്നത്. എല്ലാകാര്യത്തിലും ഭൂരിപക്ഷ സമുദായം അവഗണനയും പീഡനങ്ങളും നേരിടുകയാണെന്ന പ്രചാരണമാണ് അവർ തുടർച്ചയായി നടത്തിക്കൊണ്ടിരിക്കുന്നത്. ഹിന്ദുക്കൾ രണ്ടാംകിട പൗരന്മാരാണെന്നും എല്ലാകാര്യങ്ങളിലും മുസ്ലീങ്ങളും ക്രിസ്ത്യാനികളും മേൽക്കൈ നേടുകയുമാണെന്ന പ്രചാരണമാണ് കേരളത്തിൽ പി പരമേശ്വരൻ മുതൽ കുമ്മനവും ശശികലയും ആർ വി ബാബുവുമെല്ലാം കഴിഞ്ഞ എത്രയോകാലമായി പ്രചരിപ്പിച്ചുപോരുന്നത്. എല്ലായിടത്തും ജൂതർ മേൽക്കൈ നേടുന്നുവെന്ന വ്യാജപ്രചാരണത്തിലൂടെയാണ് ഹിറ്റ്ലർ ആര്യവംശാഭിമാനത്തിലധിഷ്ഠിതമായ നാസിസം വളർത്തിയെടുത്തത്. അത് ദശലക്ഷക്കണക്കിന് ജൂതന്മാരുടെ കൂട്ടക്കൊലയിലാണ് അവസാനിച്ചത്. ഇന്ത്യയിലിപ്പോൾ ഹിന്ദുരാഷ്ട്രവാദികൾ വാശിയോടെ നടപ്പിലാക്കുന്ന ലൗജിഹാദും ഇന്ത്യയുടെ ബ്രാഹ്മണപാരമ്പര്യത്തെ വിമർശിക്കുന്നവർ പൗരത്വം ഉപേക്ഷിക്കണം എന്നതുപോലുള്ള പ്രഖ്യാപനങ്ങളും ഹിറ്റ്ലേറിയൻ ഫാസിസത്തിന്റെ ഇന്ത്യൻ പരീക്ഷണങ്ങളാണെന്ന കാര്യത്തിൽ ഒരു സംശയവുമില്ല.

രണ്ട് വിഭാഗങ്ങൾ തമ്മിലുള്ള സങ്കരം അഥവാ രണ്ട് വംശങ്ങളിൽ പെട്ട ആളുകൾ തമ്മിലുള്ള സഹവാസവും സഹവർത്തിത്വവും വരാനിരിക്കുന്ന ഏറ്റവും വലിയ വിപത്ത് എന്നായിരുന്നല്ലോ ഹിറ്റ്ലർ തന്റെ ആര്യവംശസിദ്ധാന്തത്തിലൂടെ പ്രചാരണം നടത്തിയത്. ജൂതന്മാരുടെ രക്തം കലർന്ന് വർണസങ്കരം സംഭവിച്ചതാണ് ആര്യവംശം അധഃപതിക്കാൻ കാരണമെന്നതായിരുന്നല്ലോ നാസിപ്രചാരണം. ഇവിടെ ഹിന്ദുത്വവാദികളും ഗീതയും സ്മൃതിയുമെല്ലാം ഉദ്ധരിച്ച് ഭൂരിപക്ഷസമുദായത്തിന്റെ അധഃപതനത്തിനുകാരണം ന്യൂനപക്ഷങ്ങളാണ് എന്ന് പ്രചരിപ്പിക്കുകയാണ്. ഹിന്ദുക്കളല്ലാത്ത എല്ലാവരും അന്യരും അകലം സൂക്ഷിക്കേണ്ടവരുമാണെന്ന അഥോറിറ്റേറിയൻ സിദ്ധാന്തമാണ് സംഘപരിവാർ ന്യൂനപക്ഷ വിരുദ്ധ ക്യാമ്പയിനിലൂടെ പുറത്തെടുക്കുന്നത്. ഹിറ്റ്ലറുടെ വംശവിരോധത്തിന്റെ ഭാഷാന്തരം കടമെടുത്തുകൊണ്ട് ആർ എസ് എസും കേരളത്തിൽ മുസ്ലീം-ക്രിസ്ത്യൻ വിരുദ്ധമായ പ്രചാരണങ്ങളാണ് നടത്തിക്കൊണ്ടിരിക്കുന്നത്.

## ഫാസിസ്റ്റുകളുടെ ജനസംഖ്യാസിദ്ധാന്തം

വംശീയ വിദ്വേഷവും ഉന്മൂലനവും ലക്ഷ്യംവെച്ചുകൊണ്ടുള്ള ഗീബൽസിയൻ പ്രചരണങ്ങളാണ് ന്യൂനപക്ഷങ്ങൾക്കെതിരെ സംഘപരിവാർ നടത്തിക്കൊണ്ടിരിക്കുന്നത്. നാസി സിദ്ധാന്തങ്ങളെ പിൻപറ്റുന്ന ആർ.എസ്.എസ് മേധാവി മോഹൻഭഗവത് സംഘത്തിന്റെ സ്ഥാപകദിനത്തിൽ നടത്തിയ പ്രസംഗം മുസ്ലീം വിദ്വേഷത്തിന്റെ കടന്നൽക്കൂടുകൾക്ക് തീ കൊളുത്തുകയെന്ന ലക്ഷ്യത്തോടെയുള്ളതായിരുന്നു. ഹിറ്റ്ലറുടെ നാസിസിദ്ധാന്തങ്ങളെ ആദർശമാതൃകയായി സ്വീകരിച്ച ആര്യവംശാഭിമാനത്തിന്റെ സിദ്ധാന്തമാണല്ലോ ആർ എസ് എസിനെയും നയിക്കുന്നത്. നാസികൾ ജൂതരെ ചെയ്തതുപോലെ ഇന്ത്യയിൽ മുസ്ലീങ്ങളെ ഉന്മൂലനം ചെയ്ത് ഹിന്ദുരാഷ്ട്രം നിർമ്മിക്കണമെന്നാണ് ഗോൾവാൾക്കർ *നാം അഥവാ നമ്മുടെ ദേശീയത നിർവ്വചിക്കപ്പെടുന്നു* എന്ന കുപ്രസിദ്ധ പുസ്തകത്തിൽ പറഞ്ഞുവെച്ചിട്ടുള്ളത്. എത്രയോ കാലമായി ആർ എസ് എസ് പ്രചരിപ്പിക്കുന്ന മുസ്ലീം ജനസംഖ്യ വർദ്ധിക്കുന്നു, അവർ ഭൂരിപക്ഷമാകുന്നു എന്ന അസംബന്ധപ്രചാരണം ആവർത്തിക്കുകയാണ് മോഹൻ ഭഗവത് തന്റെ നാഗ്പൂർ പ്രസംഗത്തിൽ ചെയ്തത്. ന്യൂനപക്ഷം ഭൂരിപക്ഷമാകുന്നുവെന്ന ഭീതിപടർത്തുകയാണ് തന്റെ വിദ്വേഷപ്രസംഗത്തിലൂടെ മോഹൻഭഗവത്.

ഇന്ത്യയിൽ ജനസംഖ്യാപരമായ അസമത്വം അവഗണിക്കാനാവാത്തവിധം കൂടുകയാണെന്നാണ് ആർ എസ് എസ് മേധാവി പറഞ്ഞത്. അത്തരമൊരു പ്രസ്താവന ശുദ്ധഅസംബന്ധവും യാഥാർത്ഥ്യവുമായി യാതൊരു ബന്ധവുമില്ലാത്ത നുണപ്രചാരണവുമാണ്. എല്ലാവർക്കും ബാധകമായ ജനസംഖ്യാനിയന്ത്രണം അടുത്ത 50 വർഷത്തേക്ക് നടപ്പിലാക്കണമെന്നാണ് ആർ എസ് എസ് മേധാവി ആവശ്യപ്പെട്ടത്. ഭൂരിപക്ഷ വിഭാഗത്തിൽ വലിയ സംഭ്രാന്തി പരത്താനാണ് മോഹൻഭഗവത് തന്റെ പ്രസംഗത്തിലൂടെ ശ്രദ്ധിച്ചത്. ജനസംഖ്യാ അസന്തുലിതാവസ്ഥ ഭൂമിശാസ്ത്രപരമായ അതിരുകളിൽ മാറ്റം വരുത്തുമെന്നൊക്കെയാണ് സംഘിതലവൻ തട്ടിവിട്ടത്. മുസ്ലീങ്ങൾ ഭൂരിപക്ഷമാകുന്നത് ജനസംഖ്യാവർദ്ധനവിലൂടെ മാത്രമല്ല മതംമാറ്റത്തിലൂടെയും നുഴഞ്ഞുകയറ്റത്തിലൂടെയുമാണെന്നുകൂടി ന്യൂനപക്ഷവിരുദ്ധതയുടെ കാളകൂടവിഷം ഹൃദയത്തിലൊളിപ്പിച്ച മോഹൻ ഭഗവത് വിശദീകരിക്കുകയും ചെയ്തു. വർഗീയവിദ്വേഷത്തിന്റെ വിഷം ചീറ്റുകയാണ് ആർ എസ് എസ് മേധാവി തന്റെ സ്ഥാപകദിനപ്രസംഗത്തിലുടനീളം ചെയ്തത്.

എല്ലാ കാലത്തും ഹിന്ദുത്വവാദികൾ, ന്യൂനപക്ഷ മതവിഭാഗങ്ങൾ ഹിന്ദുക്കളെ ന്യൂനപക്ഷമാക്കിക്കളയുന്നുവെന്ന അസംബന്ധ ഭീതി പടർത്തി മുസ്ലിം വിദ്വേഷം സൃഷ്ടിക്കുന്നവരാണ്. അസംബന്ധങ്ങൾക്ക് അംഗീകാരമുണ്ടാക്കി ഭൂരിപക്ഷ മതവിശ്വാസികളിൽ ആശങ്ക പടർത്തുക എന്നതാണ് ഫാസിസ്റ്റുകളുടെ രാഷ്ട്രീയ തന്ത്രം. ആർ എസ് എസിന്റെ ജനസംഖ്യാസിദ്ധാന്തം ഒരർത്ഥത്തിൽ ന്യൂനപക്ഷ ജനസമൂഹങ്ങൾക്കെ

തിരായ ഉന്മൂലന ഭീഷണി കൂടിയാണെന്ന് ജനാധിപത്യവാദികൾ തിരിച്ചറിയണം.

മോദി സർക്കാരിന്റെ കുടുംബാരോഗ്യ സർവേ റിപ്പോർട്ട് തന്നെ മോഹൻ ഭഗവതിന്റെ നുണപ്രചാരണങ്ങൾക്കുള്ള വസ്തുതാപരമായ മറുപടിയാണ്. മുസ്ലിം ജനസംഖ്യ പെരുകുന്നുവെന്ന സംഘപരിവാർ പ്രചരണം എത്രമാത്രം അവാസ്തവമാണെന്ന് വ്യക്തമാക്കുന്നതാണത്. മുസ്ലിം കുടുംബങ്ങളിൽ കുട്ടികളുടെ എണ്ണം കുറയുന്നുവെന്ന് ദേശീയ കുടുംബാരോഗ്യ സർവേറിപ്പോർട്ട് കൃത്യമായി വ്യക്തമാക്കുന്നുണ്ട്.

മൂന്ന് വർഷത്തിനിടെ മുസ്ലിം കുടുംബങ്ങളിലെ കുട്ടികളുടെ എണ്ണം 2.6 ൽ നിന്ന് 2.3 ആയാണ് കുറഞ്ഞത്. അതായത് ഇരുപത് വർഷത്തിനിടെ മറ്റ് മതങ്ങളെ അപേക്ഷിച്ച് മുസ്ലിം കുടുംബങ്ങളിലെ കുട്ടികളുടെ എണ്ണം കുറയുന്നതായാണ് ദേശീയ കുടുംബാരോഗ്യ സർവേ കണക്കുകൾ നൽകുന്ന സൂചന. ഒരു സ്ത്രീക്ക് ജനിക്കുന്ന കുട്ടികളുടെ എണ്ണം കണക്കാക്കിയുള്ളതാണ് കേന്ദ്ര ആരോഗ്യ–കുടുംബക്ഷേമ മന്ത്രാലയത്തിന്റെ സർവേ. 2015–16 ൽ 2.6 ആയിരുന്നത് 2019–20 ൽ 2.3 ആയാണ് കുറഞ്ഞത്. 1992–93 കാലഘട്ടത്തിൽ ഇത് 4.4 ആയിരുന്നു. രണ്ട് ദശാബ്ദങ്ങൾക്കിടെ മുസ്ലിങ്ങൾക്കിടയിൽ 46.5 ശതമാനമാണ് കുറവുണ്ടായത്. ഹിന്ദുക്കളിൽ 41.2 ശതമാനമാണ് ഇരുപത് വർഷത്തിനിടെ ഉണ്ടായ കുറവ്. മുസ്ലിം സ്ത്രീകളിലെ പ്രത്യുല്പാദനനിരക്ക് ഹിന്ദുസ്ത്രീകളിലെ പ്രത്യുല്പാദനനിരക്കിനേക്കാൾ 4% ഓളം കുറവാണെന്നാണ് വ്യക്തമാകുന്നത്.

ഹിന്ദുസ്ത്രീകൾക്കിടയിൽ നിലവിൽ 1.94 ആണ് നിരക്ക്. ക്രിസ്ത്യൻ വിഭാഗങ്ങളിൽ 1.88, സിഖ് 1.61, ജൈന 1.60, ബുദ്ധ 1.39 എന്നിങ്ങനെയാണ് മറ്റ് മതങ്ങളുടെ കണക്കുകൾ. മൂന്ന് വർഷത്തിനിടെ രാജ്യത്തെ ആകെ പ്രത്യുല്പാദന നിരക്ക് 2.2 ൽ നിന്ന് രണ്ടായി കുറഞ്ഞിട്ടുണ്ട്. കേന്ദ്രസർക്കാരിന്റെ ഔദ്യോഗിക സർവേ റിപ്പോർട്ടുകളിലെ വസ്തുതകളെ മറച്ചുപിടിച്ചുകൊണ്ടാണ് മോഹൻഭഗവത് മുസ്ലിം വിരുദ്ധ നുണപ്രചരണം നടത്തുന്നത്.

ഇന്ത്യൻ സമൂഹത്തിൽ പരിഭ്രാന്തി സൃഷ്ടിക്കുക എന്ന ലക്ഷ്യത്തോടെ ആർ എസ് എസ് പ്രചരിപ്പിക്കുന്ന ജനസംഖ്യാമിത്തുകളിൽ ഭൂരിഭാഗവും യാതൊരടിസ്ഥാനമില്ലാത്തതും കാര്യഗൗരവമുള്ളവർ തള്ളിക്കളഞ്ഞവയോ ആണ്. എങ്കിലും നുണകൾ ആവർത്തിച്ച് സത്യമാക്കാനും അവാസ്തവങ്ങൾ പ്രചരിപ്പിച്ച് അസംബന്ധഭീതി പടർത്താനുമുള്ള ഗീബൽസിയൻ തന്ത്രമാണ് ആർ എസ് എസ് ആവർത്തിച്ചുകൊണ്ടിരിക്കുന്നത്. ഏതാനും വർഷങ്ങൾക്കുമുമ്പ് ആർ എസ് എസ് വെബ്സൈറ്റിൽ പ്രത്യക്ഷപ്പെട്ട ജനസംഖ്യാ പ്രവചന മാതൃക മുസ്ലീം വിദ്വേഷം പ്രചരിപ്പിക്കാൻ ശാസ്ത്രീയ സങ്കേതങ്ങളെ സംഘപരിവാരം എങ്ങനെ ദുരുപയോഗപ്പെടുത്തുന്നു എന്നതിന്റെ പ്രകടമായ തെളിവാണ്. അന്നാ പ്രവചനമാതൃക വിവാദപരമായി ചർച്ചചെയ്യപ്പെടുകയും ജനസംഖ്യാശാസ്ത്രത്തെ ഉപയോഗിച്ചുള്ള ആർ എസ് എസിന്റെ വിദ്വേഷപ്രചരണം തുറന്നുകാട്ട

പ്പെടുകയും ചെയ്തതാണ്. സൗഗതോ ബാനർജി എന്ന് പേരുള്ള ഏതോ സംഘപരിവാർ വിദഗ്ദ്ധനായിരുന്നുവത്രെ ഈ പ്രവചനമാതൃകയുടെ ഉപജ്ഞാതാവ്. ഗൂഗിളിലൂടെ ലോകമാസകലം പ്രചരിപ്പിക്കപ്പെട്ട ഈ നുണക്കഥ ഇന്ത്യയിലെ ഭൂരിപക്ഷ സമുദായത്തിൽ എന്തെന്നില്ലാത്ത സംഭ്രാന്തിയും കോളിളക്കവുമുണ്ടാക്കി. 2035 ൽ ഇന്ത്യയിൽ ഹിന്ദുക്കൾ ന്യൂനപക്ഷമാകുമെന്നും 92.5 കോടിയോളം വരുന്ന മുസ്ലീങ്ങൾ ജനസംഖ്യയുടെ 48.2 ശതമാനവും പങ്കിട്ടെടുക്കുമെന്നുമായിരുന്നു പ്രവചനം.

തുടർന്ന് 2050 ൽ മുസ്ലീം ജനസംഖ്യ 189.62 കോടിയിലേക്ക് കുതിച്ചുയരുമെന്നും അതോടെ ഇന്ത്യ ഒരു ഇസ്ലാം രാഷ്ട്രമായി മാറുമെന്നും ഇന്ത്യയിലെ ഹൈന്ദവാഘോഷങ്ങൾക്ക് തിരശ്ശീല വീഴുമെന്നും പ്രവാചകർ തട്ടിവിട്ടു. സ്ഥിതിവിവരക്കണക്കിന്റെ അക്ഷരമാല അറിയാത്തവർക്കുപോലും യോജിക്കാൻ കഴിയാത്ത ശുദ്ധ അബദ്ധ പഞ്ചാംഗമായിരുന്നു പ്രവചനമെങ്കിലും അതിന് അപ്രമാദിത്വം കൽപ്പിക്കാനും നാടാകെ മുസ്ലീം വിരുദ്ധ ഉന്മാദം പരത്താനും കോർപ്പറേറ്റ് മാധ്യമങ്ങൾ മത്സരിച്ചുവെന്നതാണ് വേദനാകരമായ യാഥാർത്ഥ്യം. കമ്പ്യൂട്ടർ പ്രവചനമായതിനാൽ തെറ്റുപറ്റില്ല എന്നാശ്വസിച്ചു സന്തോഷിക്കാനും തങ്ങളുടെ മുസ്ലീം വിരുദ്ധ പ്രചരണങ്ങൾക്ക് കൊഴുപ്പുകൂട്ടാനും ലിബറൽവേഷമണിഞ്ഞ പലരും ആവേശം കാട്ടുകയും ചെയ്തു. എന്നാൽ എന്തായിരുന്നു യാഥാർത്ഥ്യം. സംഘപരിവാർ പ്രവചനം ശുദ്ധ അസംബന്ധമായിരുന്നുവെന്ന് ഇന്ന് ഇന്ത്യയിലെ കാര്യവിവരമുള്ള എല്ലാവർക്കുമറിയാം.

2006 ൽ ഇന്ത്യയിലെ മുസ്ലീങ്ങളുടെ സാമൂഹ്യ-സാമ്പത്തിക സ്ഥിതിയെക്കുറിച്ച് വിലയിരുത്തിയ രാജീന്ദർ സച്ചാർ കമ്മീഷൻ മുസ്ലീം ജനസംഖ്യയ്ക്ക് ഹിന്ദുജന സംഖ്യക്കൊപ്പമെത്താൻ കുറഞ്ഞത് 220 വർഷങ്ങൾ വേണ്ടിവരുമെന്നാണ് കണക്കുകൂട്ടിയത്. 2010 ൽ വിവിധ ജനസംഖ്യാപരിണാമത്തിന്റെ ഗതിവിഗതികൾ സൂക്ഷ്മമായി വിലയിരുത്തിയ ഒരു സംഘം സാംഖീക ഗവേഷകർ അഭിപ്രായപ്പെട്ടത് ഇന്ത്യയിലെ മുസ്ലീം ജനസംഖ്യയ്ക്ക് ഒരു കാലത്തും ഹിന്ദുജനസംഖ്യയെ മറികടക്കാനാവില്ലെന്നാണ്. ഏറ്റവും ഒടുവിൽ അമേരിക്ക അടിസ്ഥാനമായി പ്രവർത്തിക്കുന്ന പ്യൂ (PEW) ഗവേഷണകേന്ദ്രം 2015 ഏപ്രിൽ 2 ന് പുറത്തുവിട്ട റിപ്പോർട്ടിൽ പറയുന്നത് 2050 ൽ ഇന്ത്യയിലെ ഹിന്ദുജനസഖ്യ 130 കോടിയിലേക്ക് ഉയരുമെന്നാണ്. അന്ന് ഹിന്ദുക്കൾ ജനസംഖ്യയുടെ 76.7 ശതമാനം പങ്കിടുമെന്നും 31 കോടി മുസ്ലീങ്ങളുടെ ജനസംഖ്യാവിഹിതാംശം 18 ശതമാനത്തിൽ അധികമാകില്ലെന്നും റിപ്പോർട്ട് ചൂണ്ടിക്കാട്ടുന്നു. അപ്പോൾ ഇന്ത്യയിലെ മതഭ്രാന്തന്മാർ അഴിച്ചുവിടുന്ന വർഗീയ പിത്തലാട്ടങ്ങൾക്ക് എന്താണ് പ്രസക്തി? അതിനെന്ത് വസ്തുതാപരമായ അടിസ്ഥാനമാണുള്ളത്.

ജനസംഖ്യയുടെ വംശീയ പരിസരവുമായി ബന്ധപ്പെട്ട് സംഘപരിവാരം മുന്നോട്ടുവെക്കുന്ന പ്രത്യയശാസ്ത്രപരമായ നിലപാടുകൾ ഇ

ന്ത്യൻ ജനാധിപത്യത്തിനുതന്നെ ഭീഷണിയാന്നെണ് തിരിച്ചറിയേണ്ടതുണ്ട്. യഥാർത്ഥത്തിൽ എന്താണ് സെൻസസ്? അതുകൊണ്ട് എന്താണ് ലക്ഷ്യംവെക്കുന്നത്? സാമൂഹ്യപുരോഗതിക്കുവേണ്ടിയുള്ള അടിസ്ഥാന വിവരശേഖരണമാണ് സെൻസസ്. അതിനെ വർഗീയവിദ്വേഷം പടർത്താനായി തെറ്റായി ഉപയോഗിക്കുന്നത് ലോകത്തെല്ലായിടത്തുമുള്ള ഫാസിസ്റ്റ് രാഷ്ട്രീയക്കാരുടെ പരിപാടിയാണ്. പ്രൊഫ.ആരോൺലെവൻസ്കി ഒരു ലേഖനത്തിൽ എഴുതിയത് 'സ്റ്റാറ്റിസ്റ്റിക്സ് ബിക്കിനി' പോലെയാണെന്നാണ്. അത് നമുക്ക് ഊഹിക്കാവുന്ന പലതും പുറത്തുകാട്ടുന്നു. എന്നാൽ പരമപ്രധാനമായവ അത് ഒളിച്ചുപിടിക്കുന്നു. വസ്തുതകളുടെ വളവും തിരിവും തിരിച്ചറിഞ്ഞ് സംഖ്യകളെ വ്യാഖ്യാനിക്കാൻ സത്യസന്ധതയും ശാസ്ത്രീയ പരിജ്ഞാനവും വേണം. 'മരം തിങ്ങി കാടുകാണാൻ കഴിയാത്ത' അവസ്ഥയിലേക്ക് കാര്യങ്ങൾ നീങ്ങുന്നത് അപകടകരമാണ്.

എന്നാലിവിടെ ആർ എസ് എസുകാർ ജനസംഖ്യാശാസ്ത്രത്തെ വർഗീയത പടർത്താനുള്ള വംശീയപ്രത്യയശാസ്ത്രമാക്കി മാറ്റുകയാണ്. മുസ്ലീം വിരോധം പ്രചരിപ്പിക്കാൻ ലഭിക്കുന്ന ഏതവസരവും ആർ എസ് എസുകാർ പാഴാക്കാറില്ലല്ലോ. 'മുസ്ലീമാണ് പ്രശ്നം' എന്നവർ പറയുന്നത് ജനങ്ങളുടെ അടിസ്ഥാന പ്രശ്നങ്ങളിൽ നിന്നും ഒഴിഞ്ഞുമാറാനാണ്. സാമൂഹ്യ സാമ്പത്തിക യാഥാർത്ഥ്യങ്ങളിൽനിന്ന് ജനശ്രദ്ധയെ വഴിതിരിച്ചുവിടാനും വിദ്വേഷവും വിഭജനവും സൃഷ്ടിക്കാനുമാണ് അവർ ജനസംഖ്യാശാസ്ത്രത്തെ ഉപയോഗിക്കുന്നത്. ആർ.എസ്.എസ് പ്രചരണങ്ങൾക്ക് ഒരടിസ്ഥാനവുമില്ലെന്നതാണ് ദശകങ്ങളായുള്ള ഇന്ത്യയുടെ ജനസംഖ്യാ കണക്കുകൾ വ്യക്തമാക്കുന്നത്. കഴിഞ്ഞ 50 വർഷക്കാലയളവിൽ ഇന്ത്യയിൽ സാർഥകമായ വിധത്തിലുള്ള വംശീയ വ്യതിയാനങ്ങൾ ഉണ്ടായിട്ടില്ല. 1961 ലെ സെൻസസ് കണക്കുകൾ അനുസരിച്ച് ഭാരതത്തിൽ ഹിന്ദുക്കൾ മൊത്തം ജനസംഖ്യയുടെ 83.48 ശതമാനമായിരുന്നു. അതാണിപ്പോൾ 79.8 ശതമാനമായി കുറഞ്ഞത്. ലോകത്ത് പല ജനാധിപത്യ രാജ്യങ്ങളിലും വംശീയഘടനയിൽ കാലികമായ മാറ്റങ്ങൾ സംഭവിച്ചിട്ടുണ്ട്.

ക്രിസ്ത്യൻ രാജ്യമായിരുന്ന ലെബനോൺ അടുത്തകാലത്താണ് മുസ്ലീം രാഷ്ട്രമായത്. 2050 ഓടെ അമേരിക്കയിൽ ക്രിസ്ത്യാനികളുടെ അനുപാതം ഇന്നത്തെ 75 ശതമാനമായി കുറയും എന്ന് പ്യൂ ഗവേഷണ കേന്ദ്രം മുന്നറിയിപ്പ് നൽകിയിട്ടുണ്ട്. അതേസമയം അമേരിക്കയിൽ മുസ്ലീം ജനസംഖ്യയോടൊപ്പം ഹിന്ദുജനസംഖ്യയും വർദ്ധിച്ചുകൊണ്ടിരിക്കുകയാണ്. എന്നാൽ ഇതിനെച്ചൊല്ലി വിലപിക്കാനോ പ്രക്ഷോഭരംഗത്തിറങ്ങാനോ ക്രിസ്തുമത സംരക്ഷണറാലികൾ സംഘടിപ്പിക്കാനോ അമേരിക്കയിൽ ഒരു രാഷ്ട്രീയ പാർട്ടിയും മുന്നോട്ടുവന്നിട്ടില്ല. എന്നാൽ ഇന്ത്യയിലെ സ്ഥിതി വ്യത്യസ്തമാണ്. മതജാതി ശക്തികളും വലതുപക്ഷ രാഷ്ട്രീയ കക്ഷികളും ചേർന്ന ഒരവിശുദ്ധ കൂട്ടുകെട്ടാണ് ഇന്ത്യയിലെ പൊതുസമൂഹത്തിൽ ആധിപത്യം ചെലുത്തുന്നത്. ജനാധിപത്യം നില

നിൽക്കണമെങ്കിൽ ഈ അവസ്ഥയ്ക്ക് മാറ്റം വന്നേ മതിയാകൂ. ഭൂരിപക്ഷ മതധ്രുവീകരണമുണ്ടാക്കാൻ ഇസ്ലാമുമായി ബന്ധപ്പെട്ടതെല്ലാം ഭയപ്പെടേണ്ടതാണെന്ന പ്രചാരണമാണ് സംഘപരിവാർ രാഷ്ട്രീയതന്ത്രമായി സ്വീകരിച്ചിരിക്കുന്നത്.

## ഇസ്ലാമോഫോബിയയുടെ ആഗോളപരിസരവും ഹിന്ദുത്വവാദികളുടെ വിദ്വേഷപ്രചരണവും

മുസ്ലീങ്ങളും ക്രിസ്ത്യാനികളും ചേർന്ന് കേരളത്തിൽ ഹിന്ദുക്കളെ ന്യൂനപക്ഷമാക്കിക്കളയുമെന്ന ആശങ്കകൾക്ക് എന്ത് പ്രസക്തിയാണുള്ളത്. ആഗോള ഭീകരവിരുദ്ധയുദ്ധത്തിൽ ആംഗ്ലിക്കൽ ക്രിസ്ത്യൻ വിഭാഗവും പ്രൊട്ടസ്റ്റന്റ് വിഭാഗവും കത്തോലിക്കരും അടങ്ങുന്ന യു.എസ്-യൂറോപ്യൻ ശക്തികൾ ഇസ്ലാം വിരുദ്ധമായൊരു സൈനിക പ്രത്യയശാസ്ത്ര മുന്നണിയെക്കുറിച്ചാണ് പറയുന്നത്. ഏഷ്യയിൽ സിയോണിസവും ഹിന്ദുത്വവും ചേർന്നൊരു പ്രത്യയശാസ്ത്ര മുന്നണിയാണത്. ഹണ്ടിംഗ്ടണിന്റെ സംസ്കാരസംഘർഷ സിദ്ധാന്തവും അമേരിക്കയുടെ സ്റ്റേറ്റ് ഡിപ്പാർട്ടുമെന്റും പെന്റഗണും സി ഐ എയുമെല്ലാം ചേർന്ന വിശാലസഖ്യത്തിലെ തന്ത്രപരമായ പങ്കാളിയാകാനാണ് സംഘപരിവാറും സിയോണിസ്റ്റ് സംഘടനകളുമെല്ലാം വ്യഗ്രതപ്പെട്ടുകൊണ്ടിരിക്കുന്നത്. രാഷ്ട്രീയ ഇസ്ലാമിസവും ആധുനിക ജിഹാദിസവും സാമ്രാജ്വത്വത്തിന്റെ തന്നെ സൃഷ്ടിയാണെന്നത് മറ്റൊരുകാര്യം. എല്ലാ വർഗീയപ്രസ്ഥാനങ്ങളും സാമ്രാജ്യത്വപ്രോക്തമായ പ്രത്യയശാസ്ത്രങ്ങളുടെ നിർമ്മിതിയാണെന്നതാണ് പുരോഗമനശക്തികൾ കാണേണ്ടത്. 2011 ലെ വേൾഡ്ട്രേഡ്സെന്റർ തകർച്ചയും അൽഖയ്ദയും താലിബാനും ഇസ്ലാമിക്സ്റ്റേറ്റുമെല്ലാം ഉയർത്തിയ ഭീകരവാദഭീഷണിയുടേതായ സാർവ്വദേശീയ സാഹചര്യമാണ് മറ്റെല്ലാരാജ്യങ്ങളിലുമെന്നപോലെ ഇന്ത്യയിലും ഇസ്ലാമോഫോബിയ പടർത്തിയത്. ഭീകരവാദം സമം ഇസ്ലാം എന്ന പൊതുബോധം നിർമ്മിച്ചെടുക്കാനാണ് ആംഗ്ലോസാംസൺ വംശീയവാദികളെയും സയണിസ്റ്റുകളെയുംപോലെ ഹിന്ദുത്വവാദികളും പദ്ധതിയിട്ടത്.

യഥാർത്ഥത്തിൽ 1957 ലെ വിമോചനസമരത്തിലൂടെ രൂപപ്പെട്ട ജാതിമതശക്തികളെല്ലാം ചേർന്ന പ്രതിലോമരാഷ്ട്രീയസഖ്യമാണ് സാമുദായികതയ്ക്കും വർഗീയതയ്ക്കും കേരളത്തിന്റെ രാഷ്ട്രീയ വ്യവഹാരങ്ങളിൽ മാന്യസ്ഥാനം ലഭിക്കുന്ന അവസ്ഥയുണ്ടാക്കിയത്. കമ്യൂണിസ്റ്റ് വിരുദ്ധ കുരിശുയുദ്ധത്തിൽ സി ഐ എ പണമൊഴുക്കി വലതുപക്ഷ രാഷ്ട്രീയ കേന്ദ്രീകരണത്തിലേക്ക് സർവജാതിമതവർഗീയശക്തികളെയും ഒന്നിപ്പിക്കുകയായിരുന്നല്ലോ. ജനസംഖ്യാവർദ്ധനസിദ്ധാന്തം ഉന്നയിച്ച് ന്യൂനപക്ഷവിരുദ്ധവും മതനിരപേക്ഷവിരുദ്ധവുമായ ഭൂരിപക്ഷമതരാഷ്ട്രീയത്തെ ശരിവെക്കുന്നവർ ഒരുനൂറ്റാണ്ടുകാലമായി ഫാസിസ്റ്റുകൾ ഉപയോഗിക്കുന്ന ഒരുരീതിശാസ്ത്രം കുറ്റകരമാംവിധം പുനരാവർത്തിക്കുകയാണ്. ഇസ്ലാമുമായി ബന്ധപ്പെട്ടതെല്ലാം പേടിക്കേണ്ടതും ഭീകരവാദമാണ് എന്ന

പ്രചരണമാണ് ഹിന്ദുത്വവാദികൾ നടത്തിക്കൊണ്ടിരിക്കുന്നത്. ഇസ്ലാമോഫോബിയെ രാഷ്ട്രതന്ത്രമാക്കി ഭൂരിപക്ഷ മതധ്രുവീകരണമുണ്ടാക്കുകയെന്ന ന്യൂനപക്ഷവിരുദ്ധ വംശീയവാദമാണ് സംഘപരിവാറിന്റേത്.

ന്യൂനപക്ഷമതവിഭാഗങ്ങൾ ഹിന്ദുക്കളെ ന്യൂനപക്ഷമാക്കിക്കളയുമെന്ന അസംബന്ധഭീതി ഇന്ത്യൻ ഫാസിസ്റ്റുകൾ ഉയർത്താൻ തുടങ്ങിയിട്ട് ദശകങ്ങളായി. കേരളത്തിന്റെ സവിശേഷതകളും ന്യൂനപക്ഷ-ഭൂരിപക്ഷ മതവിഭാഗങ്ങളും തമ്മിലുള്ള ജനസംഖ്യാപരമായ വ്യത്യാസങ്ങളും ഇന്ത്യയുടെ പൊതുഘടനയിൽ നിന്ന് അടർത്തിമാറ്റി ചർച്ചചെയ്യുന്നത് രാഷ്ട്രീയമായി മറ്റൊരസംബന്ധമാണെന്ന് നേരത്തെ സൂചിപ്പിച്ചല്ലോ. അസംബന്ധങ്ങൾക്ക് അംഗീകാരമുണ്ടാക്കിക്കൊടുക്കുന്നത് ജനാധിപത്യശക്തികളുടെ ഇക്കാര്യങ്ങളിലെ മൗനവും നിസ്സംഗതയുമായിരിക്കുമെന്ന കാര്യവും പുരോഗമനശക്തികൾ കാണേണ്ടതുണ്ട്. ജനസംഖ്യാപ്രശ്നം മതവുമായി ബന്ധപ്പെട്ട ഒന്നായല്ല ജനങ്ങളുടെ സാമൂഹ്യസാമ്പത്തിക അവസ്ഥയുമായി ബന്ധപ്പെട്ടാണ് ചർച്ചചെയ്യപ്പെടേണ്ടത്. ജനസംഖ്യാവർദ്ധനവ് ഒരു മതപ്രശ്നമല്ലാ എന്ന് ജനാധിപത്യവാദികളായ ആളുകൾ ഒരിക്കലും മറന്നുപോകരുത്. വിദ്യാഭ്യാസവളർച്ച നേടാൻ കഴിഞ്ഞ, സാമ്പത്തികമായി താരതമ്യേന മെച്ചപ്പെട്ട സ്ഥിതിയിലുള്ള ഹിന്ദുക്കളിലും മുസ്ലീങ്ങളിലും ക്രിസ്ത്യാനികളിലും ജനസംഖ്യാവളർച്ചയുടെ തോത് കുറവാണ്. നിരക്ഷരരിലും ദരിദ്രരിലും അവർ ഹിന്ദുവോ മുസ്ലീമോ ക്രിസ്ത്യാനിയോ ആവട്ടെ ജനസംഖ്യാവളർച്ച കൂടുതലാണ്.

ചുരുക്കിപ്പറഞ്ഞാൽ ജനസംഖ്യാവർദ്ധനവിന്റെ പ്രശ്നം ദാരിദ്ര്യത്തിന്റെ പ്രശ്നമാണ്. അതിനെ മതപരമായ ഒരു പ്രശ്നമാക്കി അവതരിപ്പിക്കുന്നവർ ഫാസിസത്തിന്റെ മാപ്പുസാക്ഷികളാണ്. കേരളത്തിലെയും ഇന്ത്യയിലെയും എല്ലാ മതവിഭാഗങ്ങളിലുംപെട്ട ഒരു ചെറുസമ്പന്നവിഭാഗം ആഗോളവൽക്കരണത്തിന്റെ സൗകര്യങ്ങളും സൗജന്യങ്ങളും ഉപയോഗപ്പെടുത്തി സാമ്പത്തികമായി വളരുകയും ഉയരുകയും ചെയ്തിട്ടുണ്ട്. ഗണനീയമായ ഒരു മധ്യവർഗ വിഭാഗം വിദേശങ്ങളിലേക്കുള്ള കുടിയേറ്റ തൊഴിൽ സാധ്യതയുടെയും സർക്കാർ ഉദ്യോഗ അവസരങ്ങളുടെയും സമ്പദ്ഘടനയുടെ ഉദാരവൽക്കരണത്തിന്റെയും ഫലമായി കേരളത്തിൽ രൂപപ്പെട്ടുവന്നിട്ടുണ്ട്. ഒരു പുത്തൻ സമ്പന്നവർഗവും കരാർവർക്കുകളുടെയും റിയൽഎസ്റ്റേറ്റ് ഊഹക്കച്ചവട വളർച്ചയുടെയും ഫലമായി നമ്മുടെ നാട്ടിൽ വളർന്നുവന്നിട്ടുണ്ട്. തീർച്ചയായും ഇന്നത്തെ കേരളീയ സാഹചര്യത്തിൽ സമ്പദ്ഘടനയിലും സാമൂഹ്യബന്ധങ്ങളിലും സംഭവിച്ചുകൊണ്ടിരിക്കുന്ന മാറ്റങ്ങൾ മനസ്സിലാക്കുന്നതിൽ പറ്റുന്ന പാളിച്ചകൾ പലപ്പോഴും മതജാതി സ്വത്വരാഷ്ട്രീയത്തിന്റെ മാപ്പുസാക്ഷികളായി പുരോഗമനശക്തികളെ അധഃപതിപ്പിച്ചുകളയുമെന്ന കാര്യത്തിൽ സംശയമില്ല.

നീണ്ടുനിൽക്കുന്ന മുതലാളിത്ത പ്രതിസന്ധിയും രൂക്ഷമാകുന്ന സാമൂഹ്യവൈരുദ്ധ്യങ്ങളും വിപ്ലവത്തിന്റെ ആത്മനിഷ്ഠശക്തികളുടെ അഭാവത്തിൽ പ്രതിലോമശക്തികൾക്കനുകൂലമായ ധ്രുവീകരണം രൂപ

പ്പെടുത്തിയെടുക്കാമെന്നതിന് ചരിത്രത്തിൽ നിരവധി ഉദാഹരണങ്ങളുണ്ട്. ഒന്നാം ലോകമഹായുദ്ധവും തുടർന്ന് 1930 കളിലാരംഭിച്ച മുതലാളിത്ത പ്രതിസന്ധിയുമാണ് ഫാസിസത്തെയും നാസിസത്തെയുമൊക്കെ വളർത്തിയെടുത്തത്. ഫാസിസ്റ്റുകളെപ്പോഴും തൊഴിലാളിവർഗപാർട്ടികളുടെ അസ്ഥിരീകരണത്തിന്റെ സാഹചര്യത്തെക്കൂടി രൂപപ്പെടുത്തിക്കൊണ്ടാണ് തങ്ങളുടെ അപരമതവംശവിരോധത്തിലധിഷ്ഠിതമായ പ്രത്യയശാസ്ത്രത്തിന് ജനമനസ്സുകളിൽ വേരുപിടിപ്പിക്കാൻ ശ്രമിക്കുന്നത്. ഇന്ത്യയുടെ സവിശേഷ സാഹചര്യത്തിൽ കോർപ്പറേറ്റ് മൂലധനവും അതിന്റെ വികസനക്രമവും തങ്ങളുടെ ഭൗതികപുരോഗതിക്ക് സഹായകരമാകുമെന്ന് ധരിച്ചുവശായിരിക്കുന്ന മധ്യവർഗങ്ങളാണ് ഹിന്ദുത്വത്തിന്റെ വാഹകശക്തികളായി പലയിടങ്ങളിലും മാറിയത്. ഗുജറാത്ത് വികസനസ്വർഗമാണെന്നും നരേന്ദ്രമോദി ഇന്ത്യയിലെ അവശരും ദുർബലരുമായ ജനങ്ങൾക്ക് അപ്പവും അഭയവും നൽകാൻ പ്രാപ്തനായ വികാസ് പുരുഷനാണെന്നുമുള്ള പ്രചാരണമാണല്ലോ 16-ാം ലോക്സഭാതിരഞ്ഞെടുപ്പിൽ നടന്നത്. 2019 ലും വികസനത്തെ സംബന്ധിച്ച വ്യാജപ്രചരണങ്ങൾ ആയിരക്കണക്കിന് കോടികളൊഴുക്കി സമർത്ഥമായി നടത്തിയ പ്രചരണങ്ങളുടെയും പര്യാലോചനകളുടെയും ഫലമായിരുന്നു മോദിയുടെ അധികാരാരോഹണം. ചോംസ്കി നിരീക്ഷിക്കുന്നതുപോലെ നുണകൾ സത്യമാണെന്നുതോന്നിക്കുന്ന ഗീബൽസിയൻ തന്ത്രമാണ് ഇന്ത്യയിൽ സംഘപരിവാർ നടത്തിക്കൊണ്ടിരിക്കുന്നത്.

നുണകൾ സത്യമാണെന്ന് തോന്നിക്കുന്ന പ്രത്യയശാസ്ത്ര-പ്രചാരണതന്ത്രങ്ങളുടെ ഭാഗമാണ് ന്യൂനപക്ഷങ്ങൾ എല്ലാരംഗത്തും മേൽക്കൈ നേടുകയാണെന്ന സംഘപരിവാറിന്റെ വ്യാജപ്രചാരണങ്ങൾ. ഒരു സമൂഹം നുണ വിശ്വസിക്കുന്നതും ഒരു കൂട്ടം ആളുകൾ നുണ പ്രചരിപ്പിക്കുന്നതും നുണ സത്യമാണെന്ന പ്രത്യയശാസ്ത്രബോധത്തിന് കീഴ്പെടുമ്പോഴാണല്ലോ. അസത്യങ്ങൾ കൊരുത്ത വാചകമാലകളുമായാണ് സംഘപരിവാർ തങ്ങളുടെ പ്രത്യയശാസ്ത്രപ്രചാരണത്തിന്റെ ഇരകളെ തേടുന്നത്. ജനസംഖ്യാവർദ്ധനസിദ്ധാന്തംപോലെ എന്തെല്ലാം നുണകളാണ് അവർ പ്രചരിപ്പിച്ചുകൊണ്ടിരിക്കുന്നത്. സംഘവിചാരകന്മാർ കല്ലുവെച്ച നുണകൾ ആവർത്തിച്ച് സത്യമാണെന്ന് വരുത്താനുള്ള കുടിലമായ ശ്രമങ്ങളാണ് നടത്തിക്കൊണ്ടിരിക്കുന്നത്.

മുസ്ലീംപള്ളികളുടെ വരുമാനം പള്ളിക്കമ്മിറ്റികൾക്കുതന്നെയാണെന്നും എന്നാൽ അമ്പലങ്ങളുടെ വരുമാനം പൊതുഖജനാവിലേക്ക് പോകുകയാണെന്നും ഇതെന്ത് ന്യായമാണെന്നുമൊക്കെയുള്ള ചോദ്യമാണവർ ശരാശരി ഹിന്ദുവിന്റെ മുമ്പിൽ ആവർത്തിച്ചുകൊണ്ടിരിക്കുന്നത്. ഹിന്ദുക്കൾ അവരുടെ പണംകൊണ്ട് തീർത്ഥാടനത്തിനുപോകുമ്പോൾ മുസ്ലീങ്ങൾ ഹജ്ജിനുപോകുന്നത് സർക്കാർ പണംകൊണ്ടല്ലേ? ഇതിനെ മുസ്ലീം പ്രീണനമെന്നല്ലാതെ മറ്റെന്താണ് വിളിക്കുക. എന്നെല്ലാമുള്ള ന്യായമെന്ന് തോന്നിക്കുന്ന, വസ്തുതകളുമായി ഒരു ബന്ധവുമില്ലാത്ത ചോദ്യ

ങ്ങളും ഉത്തരങ്ങളുമാണ് വായിൽ തോന്നിയത് പാട്ടാക്കുന്ന സംഘപരിവാർ കോതകൾ പറഞ്ഞുകൊണ്ടിരിക്കുന്നത്. ചെവിയോടുചെവി അവർ ഇമ്മട്ടിലുള്ള പ്രചാരണം നടത്തിക്കൊണ്ടേയിരിക്കുകയാണ്. സച്ചാർകമ്മിറ്റി റിപ്പോർട്ടും പാലോളികമ്മിറ്റി റിപ്പോർട്ടും ഭരണഘടനയുടെ ന്യൂനപക്ഷാവകാശങ്ങളുമെല്ലാം അവരെ സംബന്ധിച്ചിടത്തോളം ന്യൂനപക്ഷ പ്രീണനമാണ്! മതനിരപേക്ഷ ജനാധിപത്യവാദികളും കമ്യൂണിസ്റ്റുകാരുമൊക്കെ ന്യൂനപക്ഷ പ്രീണനം നടത്തുകയാണെന്നും മതനിരപേക്ഷത ഒരു കപട സിദ്ധാന്തമാണെന്നുമാണ് സംഘവിചാരകർ പുലമ്പിക്കൊണ്ടിരിക്കുന്നത്. അവരുടെ പ്രചാരണതന്ത്രങ്ങൾക്ക് വർഗീയവാദിയോ തീവ്രവാദിയോ ഒന്നുമല്ലാത്ത സാധാരണക്കാരുടെ മനസ്സിനെപ്പോലും സ്വാധീനിക്കാൻ കഴിയുന്നുവെന്നതാണ് പുരോഗമനശക്തികൾ ഗൗരവാവഹമായി കാണേണ്ടത്.

പള്ളികളുടെ വരുമാനം സർക്കാർ ഖജനാവിലേക്ക് വരുന്നില്ലെന്നും ക്ഷേത്രങ്ങളുടെ വരുമാനം പൊതുഖജനാവിലേക്ക് പോകുകയാണെന്നും അതുപയോഗിച്ചാണ് വികസനപ്രവർത്തനവും മുസ്ലീങ്ങൾക്ക് ഹജ്ജ് സബ്സിഡി നൽകുന്നത് എന്നൊക്കെയുള്ള പ്രചരണങ്ങൾക്ക് എന്ത് വസ്തുതാപരമായ അടിസ്ഥാനമാണുള്ളത്? നുണകളാവർത്തിച്ച് സത്യമാക്കാമെന്ന ഗീബൽസിയൻ തന്ത്രമാണ് ഇക്കൂട്ടർ സംഘടിതമായി ആവർത്തിച്ചുകൊണ്ടിരിക്കുന്നത്. കേരളത്തിലെയും ഇന്ത്യയിലെയും ഹിന്ദുക്ഷേത്രങ്ങളുടെ നടത്തിപ്പിനായി സർക്കാർ ഖജനാവിൽനിന്ന് പണം നൽകുന്നുണ്ടെന്ന വസ്തുതയെ മറച്ചുപിടിച്ചാണ് ശശികല ടീച്ചറെപ്പോലുള്ളവർ കല്ലുവെച്ച നുണകൾ പ്രസംഗവേദികളിൽ നീട്ടി വിളമ്പുന്നത്. നുണകൾ പറഞ്ഞുപറഞ്ഞ് ഇക്കൂട്ടരിപ്പോൾ നുണകളാണ് സത്യമെന്ന കപടാവബോധത്തിലാണ്. ഫാസിസത്തിന്റെ പ്രചാരകരായ മനോരോഗസമാനരായ നുണയന്മാരെക്കുറിച്ച് ചോംസ്കി വിശകലനം ചെയ്യുന്നുണ്ട്.

വരുമാനമുള്ള ക്ഷേത്രങ്ങളുടെ പണം അതാത് ദേവസ്വംബോർഡിലേക്കാണ് പോകുന്നത്. അതിൽ നിന്നെടുത്താണല്ലോ വരുമാനം കുറഞ്ഞ ക്ഷേത്രങ്ങളുടെ നിത്യനിദാന ചെലവുകൾക്ക് നൽകുന്നത്. ക്ഷേത്രവരുമാനങ്ങളൊന്നും സർക്കാരിന്റെ ഖജനാവിലേക്ക് വരുന്നില്ല എന്നുമാത്രമല്ല ദേവസ്വംബോർഡിലേക്കുവരുന്ന ക്ഷേത്രങ്ങളുടെ പണത്തിൽനിന്ന് ഒരു രൂപപോലും സർക്കാർ പൊതുകാര്യങ്ങൾക്ക് ഉപയോഗിക്കുന്നില്ല. മറിച്ച് സർക്കാർ ഖജനാവിൽ നിന്ന് ഓരോവർഷവും കോടിക്കണക്കിന് രൂപ ക്ഷേത്രകാര്യങ്ങൾക്കായി നൽകുകയും ചെയ്യുന്നുണ്ട്. വി.ടി.ബൽറാം എം.എൽ.എ നിയമസഭാംഗം എന്നനിലയിൽ ശേഖരിച്ച രേഖകൾ തന്നെ ഇക്കാര്യങ്ങൾ വ്യക്തമാക്കിത്തരുന്നുണ്ട്. മലബാർ ദേവസ്വത്തിലെ ശാന്തിക്കാർ ഉൾപ്പെടെയുള്ളവർക്ക് ശമ്പളം നൽകാൻ 22 കോടി രൂപയോളമാണ് പൊതുഖജനാവിൽനിന്നും നൽകിയത്. 1970 കൾ മുതൽ പത്മനാഭസ്വാമിക്ഷേത്രത്തിനുമാത്രം നിത്യനിദാന ചെലവുകൾക്കായി സർക്കാർ സഹായം കൊടുക്കുന്നുണ്ട്.

മറ്റൊരു നുണ ഹജ്ജ്തീർത്ഥാടനത്തിന് സർക്കാർ ധനസഹായം

നൽകുന്നുണ്ട് എന്നതാണ്. എന്താണ് വസ്തുത? ഹജ്ജ്തീർത്ഥാടകരുടെ ഒരുതരത്തിലുള്ള ചെലവും സർക്കാർ വഹിക്കുന്നില്ല. എയർഇന്ത്യ വഴി ഹജ്ജിനുപോകുന്ന തീർത്ഥാടകർക്ക് യാത്രാചെലവിൽ സബ്സിഡി നൽകുന്നുണ്ടെന്നുമാത്രം. അത് തീർത്ഥാടകനല്ല, നേരിട്ട് സർക്കാർ വിമാനകമ്പനിയായ എയർഇന്ത്യക്കാണ് നൽകുന്നത്. സ്വകാര്യവിമാന കമ്പനികൾ വഴി ഹജ്ജിനുപോകുന്നവർക്ക് സബ്സിഡിയുമില്ല. ഹജ്ജ് തീർത്ഥാടനത്തിനുനൽകുന്ന ഈ സബ്സിഡി മാനസസരോവർ യാത്രയ്ക്കും മറ്റ് വിദേശതീർത്ഥയാത്രയ്ക്കും ലഭിക്കുന്നുണ്ട്. എന്നുപറഞ്ഞാൽ തീർത്ഥയാത്രയ്ക്കുള്ള സർക്കാർ സഹായം ഏറ്റവും കൂടുതൽ പറ്റുന്നത് ഹിന്ദുതീർത്ഥാടകരാണ്. ഈ വസ്തുത മറച്ചുപിടിച്ചാണ് ഹിന്ദുഐക്യവേദിക്കാർ ഹിന്ദുക്കൾക്ക് പുണ്യസ്ഥലങ്ങൾ സന്ദർശിക്കാൻ സർക്കാർ സഹായങ്ങൾ നൽകാതിരിക്കുകയും ഹജ്ജ് യാത്രയ്ക്ക് പണം നൽകുകയും ചെയ്യുന്നുവെന്ന് തട്ടിവിടുന്നത്.

കേന്ദ്രസർക്കാരിന് കീഴിൽ ഹജ്ജ്കമ്മിറ്റി മുഖേന പോകുന്ന ഓരോ തീർത്ഥാടകനും യാത്ര, താമസം, ഭക്ഷണം തുടങ്ങിയവയ്ക്കായി ശരാശരി ഒന്നേകാൽ ലക്ഷം രൂപ അടയ്ക്കുന്നുണ്ട്. ഇതിൽ യാത്രാനിരക്കായി 16,000 രൂപയാണ് വാങ്ങുന്നത്. ഇത് ഫിക്സഡ് നിരക്കാണ്. എയർഇന്ത്യ വിമാനചാർജ്ജ് ഇതിനേക്കാൾ അധികം തുകയായി ഉയർത്തുകയാണെങ്കിൽ ഫിക്സഡ് നിരക്ക് കഴിച്ചുള്ള ബാക്കിതുക സർക്കാർ നൽകുന്നു. ഇതിനാണ് ഹജ്ജ് സബ്സിഡി എന്ന് പറയുന്നത്. ഹിന്ദു ഐക്യവേദിക്കാർ സാധാരണ ഹിന്ദുവിന്റെ മനസ്സിൽ തറയ്ക്കുന്നവിധം ന്യൂനപക്ഷ പ്രീണനത്തിന്റെ വലിയ ഉദാഹരണമായി പ്രചരിപ്പിക്കുന്ന ഹജ്ജ് സബ്സിഡിയുടെ യാഥാർത്ഥ്യം ഇതാണ്. ഇന്ത്യയുടെ പരമോന്നത കോടതിതന്നെ ഹജ്ജ് യാത്രയ്ക്ക് സബ്സിഡി നൽകുന്നത് മതേതരത്വത്തിന് എതിരല്ലെന്ന് വ്യക്തമാക്കിയിട്ടുണ്ട്. ഹജ്ജ് യാത്രയ്ക്കുള്ള വിമാനസബ്സിഡി തടഞ്ഞുകൊണ്ടുള്ള 2007 ലെ അലഹബാദ് ഹൈക്കോടതി വിധി റദ്ദാക്കിക്കൊണ്ടുള്ള സുപ്രീംകോടതിയുടെ വിധിയിൽ ഹജ്ജ് യാത്രയ്ക്ക് മാത്രമല്ല മറ്റ് മതസ്ഥരുടെ തീർത്ഥാടനങ്ങൾക്കും സബ്സിഡി നൽകുന്നുണ്ടെന്ന് പരാമർശിക്കുകയുണ്ടായി.

ഈ കേസിന്റെ പരിഗണനാവേളയിൽ കേന്ദ്രസർക്കാർ സുപ്രീംകോടതിയിൽ ബോധിപ്പിച്ച സത്യവാങ്മൂലത്തിൽ കൈലാസ്–മാനസസരോവർ യാത്രയ്ക്ക് ഹിന്ദുക്കൾക്കും പാക്കിസ്ഥാനിലെ ഗുരുദ്വാരകൾ സന്ദർശിക്കാൻ സിക്കുകാർക്കും ധനസഹായം നൽകുന്നുണ്ടെന്ന് വ്യക്തമാക്കുകയുണ്ടായി. മാനസസരോവർ യാത്രയ്ക്ക് കേന്ദ്രസർക്കാരിനു പുറമെ പല സംസ്ഥാനസർക്കാരുകളും ധനസഹായം നൽകുന്നുണ്ട്. ഹജ്ജ്കർമ്മത്തിന് സർക്കാർ നൽകുന്ന സബ്സിഡി ഭരണഘടനാവിരുദ്ധമായി പ്രഖ്യാപിച്ച് നിർത്തലാക്കണമെന്നാവശ്യപ്പെട്ടുകൊണ്ട് മുൻ ബി ജെ പി എം പി പ്രഫുൽഗൊറാദിയ സമർപ്പിച്ച ഹർജി സുപ്രീംകോടതി തള്ളിക്കളയുകയാണല്ലോ ഉണ്ടായത്. ജസ്റ്റിസ് മാർക്കണ്ഡേയഖട്ജുവും ജ്ഞാനസു

ധമിശ്രയുമുൾപ്പെട്ട ബഞ്ച് ഹജ്ജ്യാത്രക്കാർക്ക് സർക്കാർ പ്രത്യേകമായി തുകയൊന്നും നൽകുന്നില്ലെന്നും വിമാനകമ്പനികൾക്കുള്ള നഷ്ടം നികത്താനുള്ള ധനസഹായം നൽകുക മാത്രമാണ് ചെയ്യുന്നതെന്നും നിരീക്ഷിക്കുകയുണ്ടായി.

പ്രഫുൽഗൊറാദിയുടെ കേസിൽ കേന്ദ്രസർക്കാർ നൽകിയ സത്യവാങ്മൂലത്തിൽ ഏതെങ്കിലും ഒരു മതത്തെ പ്രത്യേകമായി പരിഗണിക്കുന്നുവെന്ന വാദം അടിസ്ഥാനമില്ലാത്തതാണെന്ന് വ്യക്തമാക്കുകയുണ്ടായി. അമർനാഥ്യാത്രയ്ക്കും അലഹബാദ് കുംഭമേളയ്ക്കുമൊക്കെ സർക്കാർ പണം ചെലവിടുന്നുണ്ടെന്ന് കേന്ദ്രസർക്കാർ വ്യക്തമാക്കുന്നുണ്ട്. ഇത് ഏതെങ്കിലും മതത്തിന് നൽകുന്ന ധനസഹായമല്ലെന്നും മതവിശ്വാസികളായ തീർത്ഥാടകരായ പൗരന്മാർക്ക് സർക്കാർ വേണ്ട ക്രമീകരണങ്ങൾ ഒരുക്കുകയാണ് ചെയ്യുന്നതെന്നും സത്യവാങ്മൂലത്തിൽ കേന്ദ്രസർക്കാർ വിശദീകരിക്കുന്നുണ്ട്. പ്രഫുൽഗൊറാദിയുടെ അഭിഭാഷകനായ എം എൻ കൃഷ്ണമണി ഹജ്ജ്കമ്മിറ്റിആക്ട് ഭരണഘടനാവിരുദ്ധമായി പ്രഖ്യാപിക്കണമെന്നും ഹജ്ജ് സബ്സിഡി നിർത്തലാക്കണമെന്നുമുള്ള വാദങ്ങളെ തള്ളിക്കൊണ്ട് പറഞ്ഞത് തീർത്ഥാടകർക്കുവേണ്ട സൗകര്യങ്ങൾ ഒരുക്കുന്നതിന് ഖജനാവിൽ നിന്ന് ചെറിയൊരു തുക ചെലവാക്കുന്നതിൽ അപാകതയില്ലെന്നും നികുതിപണത്തിന്റെ വലിയൊരു അംശം (ഉദാ: 25%) ഏതെങ്കിലും സമുദായത്തിനുവേണ്ടി ഉപയോഗപ്പെടുത്തുന്നുവെങ്കിൽ മാത്രമേ ഭരണഘടനയുടെ 27-ാം അനുച്ഛേദത്തിന്റെ ലംഘനമായി കാണാൻ കഴിയൂവെന്നുമാണ്. ബി ജെ പി എം പിയുടെ ഹജ്ജ് സബ്സിഡി ന്യൂനപക്ഷപ്രീണനമാണെന്ന വാദത്തെ തള്ളിക്കൊണ്ടാണ് ഹിന്ദുക്കൾക്കും സിക്കുകാർക്കുമൊക്കെ നൽകുന്ന തീർത്ഥാടനത്തിനുള്ള യാത്രാസബ്സിഡിയുടെ കാര്യം കോടതി എടുത്തുപറഞ്ഞത്. മുസ്ലീം പെൺകുട്ടികൾക്ക് സ്കോളർഷിപ്പ് നൽകുന്നു, ന്യൂനപക്ഷ മതസ്ഥാപനങ്ങൾക്ക് ആനുകൂല്യങ്ങൾ നൽകുന്നു, എന്നാൽ ഹിന്ദുക്കൾ എല്ലാതരത്തിലും അവഗണിക്കപ്പെടുകയാണ് എന്നെല്ലാമുള്ള പ്രചാരണങ്ങൾ യാതൊരു അടിസ്ഥാനവുമില്ലാതെ നടത്തിക്കൊണ്ടിരിക്കുകയാണ്.

## ദളിത് തൊഴിലാളിവർഗ വിരുദ്ധതയുടെ പ്രത്യയശാസ്ത്രം

ഹിന്ദുമതമെന്നത് മൂവായിരത്തോളം ജാതികളും 25000-ഓളം ഉപജാതികളുമടങ്ങുന്ന ഒന്നാണെന്ന യാഥാർത്ഥ്യം മറച്ചുപിടിച്ചാണ് ഹിന്ദുവെന്ന ഏകത്വത്തെക്കുറിച്ചും ഇക്കൂട്ടർ വ്യാജപ്രചരണങ്ങൾ നടത്തുന്നത്. ഹിന്ദുമതത്തിലെ പട്ടികജാതി-പട്ടികവർഗക്കാർ, പിന്നോക്കജാതിക്കാർ, സാമ്പത്തികമായി പിന്നോക്കം നിൽക്കുന്ന സമുദായങ്ങൾ, മുന്നോക്കജാതിയിലെ സാമ്പത്തികമായി പിന്നോക്കം നിൽക്കുന്നവർ തുടങ്ങിയവർക്കെല്ലാം വിദ്യാഭ്യാസാനുകൂല്യങ്ങളും സംവരണാവകാശങ്ങളും നിലനിൽക്കുന്ന സമൂഹമാണ് ഇന്ത്യയും കേരളവുമെല്ലാം. ന്യൂനപക്ഷങ്ങളുടെ ഭരണഘടന അവകാശങ്ങളെ ചോദ്യംചെയ്യുന്ന സംഘപരിവാർ ഹിന്ദു

സമുദായത്തിലെ ഭൂരിപക്ഷമായിട്ടുള്ള പിന്നോക്ക, ദളിത് സമൂഹങ്ങളുടെ സാമ്പത്തികവും സാമൂഹികവുമായ താല്പര്യങ്ങൾക്ക് എതിരുനിന്നിട്ടുള്ളവരാണ്.

സംവരണം അടക്കമുള്ള ഭരണഘടനാവകാശങ്ങളെ എക്കാലത്തും എതിർത്തുപോന്നിട്ടുള്ളവരാണവർ. അവശവിഭാഗങ്ങളുടെ സംവരണം അടക്കമുള്ള ഭരണഘടനാവകാശങ്ങളെ ഗോൾവാൾക്കർ വർഗീയതയായിട്ടാണ് *വിചാരധാര*യിൽ വിശദീകരിച്ചിട്ടുള്ളത്. വി.പി.സിംഗ് ഗവൺമെന്റ് മണ്ഡൽകമ്മീഷൻ ശുപാർശകൾ നടപ്പിലാക്കാൻ തീരുമാനിച്ചപ്പോൾ സംവരണത്തിനെതിരെ സവർണ ഉപരിവർഗ കുടുംബങ്ങളിലെ യുവാക്കളെ ഇളക്കിവിട്ട് ആത്മഹുതി നാടകം കളിച്ചവരാണ് ആർ.എസ്.എസുകാർ. അരുൺഷൂരിയെപ്പോലുള്ള ബി ജെ പിയുടെ ബൗദ്ധികനേതൃത്വം ഭരണ ഉദ്യോഗരംഗങ്ങളെ കാര്യക്ഷമതയും ഗുണനിലവാരവും ഇല്ലാത്തവരുടെ കൂടാരമാക്കിമാറ്റും എന്നാക്ഷേപിച്ചുകൊണ്ടാണ് പിന്നോക്കസമുദായ സംവരണത്തെ എതിർത്തത്. ഈ യാഥാർത്ഥ്യങ്ങളെല്ലാം മറന്നുപോയതുകൊണ്ടാകാം കേരളത്തിലെ ഏറ്റവും വലിയ പിന്നോക്കസമുദായ സംഘടനയുടെ നേതാവ് തന്റെ സമുദായത്തിന്റെ രക്ഷയ്ക്ക് ഇനി ഹിന്ദുത്വമാണ് വഴിയെന്ന് പറഞ്ഞുനടക്കുന്നത്!

ഭൂപരിഷ്കരണത്തെയും സാമൂഹ്യനീതിയുമായി ബന്ധപ്പെട്ട സംവരണമടക്കമുള്ള ജനാധിപത്യ അവകാശങ്ങൾക്കുവേണ്ടിയുള്ള ദുർബല ജനവിഭാഗങ്ങളുടെ സമരങ്ങളെയും എതിർത്തുപോന്ന പാരമ്പര്യമാണ് സംഘപരിവാറിനുള്ളതെന്ന് സ്വാതന്ത്ര്യാനന്തര ഇന്ത്യയുടെ രാഷ്ട്രീയ ചരിത്രം ശ്രദ്ധിച്ചിട്ടുള്ള ആർക്കും അറിയാവുന്നതാണ്. ജാതിവ്യവസ്ഥയെയും അസമത്വത്തെയുമൊക്കെ സാധൂകരിക്കുന്നതും ശാശ്വതീകരിച്ച് നിലനിർത്തുന്നതുമായ വർണാശ്രമധർമ്മമാണ് ആർ.എസ്.എസിന്റേത്. ഗോൾവാൾക്കറുടെ സിദ്ധാന്തമനുസരിച്ച് പൂർവ്വജന്മസുകൃതവും ദുഷ്കൃതവും അനുസരിച്ചാണ് ധനികനും ദരിദ്രനും ഉണ്ടാകുന്നത്. എല്ലാ അസമത്വങ്ങളെയും സാമ്രാജ്യത്വ ആധിപത്യത്തെയും 'പ്രകൃതിജന്യ അസമത്വങ്ങളാ'യി വ്യവഹരിക്കുന്ന ഗോൾവാൾക്കർ സവർണജാതിക്കാർക്കും ആധിപത്യവർഗങ്ങൾക്കും അവരുടെ എല്ലാവിധ ചൂഷണങ്ങൾക്കും മർദ്ദനങ്ങൾക്കും ന്യായീകരണം ചമയ്ക്കുകയാണ്.

ഏത് മതത്തിൽപെട്ടവരാണെങ്കിലും വർഗപരമായ ചൂഷണത്തിനും സാമൂഹ്യമായ അടിച്ചമർത്തലിനുമെതിരെ ആധിപത്യവർഗങ്ങൾക്കെതിരായി ഒന്നിച്ചുനിന്ന് പോരാടുകയാണ് വേണ്ടത്. വ്യത്യസ്ത ജാതിയിലും മതത്തിലുംപെട്ട കൃഷിക്കാർ, തൊഴിലാളികൾ, സ്ത്രീകൾ, യുവാക്കൾ, വിദ്യാർത്ഥികൾ എന്നിങ്ങനെയുള്ളവരുടെ താല്പര്യങ്ങൾ ഒന്നാണ്. പണിയെടുക്കുന്നവർ വർഗപരമായചൂഷണവും സാമൂഹ്യമായ മർദ്ദനവുമാണ് അനുഭവിക്കുന്നത്. മതനിരപേക്ഷവും ജനാധിപത്യപരവുമായ വീക്ഷണങ്ങളിൽനിന്ന് മതങ്ങൾക്കും ജാതികൾക്കും അതീതമായി വർഗപരമായ ഐക്യം വളർത്തിക്കൊണ്ടേ എല്ലാവിഭാഗം വർഗീയതയെയും

പ്രതിരോധിക്കാൻ കഴിയൂ. രാഷ്ട്രീയവും സാമ്പത്തികവുമായ ആവശ്യങ്ങൾക്കായി ജനങ്ങൾ മതപരമായല്ല സംഘടിക്കേണ്ടത്. മതേതരമായ പൊതുമണ്ഡലങ്ങളെ നിരാലംബമാക്കിക്കൊണ്ട് മതജാതി വോട്ടുബാങ്കുകൾ സൃഷ്ടിക്കാൻ സംഘപരിവാറും ന്യൂനപക്ഷവർഗീയപ്രസ്ഥാനങ്ങളും നടത്തുന്ന കുത്സിതമായ നീക്കങ്ങൾക്കെതിരെ വർഗപരവും ജനകീയവുമായ ഐക്യത്തിന്റെ സാധ്യതകളാണ് ഇടതുപക്ഷം ആരായേണ്ടത്.

ദേശീയതയെ ഹിന്ദുത്വവും വർഗബോധത്തെ മതബോധവുമാക്കി സംസ്കാരസംഘർഷത്തിന്റെ കുടിലതകളിലേക്ക് സമൂഹത്തെയാകെ തള്ളിവിടാനാണ് മതസാമുദായികവാദികൾ കിണഞ്ഞുശ്രമിച്ചുകൊണ്ടിരിക്കുന്നത്. ഈയൊരു വിഷമസന്ധിയിൽ തൊഴിലാളിവർഗപ്രസ്ഥാനങ്ങൾക്ക് വർഗരാഷ്ട്രീയത്തെ ശക്തിപ്പെടുത്തിക്കൊണ്ടും മതനിരപേക്ഷശക്തികളെ ഐക്യപ്പെടുത്തിക്കൊണ്ടും മാത്രമേ അതിജീവിക്കാനാവൂ. സഖാവ് കൃഷ്ണപിള്ള പറഞ്ഞതുപോലെ; തിയ്യരെയും നായരെയും മാപ്പിളയെയും ക്രിസ്ത്യാനിയെയും ചകിരിതൊഴിലാളിയായും മണൽതൊഴിലാളിയായും പീടികതൊഴിലാളിയായും സംഘടിപ്പിച്ചുകൊണ്ടാണ് മതത്തിനും ജാതിക്കും അതീതമായ വർഗരാഷ്ട്രീയവും മതനിരപേക്ഷതയും വളർത്തിയെടുക്കാനാവൂ.

കേരളത്തിന്റെ രാഷ്ട്രീയസാമൂഹ്യമണ്ഡലങ്ങളിൽ സംഭവിച്ചുകൊണ്ടിരിക്കുന്ന പ്രതിലോമപരമായ ധ്രുവീകരണങ്ങളെ നമ്മുടെ സമ്പദ്ഘടനയിലും സാമൂഹ്യബന്ധങ്ങളിലും ഉണ്ടായിക്കൊണ്ടിരിക്കുന്ന പരിവർത്തനങ്ങളുടെ അടിസ്ഥാനത്തിലാണ് വിശകലനവിധേയമാക്കേണ്ടത്. ആഗോളമുതലാളിത്തപ്രതിസന്ധിയും നിയോലിബറൽ പരിഷ്കാരങ്ങളും കേരളത്തിന്റെ ആർജ്ജിതമായ നേട്ടങ്ങളെയും പുരോഗതിയെയും പ്രതികൂലമായി ബാധിച്ചിരിക്കുകയാണ്. ഈ പ്രതിസന്ധി സൃഷ്ടിക്കുന്ന സങ്കീർണതകൾ മധ്യവർഗങ്ങളുൾപ്പെടെ വിവിധ ജനവിഭാഗങ്ങൾക്കിടയിൽ ആശയക്കുഴപ്പങ്ങളും സന്ദിഗ്ധതകളും സൃഷ്ടിക്കുന്നുണ്ട്. ചരിത്രത്തിന്റെ സവിശേഷമായ വഴിത്തിരിവിൽ ശാസ്ത്രീയമല്ലാത്ത ആശയങ്ങൾ പ്രത്യേകിച്ച് തീവ്രവലതുപക്ഷ ആശയങ്ങൾ മേൽക്കൈ നേടാൻ ശ്രമങ്ങൾ നടത്തുമെന്നത് സാമൂഹ്യപരിവർത്തനത്തിന്റെ ഗതിവിഗതികളിൽ നാം പലപ്പോഴും കണ്ടിട്ടുള്ളതാണ്. അത് തൊഴിലാളിവർഗ പ്രസ്ഥാനങ്ങളിലും പുരോഗമനപ്രസ്ഥാനങ്ങളിലും ആശയക്കുഴപ്പങ്ങൾ സൃഷ്ടിച്ചെന്നും വരാം.

കോർപ്പറേറ്റ് മൂലധനശക്തികൾ ആസൂത്രിതമായി തന്നെ മധ്യവർഗവിഭാഗങ്ങളെ ഏറ്റവും തീവ്രമായ വലതുപക്ഷ ആശയങ്ങളുടെ സ്വീകർത്താക്കളാക്കി ഇത്തരം ചരിത്രസന്ധികളിൽ മാറ്റിയെടുക്കും. പഴയ സമൂഹത്തിന്റെ വിചിത്രമായ വിശ്വാസങ്ങളെയും അനുഷ്ഠാനങ്ങളെയും വരെ വർത്തമാന പ്രതിസന്ധിയിൽ നിന്ന് രക്ഷപ്പെടാനുള്ള വഴിയായി പുനരുജ്ജീവിപ്പിക്കപ്പെടും. മുതലാളിത്തം വിപ്ലവകാരിയായിരുന്ന ചരിത്രകാല

ഘട്ടത്തിൽ അത് നിർമ്മാർജ്ജനം ചെയ്ത എല്ലാ മൂല്യങ്ങളെയും വിശ്വാസാചാരങ്ങളെയും പുനരാനയിക്കും. പുനരുത്ഥാനത്തിന്റെ സംസ്കാരത്തെ അത് പ്രോത്സാഹിപ്പിക്കും. സാമൂഹ്യപുരോഗതിയുടെ ശക്തികളെ തിരിച്ചറിയാനും കണ്ടെത്താനും കഴിയാത്തവിധം ബഹുജനങ്ങളുടെ ആശയലോകത്തെയാകെ അത് കലുഷിതമാക്കും. ഇത്തരം സന്ദിഗ്ധതകളെ ഇച്ഛാശക്തിയോടെ നേരിടാനുള്ള രാഷ്ട്രീയവും സൈദ്ധാന്തികവുമായ സന്നദ്ധതയാണ് ഇടതുപക്ഷത്തിൽനിന്ന് ജനങ്ങൾ പ്രതീക്ഷിക്കുന്നത്.

ചരിത്രത്തിന്റെ വികാസനിയമങ്ങളെ അതിൽ നിന്നുതന്നെ കണ്ടെത്താനും പഴയതും പുതിയതും തമ്മിലുള്ള പാരസ്പര്യവും വൈരുദ്ധ്യവും ശരിയായി വിശകലനം ചെയ്യാനുമുള്ള കഴിവ് പുരോഗമനവർഗങ്ങൾക്ക് നഷ്ടപ്പെടുമ്പോഴാണ് അവയുടെ സാംസ്കാരികാധിപത്യം ഏത് സമൂഹത്തിലും ദുർബലമാകുന്നത്. പുനരുത്ഥാനത്തിന്റെ പ്രതിപ്രയാണം ആരംഭിക്കുന്നത്. ഇന്ന് സംഘപരിവാർ ഉയർത്തുന്ന അസഹിഷ്ണുതയുടെയും അപരമതവിരോധത്തിന്റെയും, മതനിരപേക്ഷതയുടെ നിരാകരണത്തിന്റേതുമായ പ്രത്യയശാസ്ത്ര നിർമ്മിതിക്കെതിരെ പുരോഗമനപരമായ അവബോധം നിർമ്മിച്ചെടുക്കാനാവശ്യമായ സർവ്വതലസ്പർശിയായ ഇടപെടലാണ് അനിവാര്യമായിരിക്കുന്നത്. പ്രതിലോമകരമായ ആശയങ്ങൾ എങ്ങനെയാണ് ജനമനസ്സുകളെ കീഴടക്കുന്നത് എന്ന കാര്യം സാമൂഹ്യശാസ്ത്രപരവും മനഃശാസ്ത്രപരവുമായ നിർദ്ധാരണങ്ങളിലൂടെ മനസ്സിലാക്കുകയും നവലിബറൽ മുതലാളിത്തത്തിന്റെ പ്രചാരണക്രമത്തെയും പുനരുത്ഥാനം ഉൾപ്പെടെയുള്ള പ്രത്യയശാസ്ത്ര പ്രവർത്തനങ്ങളെയും സൂക്ഷ്മതലങ്ങളിൽത്തന്നെ പ്രതിരോധിക്കുന്ന സാംസ്കാരിക അനുഷ്ഠാനങ്ങളും സമരോത്സുകമായ ഇടപെടലുകളും ബദൽ മാതൃകകളും ജാഗ്രതയോടെതന്നെ രൂപപ്പെടുത്തിയെടുക്കുകയും വേണം. അതിനാവശ്യമായ ധൈഷണികവും രാഷ്ട്രീയവുമായ ധീരമായ ഇടപെടലാണ് സംഘപരിവാറിന്റെ ഫാസിസ്റ്റ് ഭീഷണിക്കെതിരായ പോരാട്ടത്തിന്റെ മുന്നുപാധി. മതനിരപേക്ഷ ജനാധിപത്യവാദികളുടെ വിശാലമായ ഐക്യത്തിന്റെയും തുറന്ന സംവാദത്തിന്റെയും വഴികളിലൂടെ മാത്രമേ ഫാസിസത്തിനെതിരായ പ്രതിരോധപ്രസ്ഥാനങ്ങൾക്ക് ശക്തിനൽകാനാകൂ.

# കോർപ്പറേറ്റ് മൂലധനവാഴ്ചയുടെയും ഹിന്ദുത്വ ഭീകരതയുടെയും ഒമ്പത് വർഷങ്ങൾ

**ര**ണ്ടായിരത്തി പതിനാലിൽ കോർപ്പറേറ്റ് മൂലധനവും ഹിന്ദുത്വവർഗീയതയും ചേർന്നാണ് നരേന്ദ്രമോദിയെ അധികാരത്തിലെത്തിച്ചത്. ഗുജറാത്ത് വംശഹത്യയെത്തുടർന്ന് നരാധമനെന്ന് ലോകമാധ്യമങ്ങൾ വിശേഷിപ്പിച്ച, 16–ാം ലോക്സഭാ തിരഞ്ഞെടുപ്പിൽ അന്താരാഷ്ട്രസമൂഹം അകറ്റിനിർത്തിയ നരേന്ദ്രമോദി ഇന്ത്യൻ കുത്തകകളുടെയും ആഗോള മൂലധനതാൽപര്യങ്ങളുടെയും ഇഷ്ടനായകനായി രംഗം കൈയടക്കുകയായിരുന്നു. അമേരിക്കൻ പബ്ലിക്റിലേഷൻസ് കമ്പനികളും ഇന്ത്യൻ കുത്തകകളും ചേർന്ന് മോദിയുടെ പ്രതിച്ഛായ വികാസ് പുരുഷനായി നിർമ്മിച്ചെടുക്കുകയായിരുന്നു.

ഇന്ത്യയിലെ തദ്ദേശീയ കുത്തകകൾ മാത്രമല്ല സാർവദേശീയമൂലധനശക്തികളും നരേന്ദ്രമോദിയെ അധികാരത്തിൽ എത്തിക്കുന്നതിൽ നിർണായകമായ പങ്കാണ് വഹിച്ചത്. 2011 ലെയും 2013 ലെയും 'വൈബ്രന്റ് ഗുജറാത്ത്' നിക്ഷേപക ഉച്ചകോടിയിൽ ഇന്ത്യയിലെ സർവകുത്തകകളോടൊപ്പം ഇൻഡോ–അമേരിക്കൻ ബിസിനസ്സ് കൗൺസിൽ അധ്യക്ഷനായിരുന്ന റോൺസമ്മേഴ്സും ഉടനീളം പങ്കെടുത്തിരുന്നു. മോദി ഭരണത്തിനുകീഴിൽ ഗുജറാത്തിലുണ്ടായ വികസനത്തെ കണ്ണഞ്ചിക്കുന്നത് എന്നാണ് റോൺസമ്മേഴ്സ് തദവസരത്തിൽ വിശേഷിപ്പിച്ചത്. ഇതിന് പിറകിൽ 'ആപ്കോ വേൾഡ് വൈഡ്' എന്ന യു എസ് പബ്ലിക്റിലേഷൻസ് കമ്പനിയായിരുന്നു. ലോബീയിംഗിനും പബ്ലിക്റിലേഷനുമായുള്ള അന്താരാഷ്ട്ര സ്ഥാപനമാണ് ആപ്കോ വേൾഡ് വൈഡ്.

2011 ലെയും 2013 ലെയും നിക്ഷേപഉച്ചകോടി മോദിയെ ദേശീയാധികാരത്തിലേക്കെത്തിക്കാനുള്ള കോർപ്പറേറ്റ് ഗൂഢാലോചനയുടെ വേദിയായിരുന്നുവെന്ന് പറയാം. ഇന്ത്യൻ കുത്തകകൾ മോദിസ്തുതിയിൽ അഭി

രമിക്കുകയായിരുന്നു. മുകേഷ് അംബാനി, രത്തൻടാറ്റ, ആദിഗോദ്റെജ്, ഗൗതം അദാനി, മറ്റ് നിരവധി വൻകിട വ്യവസായ ബാങ്കിംഗ് സ്ഥാപനങ്ങളുടെ സി ഇ ഒ മാർ തുടങ്ങിയവർ നരേന്ദ്രമോദിയെയും ഗുജറാത്ത് മാതൃകയെയും മതിമറന്ന് പുകഴ്ത്തുകയായിരുന്നു. റാഫേൽ വിമാന ഇടപാടിന്റെ നേട്ടങ്ങൾ കൊയ്ത അനിൽ അംബാനി അറപ്പുളവാകും വിധമാണ് 2013–ലെ വൈബ്രന്റ് ഗുജറാത്ത് വേദിയിൽ മോദിയെ സ്തുതിവചനങ്ങൾകൊണ്ട് പൊതിഞ്ഞത്. അനിൽഅംബാനി മോദിയെ മഹാത്മാ ഗാന്ധി മുതൽ സർദാർ പട്ടേൽവരെയുള്ളവരുടെ നിരയുമായി താരതമ്യം ചെയ്ത് പുകഴ്ത്തുകയായിരുന്നു. രാജാക്കന്മാരുടെ രാജാവെന്നാണ് മോദിയെ അംബാനിമാർ വിശേഷിപ്പിച്ചത്. ഗുജറാത്തിന്റെ സി ഇ ഒയെ ഇന്ത്യയുടെ സി ഇ ഒയായി ഡൽഹിയിൽ എത്തിക്കണമെന്നാണ് കോർപ്പറേറ്റ് മൂലധനശക്തികൾ തീരുമാനമെടുത്തത്.

രാജ്യത്തിന്റെ പരമാധികാരവും സ്വാശ്രയത്വവും മതനിരപേക്ഷ ജനാധിപത്യഘടനയും തകർക്കുന്ന ഫാസിസ്റ്റ് ഭീഷണിയിലൂടെയാണ് മോദി വാഴ്ചയിൽ ഇന്ത്യ കടന്നുപോകുന്നത്. 2019 ലെ ഭരണത്തുടർച്ചയോടെ അത് തീവ്രഗതിയാർജ്ജിച്ചിരിക്കുന്നു. രാജ്യത്തിന്റെ ബഹുസ്വരതയെ വെല്ലുവിളിക്കുകയും ഹിന്ദുത്വമെന്ന ഏകത്വത്തിലേക്ക് എല്ലാവിഭാഗം ജനങ്ങളെയും ബലംപ്രയോഗിച്ച് വിലയിപ്പിച്ചെടുക്കാനുള്ള നീക്കങ്ങളാണ് നടക്കുന്നത്. കേന്ദ്രഭരണത്തിന്റെ സൗകര്യങ്ങളുപയോഗപ്പെടുത്തി രാഷ്ട്രഘടനയെയാകെ ഹിന്ദുത്വവൽക്കരിക്കുകയാണ് സംഘപരിവാർ സംഘടനകൾ. അംബാനി–അദാനിമാരുടെയും ആഗോളമൂലധനശക്തികളുടെയും ലാഭമോഹങ്ങൾക്ക് സമ്പദ്ഘടനയാകെ തുറന്നുകൊടുത്തിരിക്കുന്നു. കോവിഡ് സാഹചര്യത്തിൽപോലും ഇന്ത്യൻ കുത്തകകൾക്ക് അചിന്തനീയമായ വളർച്ചയാണുണ്ടായത്. ഇപ്പോൾ ഹിന്റൻബർഗ് റിപ്പോർട്ടിനെത്തുടർന്ന് പുറത്തുവന്നിരിക്കുന്ന വിവരങ്ങൾ ഞെട്ടിപ്പിക്കുന്നതാണ്. മോദി ഭരണത്തിലെ ചങ്ങാത്ത മുതലാളിത്ത ദുർമാർഗങ്ങളെ സംബന്ധിച്ച വിവരങ്ങൾ. തനിക്കുള്ളതിനേക്കാൾ 85% ആസ്തിമൂല്യം ഉയർത്തിക്കാട്ടിയാണ് മോദിയുടെ ഉറ്റചങ്ങാതിയായ ഗൗതംഅദാനി ലോകത്തിലെ രണ്ടാമത്തെ സമ്പന്നനായി ഫോക്സ് പട്ടികയിൽ സ്ഥാനമുറപ്പിച്ചതെന്ന വിവരമാണ് പുറത്തുവന്നിരിക്കുന്നത്. മുസ്ലീം വിരുദ്ധതയും അതിദേശീയതയും അടിച്ചുവീശി കോർപ്പറേറ്റുകൾക്ക് രാഷ്ട്രസമ്പത്ത് കൊള്ളയടിക്കാനുള്ള അവസരം സൃഷ്ടിക്കുകയാണ് മോദി ഭരണം ചെയ്തത്. ഈ കോർപ്പറേറ്റുകളാണല്ലോ മോദിയെ അധികാരത്തിലെത്തിച്ചത്.

ഹിറ്റ്ലറെ അധികാരത്തിലെത്തിച്ച ക്രൂപ്പ്കമ്പനിയുടെ മുൻഡയറക്ടറായിരുന്ന ആൽഫ്രഡ്ഹുഗൈൻബർഗ് ജർമ്മനിയിലെ നിരവധി പത്രസ്ഥാപനങ്ങളുടെയും വാർത്താഏജൻസികളുടെയും ഉടമയായിരുന്നു. അതുപോലെ റിലയൻസും ടാറ്റയും ബിർലയും അദാനിമാരുമെല്ലാമടങ്ങുന്ന കുത്തകകളും അവർ ഓഹരി ഉടമകളായ ഇന്ത്യൻ മാധ്യമ മുതലാളിത്തവുമാണ് മോദിയെ ദേശീയ അധികാരത്തിലേക്ക് നയിച്ചത്. ഇന്ത്യൻ

കോർപ്പറേറ്റ് ലോകവും ആഗോള ഫൈനാൻസ് മൂലധനശക്തികളും അവരുടെ ഉടമസ്ഥതയിലുള്ള മാധ്യമ ശൃംഖലകളും ചേർന്നാണ് ആരാലും വെറുക്കപ്പെട്ട മോദിയെ സ്വീകാര്യനാക്കിയത്. ഈ കോർപ്പറേറ്റുകളുടെ താല്പര്യങ്ങൾക്കുവേണ്ടിയാണ് മോദിഭരണം നിലകൊള്ളുന്നതെന്ന കാര്യം അധികാരത്തിലെത്തി ദിവസങ്ങൾക്കകം വ്യക്തമായിക്കഴിഞ്ഞിരുന്നു. ജനദ്രോഹനയങ്ങളുടെ ഘോഷയാത്രയാണ് ആരംഭിച്ചത്. അപനിക്ഷേപവൽക്കരണവും സമ്പദ്ഘടനയുടെ അപദേശീയവൽക്കരണവും പൊതുമേഖല തകർക്കലും ക്ഷേമപദ്ധതികളും സബ്സിഡികളും സൗജന്യങ്ങളുമെല്ലാം ഒന്നിനുപിറകെ ഒന്നായി ഇല്ലാതാക്കുകയായിരുന്നു. അതിനെതിരായി വളർന്നുവരുന്ന ജനരോഷത്തെ വർഗീയത ഇളക്കിവിട്ടും വിദ്വേഷപ്രചരണം നടത്തിയും അസ്ഥിരീകരിക്കുകയായിരുന്നു.

'മഹാനായ' ഒരു മനുഷ്യന് ചരിത്രം സൃഷ്ടിക്കുവാൻ കഴിയുമെന്ന പ്രതിലോമപരമായ പ്രത്യയശാസ്ത്രത്തിന്റെ പ്രയോഗമാണ് 16–ാം ലോക്സഭാ തിരഞ്ഞെടുപ്പിലും 19–ാം ലോക്സഭാ തിരഞ്ഞെടുപ്പിലും രാജ്യം ദർശിച്ചത്. ഹിന്ദുത്വഫാസിസത്തിന്റെ പ്രതീകമായ നരേന്ദ്രമോദിയെ അധികാരത്തിലെത്തിച്ചത് മാധ്യമങ്ങളുടെ പ്രചാരവേലകളും ബിംബനിർമ്മിതിയുമായിരുന്നു. പ്രത്യയശാസ്ത്രം ഒരു ഭൗതികശക്തിയാണെന്ന തിരിച്ചറിവ് ഇന്ന് മാർക്സിസ്റ്റുകൾക്ക് മാത്രമല്ല വലതുപക്ഷ രാഷ്ട്രീയശക്തികൾക്കുമുണ്ട്. കോർപ്പറേറ്റ് മൂലധന താല്പര്യങ്ങളും അതിന് കീഴ്പെട്ട് പ്രവർത്തിക്കുന്ന മാധ്യമങ്ങളും ചേർന്നാണ് നരാധമനായ മോദിയെ വികസനനായകനാക്കി തീർത്തത്. കോർപ്പറേറ്റ് മാധ്യമങ്ങളും പബ്ലിക്റിലേഷൻസ് കമ്പനികളും അതിസമർത്ഥമായി നടത്തിയ പര്യാലോചനകളിലൂടെയാണ് മോദി എന്ന ബിംബം നിർമ്മിക്കപ്പെട്ടത്. 2016 ലെ തിരഞ്ഞെടുപ്പ് കാലത്തുടനീളം ഉത്തരേന്ത്യയിൽ ദൃശ്യമായത് ഒരുതരം ഉന്മാദമായിരുന്നുവെന്ന് മോദി പ്രതിഭാസത്തെ വിശകലനം ചെയ്ത പല സാമൂഹ്യശാസ്ത്രജ്ഞരും മാധ്യമപ്രവർത്തകരും പറയുന്നുണ്ട്. നവലിബറലിസം സൃഷ്ടിച്ച ചൂഷണവും ദാരിദ്ര്യവുംമൂലം ദുരിതമനുഭവിക്കുന്ന ജനസമൂഹങ്ങൾക്കുമുമ്പിൽ ഒരു രക്ഷകനായിട്ടാണ് മാധ്യമങ്ങൾ മോദിയെ അവതരിപ്പിച്ചത്. വഞ്ചിക്കപ്പെട്ട ജനതയുടെ ആത്മാഭിമാനം വീണ്ടെടുക്കാൻ പ്രാപ്തനായ 56 ഇഞ്ച് മാറ്വണ്ണമുള്ള രക്ഷകപുരുഷന്റെ പരിവേഷമാണ് മാധ്യമങ്ങൾ സൃഷ്ടിച്ചത്. വികസന പ്രലോഭനങ്ങളും വിദ്വേഷവും വാരിവിതച്ചാണ് മോദി ഇന്ദ്രപ്രസ്ഥത്തിലേക്കുള്ള വഴി സുഗമമാക്കിയത്.

ഹിറ്റ്ലറുടെ പ്രചാരക മന്ത്രിയായിരുന്ന ഗീബൽസ് പറഞ്ഞതുപോലെ കൊടുംനുണകളെ സത്യമാക്കുന്ന പ്രചാരണയുദ്ധത്തിലൂടെയാണ് മോദി പ്രതിഭാസം വളർത്തിയെടുത്തത്. അതിനെ ഒരു തരംഗമാക്കി രാജ്യമെമ്പാടും മാധ്യമങ്ങൾ വ്യാപിപ്പിക്കുകയായിരുന്നു. ഇന്ത്യയിലേറ്റവും പിന്നോക്കം നിൽക്കുന്ന സംസ്ഥാനമായ ഗുജറാത്ത് വികസനസ്വർഗമാണെന്ന വലിയ നുണയാണ് മാധ്യമങ്ങൾ ആവർത്തിച്ചത്. മോദി എന്ന

മിശിഹ ഗുജറാത്തിലെ ഏതോ സവിശേഷമായ അപ്പവും അഭയവുമായി തങ്ങളെയെല്ലാം രക്ഷിക്കാനായി വരുന്നുണ്ടെന്ന കഥകളാണ് മാധ്യമങ്ങളും പബ്ലിക്റിലേഷൻസ് കമ്പനികളും ഇന്ത്യയിലെ ഗ്രാമാന്തരങ്ങളിൽ പ്രചരിപ്പിച്ചത്. 2014 ൽ 5827 പൊതുയോഗങ്ങളിലാണ് നരേന്ദ്രമോദി തിരഞ്ഞെടുപ്പിന്റെ മുന്നോടിയായി പ്രസംഗിച്ചത്. ഇതിനായി മൂന്ന് ലക്ഷത്തിൽപരം കിലോമീറ്റർ പ്രസംഗപര്യടനം തന്നെ നടത്തി. അമിത്ഷായുടെ നേതൃത്വത്തിലുള്ള ബ്ലൂബ്രിഗേഡുകൾ വ്യത്യസ്ത സാമൂഹ്യവിഭാഗങ്ങളെ സ്വാധീനിക്കാൻ കഴിയുന്ന തരത്തിൽ വിദ്വേഷപ്രചരണവും വികസന വാഗ്ദാനങ്ങളും നടത്തി. ആയിരത്തിൽ പരം എൽ.സി.ഡികളാണ് ഉത്തരേന്ത്യൻ ഗ്രാമങ്ങളിൽ മോദി മാഹാത്മ്യം വാഴ്ത്തി തലങ്ങും വിലങ്ങും ഓടിയത്. ഇന്ത്യൻ നഗരങ്ങളെ പിടിച്ചുകുലുക്കുന്ന 437 വൻ റാലികൾ അംബാനിയും അദാനിയും പണമൊഴുക്കി സംഘടിപ്പിച്ചു. 5000 കോടി മുതൽ 12000 കോടിവരെ ഇത്തരം പ്രചാരവേലയ്ക്കായി ചെലവായിട്ടുണ്ടെന്നാണ് ഏകദേശകണക്ക്. ഇതിലൂടെയെല്ലാം ഒരു പ്രത്യേകതരം ഉന്മാദാവസ്ഥ വളർത്തുകയായിരുന്നു കോർപ്പറേറ്റ് മാധ്യമങ്ങൾ.

അഴിമതിയും പട്ടിണിയും വിലക്കയറ്റവുമെല്ലാം നവലിബറൽനയങ്ങളുടെ സൃഷ്ടിയാണെന്നും മോദിയും കോൺഗ്രസിനെപോലെ നവലിബറൽനയങ്ങളുടെ വക്താവാണെന്നുമുള്ള യാഥാർത്ഥ്യം സമർത്ഥമായി മറച്ചുപിടിക്കപ്പെടുകയാണുണ്ടായത്. ഒരിക്കലും മാപ്പർഹിക്കാത്ത ഗുജറാത്തിലെ മഹാപാതകങ്ങളുടെ ചോരക്കറപുരണ്ട മോദിയെ വംശഹത്യയുടെപേരിൽ അകറ്റിനിർത്തണമെന്ന് പറഞ്ഞവർക്കുപോലും എങ്ങനെയാണ് സ്വീകാര്യനായത്. Boosting Modies Image എന്ന അന്വേഷണാത്മക റിപ്പോർട്ടിലൂടെ (ഏപ്രിൽ 29 *ഇക്കണോമിക്ടൈംസ്*) ഭാവനാവിജ്അറോറ മോദി എന്ന ബിംബത്തിന്റെ നിർമ്മിതിക്ക് പിന്നിലെ പ്രചാരണസൂത്രങ്ങൾ അനാവരണം ചെയ്യുന്നുണ്ട്. ആരാലും വെറുക്കപ്പെട്ട മോദിയെ വികസനനായകനാക്കി മാധ്യമങ്ങൾ മാറ്റിയത് അഭൂതപൂർവ്വമായ ബ്രാൻഡിങ്ങ് അഭ്യാസങ്ങളിലൂടെയായിരുന്നു. മോദി ഫോർ പി എം, മാക്സിമം ഗവേണൻസ്, ലെസ് ഗവേണൻസ് തുടങ്ങിയ ശബ്ദമുദ്രകളാൽ ന്യൂനപക്ഷഹത്യയുടെ പാപക്കറപുരണ്ട മോദിക്ക് വികസനോന്മുഖത്വത്തിന്റെ പരിവേഷം സൃഷ്ടിച്ചെടുക്കുകയായിരുന്നു.

തീവ്രഹിന്ദുത്വത്തിന്റെ പ്രതീകം, 2002 ലെ വംശഹത്യക്ക് നേതൃത്വം കൊടുത്ത ഫാസിസ്റ്റ്, അധികാരത്തിലെത്തിയാൽ ന്യൂനപക്ഷങ്ങളെ വേട്ടയാടാൻ സാധ്യതയുള്ള ഭരണാധികാരി തുടങ്ങിയ പ്രതിച്ഛായയാണ് മോദിക്ക് അന്താരാഷ്ട്ര സമൂഹത്തിൽ ഉണ്ടായിരുന്നത്. 2009 ൽ *ഫിനാൻഷ്യൽ ടൈംസ്* 'എഫ് ഡി ഐ പേഴ്സണാലിറ്റി ഓഫ് ദി ഇയർ' ആയി മോദിയെ തെരഞ്ഞെടുത്തതായിരുന്നു. ഗുജറാത്തിലെ വർദ്ധിതമാകുന്ന വിദേശനിക്ഷേപത്തെ പരിഗണിച്ചായിരുന്നു ഈ അവാർഡ്. എന്നാൽ ആഗോള ഫിനാൻസ് മൂലധനത്തിന്റെ പ്രിയപുത്രനായ മോദിക്കെതിരെയും *ഫിനാൻഷ്യൽ ടൈംസി*ന്റെ അവാർഡ് പ്രഖ്യാപനത്തിനെതിരെയും വ്യാ

പകമായ എതിർപ്പുയർന്നു. 2002 ലെ വംശഹത്യയുടെ പ്രതീകമായ ഒരാൾക്ക് അവാർഡ് നൽകുന്നത് ശരിയല്ലെന്ന വാദം ബിസിനസ്സ് സമൂഹത്തിൽ നിന്നുതന്നെ ഉയർന്നുവന്നതോടെ *ഫിനാൻഷ്യൽ ടൈംസ്* അവാർഡ് റദ്ദ് ചെയ്യുകയായിരുന്നു. അത്രയും വെറുക്കപ്പെട്ട ഒരാൾ എങ്ങനെ മാധ്യമങ്ങൾക്ക് സ്വീകാര്യനായി എന്നതാണ് *ഇക്കണോമിക് ടൈംസി*ലെ ലേഖനം പരിശോധിച്ചത്. ആയിരക്കണക്കിന് കോടികൾ മുടക്കിക്കൊണ്ടുള്ള ബ്രാൻഡിങ്ങ് അഭ്യാസങ്ങളാണ് പരീക്ഷിക്കപ്പെട്ടത്. ഇന്ത്യക്കകത്തും പുറത്തും മോദിയെ അംഗീകരിപ്പിക്കുക എന്നതായിരുന്നു ഈ ബ്രാൻഡിങ്ങ് പരീക്ഷണങ്ങളുടെ ലക്ഷ്യം. ഭാവനവിജ്അറോറ ചൂണ്ടിക്കാട്ടുന്നത് മോദിയുടെ പ്രതിച്ഛായ നിർമ്മിതിയിൽ പ്രധാന പങ്ക് വഹിച്ചത് ആപ്കോ വേൾഡ് വൈഡ്, വിവേകാനന്ദ ഇന്റർനാഷണൽ ഫൗണ്ടേഷൻ, ഇന്ത്യൻ അമേരിക്കൻസ് ഫോർ ഫ്രീഡം, ഹിന്ദു അമേരിക്കൻ ഫൗണ്ടേഷൻ (ഇത് ആർ എസ് എസിന്റെ അമേരിക്കൻ പുത്രികാസംഘടനയാണ്) തുടങ്ങിയ സ്ഥാപനങ്ങളും സംഘടനകളുമാണ്. കാർണ്ണഗി ഇന്റർനാഷണൽ ഫോർ പീസ്, ഫോർഡ് ഫൗണ്ടേഷൻ, റോക്ഫെല്ലർ ഫൗണ്ടേഷൻ തുടങ്ങി അമേരിക്കൻ കോർപ്പറേറ്റ് മൂലധന സംരംഭങ്ങളുടെ ഭാഗമായി പ്രവർത്തിക്കുന്ന ചിന്താസംഭരണികളും അമേരിക്കൻ ജൂയിഷ് കൗൺസിലും മോദിയുടെ പ്രതിച്ഛായ നിർമ്മിതിയിൽ നേരിട്ടും അല്ലാതെയും പങ്കുവഹിച്ചവരാണ്.

കടുത്ത വിദ്വേഷപ്രചരണത്തിലൂടെ ബംഗ്ലാദേശി മുസ്ലീങ്ങൾക്കും മധ്യേന്ത്യയിലെ ന്യൂനപക്ഷ ജനവിഭാഗങ്ങൾക്കും നേരെ കലാപങ്ങൾ അഴിച്ചുവിട്ടും കലാപത്തിന്റെ അന്തരീക്ഷത്തെ ഉപയോഗിച്ച് വർഗീയ ധ്രുവീകരണം ത്വരിതഗതിയിലാക്കിയുമാണ് വിശാല ഹിന്ദുവോട്ടുകൾ മോദിക്കനുകൂലമാക്കിയത്. ഗുജറാത്ത് വികസനമാതൃക പൊലിപ്പിച്ച് കാണിച്ച് ആരംഭിച്ച പ്രചാരണം അവസാനം തുറന്ന വർഗീയ ഭ്രാന്ത് ഇളക്കിവിടുന്നതിലേക്കാണ് എത്തിയത്. മുസഫർനഗർ കലാപത്തിന് വോട്ടിലൂടെ മറുപടി നൽകണമെന്നും നമ്മുടെ സഹോദരിമാരെ മാനഭംഗം ചെയ്യുന്നവരാണ് മുസ്ലീങ്ങളെന്നുമുള്ള കടുത്ത വിദ്വേഷപ്രചരണമാണ് അമിത്ഷായെ പോലുള്ളവർ നടത്തിയത്. ബീഹാറിലെ നവാഡയിലെ ബി ജെ പി സ്ഥാനാർത്ഥിയായിരുന്ന ഗിരിരാജ്സിംഗ് ജാർഖണ്ഡിൽ നടത്തിയ പ്രസംഗത്തിൽ മോദിയെ എതിർക്കുന്നവരുടെ സ്ഥാനം പാക്കിസ്ഥാനിലാണെന്നാണ് ആക്രോശിച്ചത്. ഹിന്ദുമേഖലയിൽ മുസ്ലീങ്ങൾക്ക് വീട് നൽകരുതെന്നാണ് പ്രവീൺതൊഗാഡിയ പറഞ്ഞത്. മോശമായി പെരുമാറുന്ന മുസ്ലീങ്ങളെ മോദി നിലയ്ക്കുനിർത്തുമെന്നാണ് ശിവസേന നേതാവ് രാംദാസ്കദം മോദിയെ വേദിയിലിരുത്തി വിളിച്ചുപറഞ്ഞത്. ആസാമിലെ ദമാജിയിൽ മോദിയുടെ പ്രസംഗം കഴിഞ്ഞ് മണിക്കൂറുകൾക്കകം മുസ്ലീങ്ങളെ ബോഡോ തീവ്രവാദികൾ കൊന്നുകൂട്ടി. കൊക്രാജാറിലും ബസ്കയിലും ചിരംഗിലും ബോഡോതീവ്രവാദികൾ മുസ്ലീങ്ങളെ തെരഞ്ഞുപിടിച്ചുകൊല്ലുകയായിരുന്നു. വികസന പ്രലോഭനങ്ങളും

വർഗീയ വിദ്വേഷ പ്രചാരണവും ക്രൂരമായ കലാപങ്ങളും അഴിച്ചുവിട്ടു കൊണ്ടാണ് മോദിക്ക് അധികാരത്തിലെത്താനായത്.

## മോദി മിത്തോളജി അഥവാ ഫാസിസത്തിന്റെ ബിംബനിർമ്മിതി

ആരെയും ആകർഷിക്കുന്ന പ്രചാരണരീതികളിലൂടെ വർഗീയ വിദ്വേഷത്തിന്റെ ദംഷ്ട്രകളെ മറച്ചുപിടിക്കുകയും ജനങ്ങളുടെ ആഗ്രഹങ്ങളും ആവശ്യങ്ങളും സഫലമാക്കാൻ കഴിയുന്ന അതിമാനുഷനായി മോദിയെ സൗന്ദര്യവൽക്കരിക്കുകയുമാണ് മാധ്യമങ്ങൾ ചെയ്തത്. എല്ലാം തികഞ്ഞ അതിമാനുഷനായി മോദിയെ ബിംബവൽക്കരിക്കുകയും സ്വീകരിപ്പിക്കുകയുമാണ് മാധ്യമങ്ങൾ ചെയ്തത്. ജനമനസ്സുകളെ സ്വാധീനിക്കുന്ന ബ്രാൻഡിങ്ങ് അഭ്യാസങ്ങളിലൂടെ, എല്ലാവർക്കും സ്വീകാര്യനാവുന്ന ശബ്ദമുദ്രകളിലൂടെ മോദിയിസത്തെ കോർപ്പറേറ്റ് മൂലധനത്തിന്റെ പ്രത്യയശാസ്ത്രമാക്കി വികസിപ്പിക്കുകയായിരുന്നു മാധ്യമങ്ങൾ. ക്രൂരമായ പഴയ പ്രതിച്ഛായയെ മറവിയിലേക്ക് തള്ളി പുതിയ മോദി രംഗം കൈയടക്കുമ്പോൾ പഴയവിമർശകരെല്ലാം മോദിയുടെ സ്തുതിപാഠകരാവുകയായിരുന്നു. പല പത്രാധിപന്മാരും പത്രകുലപതികളും മോദിയുടെ ദൃഢമായ നേതൃപാടവത്തെയും ഗുജറാത്തിലെ ഗ്രാമങ്ങൾക്കുണ്ടായ അഭിവൃദ്ധിയെയും മികച്ച ഭരണമെന്ന മന്ത്രത്തെയും വാഴ്ത്തുന്നവരായി. ഗുജറാത്തിൽ വികസനം കൊണ്ടുവന്ന മോദിയിൽ പ്രതീക്ഷ അർപ്പിക്കുന്നവരായി പല മാധ്യമ പ്രമുഖരും സ്വയം മാറി. ഓപ്പൺ മാഗസിൻ 2013-ൽ പ്രസിദ്ധീകരിച്ച 'മോദി മിത്തോളജി' എന്ന ലേഖനം ഈ വഞ്ചനാത്മകമായ മാറ്റത്തിന്റെ സൂചന നൽകുന്നതായിരുന്നു. കോർപ്പറേറ്റുകളുടെ അതിരുകളില്ലാത്ത വികസനമോഹത്തിന്റെ പ്രതിനിധി എന്ന നിലയിലാണ് ഹൈന്ദവതയും മൂലധനവും ചേർന്ന് മോദിയെ നിർമ്മിച്ചത്. ഉന്മാദകരമായ പ്രചരണാഭ്യാസങ്ങൾ 1930 കളിലെ ജർമ്മൻ ഫാസിസത്തിന്റെ പ്രചാരണയുദ്ധത്തെയാണ് അനുസ്മരിപ്പിക്കുന്നത്.

ഹിറ്റ്ലറുടെ പ്രചരണാർത്ഥം എടുത്ത സിനിമയായിരുന്നല്ലോ *ട്രയംഫ് ഓഫ് ദി വിൽ*. സിനിമാവിദ്യാർത്ഥികളുടെ പാഠപുസ്തകമായിട്ടാണ് ഈ കുപ്രസിദ്ധ ക്ലാസിക് പരിഗണിക്കപ്പെടുന്നത്. അക്കാലത്ത് നിലവിലുണ്ടായിരുന്ന ഏറ്റവും നൂതനമായ സാങ്കേതിക വിദ്യയിൽ എടുത്ത ആ സിനിമ ഇപ്പോൾ കാണുമ്പോഴും ഒരുതരം വിഭ്രാന്തിയാണ് ഉളവാക്കുക. ആകാശകാഴ്ചകളും ശ്ലഥബിംബങ്ങളും സമൂർത്തമായി അഭ്രപാളിയിൽ സമന്വയിപ്പിക്കുകയായിരുന്നു. ഇതിന്റെ സംവിധായകയായ റെനി റീഫെൻസ്റ്റാൾ ഹിറ്റ്ലർക്ക് ഒരു അതിമാനുഷിക രൂപം തീർക്കുകയായിരുന്നു. അത്യധികം വൈദഗ്ദ്യത്തോടെയാണ് ഈ അതിമാനുഷ പ്രതീതി നിർമ്മിച്ചെടുത്തത്. അഭ്രപാളിയിൽ ഹിറ്റ്ലർ, അദ്ദേഹത്തിനുവേണ്ടി ആർത്തുവിളിക്കുന്ന ജനാവലി, അതിനിടയിൽ ഇടയ്ക്കിടെ കാണിക്കുന്ന സ്വസ്തിക. ഇതെല്ലാം കാണികളിലേക്ക് പകരുന്ന ഉന്മാദകരമായ ഒരവസ്ഥ. കാണികൾ ഹിറ്റ്ലർ വാഴുക എന്ന് വിളിച്ച് പറയുന്ന മാനസികാവസ്ഥയിലാണ് സിനിമ എത്തി

ക്കുന്നത്. ഫാസിസം എങ്ങനെയാണ് ജനമനസ്സുകളെ പ്രചാരണകലകളിലൂടെ കീഴടക്കുന്നത് എന്നതിന്റെ നല്ലൊരു ഉദാഹരണമാണ് *ട്രയംഫ് ഓഫ് ദി വിൽ.*

ഫാസിസത്തിന്റെ പ്രത്യയശാസ്ത്രമെന്നത് സ്ഥിതിസമത്വാശയങ്ങളെ നിഷേധിക്കുന്ന കൈയൂക്കിന്റേതാണ്. 1930 കളിൽ യൂറോപ്പിനെ ഒരു പ്ലേഗ് പോലെ വേട്ടയാടിയ ഫാസിസം വിൽഹംറീഹ് നിരീക്ഷിക്കുന്നതുപോലെ പ്രതിലോമപരമായ ഒരു പ്രത്യയശാസ്ത്രത്തിന്റെ സാക്ഷാൽക്കാരമായിരുന്നു. നാസികൾ ഫെഡറിക്നീഷെയാണ് തങ്ങളുടെ ഔദ്യോഗിക തത്വചിന്തകനായി അംഗീകരിച്ചത്. നീഷെയുടെ തത്വദർശനങ്ങളെ പിൻപറ്റിയാണ് ഇറ്റലിയിലും ജർമ്മനിയിലും ഫാസിസ്റ്റ് ചിന്തകന്മാർ ബാഹുബലമാണ് ലോകത്തിന്റെ യഥാർത്ഥശക്തി എന്ന് പ്രചരിപ്പിച്ചത്. നീഷെയുടെ അതിമാനുഷൻ എന്ന സങ്കൽപം മനുഷ്യവർഗം എന്ന ആശയത്തെ തന്നെ അവജ്ഞയോടെ തള്ളുന്നതായിരുന്നു. സർവ്വരുടെയും ക്ഷേമം എന്നൊന്നില്ലെന്നും ഇച്ഛാശക്തികൊണ്ട് ശക്തന്മാരായിത്തീരുന്ന അതിമാനുഷന്മാർക്ക് മാത്രം അവകാശപ്പെട്ടതാണ് ലോകമെന്നുമായിരുന്നു ഫാസിസ്റ്റ് മതം. ശക്തിക്ക് പകരം സന്മാർഗചിന്തകൾ ഉപദേശിക്കുന്ന സെമറ്റിക് മതമൂല്യങ്ങൾ ഭീരുക്കളുടെ തത്വദർശനമാണെന്നാണ് നീഷെ കരുതിയത്. മനുഷ്യരാശിയല്ല അതിമാനുഷരാണ് ലക്ഷ്യം എന്നതായിരുന്നു നീഷെയുടെ തത്വശാസ്ത്രം കൽപ്പിച്ചത്. ജീവിതാവസാനം മനോവിഭ്രാന്തിയിലായിരുന്നു ഈ തത്വചിന്തകൻ. നീഷെയുടെ മരണശേഷം അദ്ദേഹത്തിന്റെ വെയ്മറിലുള്ള വീട്ടിലേക്ക് ഹിറ്റ്ലർ ഒരു തീർത്ഥാടകനായി ചെന്നിരുന്നു. ഇന്ത്യയിലെ സംഘപരിവാർ ശക്തികളും നീഷെയുടെ ദർശനങ്ങളെ ആന്തരവൽക്കരിച്ചവരാണല്ലോ. രാജ്യത്തെ രക്ഷിക്കാൻ 56 ഇഞ്ച് മാറിടമുള്ള ധീരപുരുഷന്മാർ വേണമെന്ന സ്വയം പ്രഖ്യാപനവും പ്രസംഗവേദികളിലെ അധിനായക നാട്യവും ശരീരഭാഷയുമെല്ലാം മോദിയിൽ ജന്മമെടുത്ത ഫാസിസ്റ്റ് രാഷ്ട്രീയത്തെയാണ് പ്രകടിതമാക്കുന്നത്.

2014 മെയ് 17 ന്റെ ഇ പി ഡബ്ല്യിയുവിൽ മോദിയുടെ അധികാരാരോഹണത്തിനു പിറകിലെ ആർ എസ് എസ് പ്രവർത്തനങ്ങളെ ബദ്രിനാരായണൻ വിശകലനം ചെയ്യുന്നുണ്ട്. അന്താരാഷ്ട്ര പബ്ലിക്റിലേഷൻസ് കമ്പനികളുടെ ആസൂത്രണത്തിലും കാർമ്മികത്വത്തിലും 6 ലക്ഷം ആർ എസ് എസ് പ്രവർത്തകരും ഒരു ലക്ഷത്തോളം വരുന്ന നേതാക്കളും മോദിയുടെ വിജയം ഉറപ്പിക്കാൻ മുഴുവൻ സമയവും പ്രവർത്തിച്ചു. പ്രചാരണ പ്രവർത്തനങ്ങളുടെ ഫീഡ്ബാക്ക് ഏജൻസി എന്നനിലയിലാണ് സ്വയംസേവകർ പ്രവർത്തന നിരതരായത്. 2013 നവംബർ മുതൽ യു പിയിലെ വിവിധ മോദി റാലികളിൽ നടത്തിയ പ്രസംഗങ്ങളോടുള്ള ജനങ്ങളുടെ പ്രതികരണ വിശകലനം സ്വയംസേവകർ ആരംഭിച്ചിരുന്നു. വാരാണസി കേന്ദ്രമായി അമിത്ഷായും ആർ എസ് എസിന്റെ മുതിർന്ന നേതാവായ അനിൽ ബൻസാലിയുമായിരുന്നു ഇതിന്റെ ചുമതല വഹിച്ചിരുന്നത്. ദൈനംദിന വിശകലനങ്ങൾ വഴി ഏറ്റവും താഴെതട്ടുവരെ സജീവമായ

പ്രയോഗ ശാസ്ത്രം രൂപീകരിക്കുകയാണ് സംഘം ചെയ്തത്. കേരളത്തിൽ പോലും ബി ജെ പി വോട്ടുകൾ നഷ്ടപ്പെടാതിരിക്കുവാൻ ആർ എസ് എസ് ജാഗ്രതയോടെ ഇടപെട്ടിരുന്നു. ബൂത്ത് മാനേജ്മെന്റിലും ആർ എസ് എസ് മുമ്പൊരിക്കലുമില്ലാത്തവിധം ശ്രദ്ധിച്ചിരുന്നു. നീല കുർത്തയും പൈജാമയും യൂണിഫോമായി സ്വീകരിച്ച ബ്ലൂബ്രിഗേഡുകളെയാണ് ആർ എസ് എസ് ഇതിനായി രംഗത്തിറക്കിയത്. തങ്ങൾക്ക് എതിരും അനുകൂലവുമായ എല്ലാഘടകങ്ങളെയും പരിശോധിക്കുകയും പ്രതികരണ വിശകലനങ്ങളിലൂടെ ഓരോ വിഭാഗം ജനങ്ങൾക്കിടയിലും ആവശ്യമായ തന്ത്രങ്ങളും മുദ്രാവാക്യങ്ങളും ആവിഷ്കരിച്ച് ക്യാമ്പയിൽ നടത്തുകയാണ് ബ്ലൂബ്രിഗേഡുകൾ ചെയ്തത്. യു.പിയിൽ ഇതിനായി 400 നമോരഥങ്ങളാണ് തലങ്ങും വിലങ്ങും ഓടിയത്. കോർപ്പറേറ്റ് മൂലധനത്തിന്റെ വിശ്വസ്തനായ ഇന്ത്യൻ അധിനായകന് സമ്മതിയും സ്വീകാര്യതയും നിർമ്മിച്ചെടുക്കുന്ന പ്രചാരണവും പ്രത്യയശാസ്ത്രവൽക്കരണവുമാണ് മാധ്യമങ്ങളും ആപ്കോ വേൾഡ്വൈഡ് പോലുള്ള പബ്ലിക്റിലേഷൻസ് കമ്പനികളും നിർവ്വഹിച്ചത്.

മോദി ഭരണത്തിന്റെ ഒമ്പത് വർഷക്കാലം പിന്നിടുമ്പോൾ രാജ്യം അഭൂതപൂർവമായ ഒരു ചരിത്രസന്ധിയിലാണ് എത്തിനിൽക്കുന്നത്. പരമാധികാരവും സ്വാശ്രയത്വവും മതനിരപേക്ഷതയും ഫെഡറലിസവും ജനാധിപത്യസംവിധാനങ്ങളും വെല്ലുവിളിക്കപ്പെടുകയാണ്. ഭരണഘടനയെ തന്നെ പൊളിച്ചെഴുതാനുള്ള കുടിലമായ നീക്കങ്ങളാണ് നടക്കുന്നത്. ഹിന്ദുരാഷ്ട്രാഭിമാനത്തിന്റെ വിശ്വാസഭ്രാന്തിളക്കിവിട്ട് ആധുനിക ജീവിത മൂല്യങ്ങളെയും ജനാധിപത്യ ഘടനയെയും തകർക്കാനുള്ള നീക്കങ്ങളിലാണ് സംഘപരിവാർ സംഘടനകൾ. മതരാഷ്ട്രവാദത്തിന്റെ ഉന്മാദം സൃഷ്ടിച്ച് അപരമതവിശ്വാസികളെയും ദളിത് സ്ത്രീ സമൂഹങ്ങളെയും രാജ്യമെമ്പാടും വേട്ടയാടുകയാണവർ. ആഗോള മൂലധനതാല്പര്യങ്ങൾക്കാവശ്യമായ സംസ്കാര സംഘർഷത്തിന്റെ സിദ്ധാന്തവും പ്രയോഗവുമാണ് ഹിന്ദുത്വവാദികൾ മോദി ഭരണത്തിന്റെ സൗകര്യമുപയോഗിച്ച് തിളപ്പിച്ചെടുക്കുന്നത്. നവലിബറൽ മൂലധനാധിനിവേശത്തിന് തടസ്സം നിൽക്കുന്ന രാഷ്ട്രഘടനകളെയും ജനാധിപത്യ പ്രസ്ഥാനങ്ങളെയും അസ്ഥിരീകരിക്കാനുള്ള ആസൂത്രിതമായ നീക്കങ്ങളാണ് അവർ നടത്തിക്കൊണ്ടിരിക്കുന്നത്.

2024 ലെ തെരഞ്ഞെടുപ്പിനെ ലക്ഷ്യംവെച്ച് സംഘപരിവാർ അയോധ്യയിൽ രാമക്ഷേത്ര നിർമ്മാണപ്രവർത്തനങ്ങൾ ത്വരിതഗതിയിലാക്കിയിരിക്കുന്നു. കാശി വിശ്വനാഥക്ഷേത്രത്തിനടുത്ത് ഗ്യാൻപാവ് മസ്ജിദ് പൊളിച്ച് ശിവക്ഷേത്രം പണിയാനും മധുരയിലെ മുസ്ലീം ആരാധനാസ്ഥലം പൊളിച്ച് കൃഷ്ണ ക്ഷേത്രം പണിയാനും നീക്കങ്ങളാരംഭിച്ചിരിക്കുന്നു. ഭരണാധികാരത്തിന്റെ സൗകര്യങ്ങളുപയോഗിച്ച് ന്യൂനപക്ഷ ആരാധനാലയങ്ങൾക്കെതിരായി ഭീഷണികളുയർത്തുകയാണ്. രാജ്യമെമ്പാടും രാമ ശിവ കൃഷ്ണ അവതാരങ്ങളെക്കുറിച്ചുള്ള കഥകൾ പ്രചരിപ്പിച്ച്

അവർക്ക് ആരാധനാലയങ്ങൾ പണിയാൻ മുസ്ലീങ്ങൾക്കും അവരുടെ ആരാധനാലയങ്ങൾക്കുമെതിരായി ഭൂരിപക്ഷം മതവിശ്വാസികളെ തിരിച്ചുവിടാനുള്ള പരീക്ഷണമാണ് ഹിന്ദുത്വവാദികൾ നടത്തിക്കൊണ്ടിരിക്കുന്നത്. 1992 ൽ ബാബ്റിമസ്ജിദ് തകർത്ത് സമുദായധ്രുവീകരണത്തിന്റെ തീരങ്ങളിലേക്ക് നാടിനെ തള്ളിവിട്ട ഹിന്ദുത്വവാദികൾ രാജ്യമാസകലം അയോധ്യകൾ സൃഷ്ടിക്കാനും കലാപം പടർത്താനുമുള്ള ആസൂത്രിത നീക്കങ്ങളാണ് നടത്തിക്കൊണ്ടിരിക്കുന്നത്.

## പടരുന്ന അസഹിഷ്ണുത, അക്രമോത്സുകത

സാമൂഹ്യജീവിതത്തിന്റെ എല്ലാ മണ്ഡലങ്ങളിലും അസഹിഷ്ണുതയും അക്രമോത്സുകതയും ഒരു സാംക്രമികരോഗം പോലെ പടർന്നുപിടിക്കുന്നതാണ് കഴിഞ്ഞ ഒമ്പതുവർഷക്കാലമായി നാം കണ്ടുകൊണ്ടിരിക്കുന്നത്. ഇന്ത്യൻ പൗരജീവിതത്തിന്റെ സമസ്തമേഖലകളിലേക്കും അസഹിഷ്ണുത പടരുകയാണ്. വിഭജനവും വിദ്വേഷവും പടർത്തി ഇന്ത്യയെന്ന മഹത്തായ ദേശരാഷ്ട്രത്തെയും അതിന്റെ ബഹുസ്വരസംസ്കാരത്തെയും തകർക്കുകയാണ് തങ്ങൾക്ക് കൈവന്ന ദേശീയാധികാരത്തിന്റെ സൗകര്യങ്ങൾ ഉപയോഗിച്ച് സംഘപരിവാർ ചെയ്തുകൊണ്ടിരിക്കുന്നത്. ന്യൂനപക്ഷങ്ങൾക്കും ദളിതുകൾക്കും സ്ത്രീകൾക്കും തങ്ങൾക്കനഭിമതരായ രാഷ്ട്രീയപ്രസ്ഥാനങ്ങൾക്കും നേരെ നിരന്തരമായ ആക്രമണങ്ങളാണ് ഹിന്ദുത്വശക്തികൾ നടത്തിക്കൊണ്ടിരിക്കുന്നത്. സംഘപരിവാർ രാഷ്ട്രത്തിന്റെ ആത്മാവിനുനേരെ വർഗീയതയുടെ യാഗാശ്വങ്ങളെ അഴിച്ചുവിട്ടിരിക്കുകയാണ്. ഇന്ത്യയെ രൂപപ്പെടുത്തിയ ആശയങ്ങളെയും ചരിത്രാനുഭവങ്ങളെയും അവർ നിരന്തരമായി കടന്നാക്രമിക്കുകയാണ്.

മതനിരപേക്ഷതയെയും ജനാധിപത്യത്തെയും സ്വൈര്യമായ സാമൂഹ്യജീവിതത്തെയും ലക്ഷ്യമിട്ടാണ് സംഘപരിവാർ സംഘടനകൾ രാജ്യമെമ്പാടും അക്രമവും അസഹിഷ്ണുതയും സൃഷ്ടിക്കുന്നത്. ജനസമൂഹങ്ങൾക്കിടയിൽ വിദ്വേഷം പടർത്തുന്നത്. വളരെ ഭീതിജനകമായ സാഹചര്യത്തിലൂടെയാണ് ഇന്ത്യ കടന്നുപോകുന്നതെന്നാണ് രാജ്യത്തിന്റെ വിശാലമേഖലകളിൽനിന്ന് ഓരോ ദിവസവും വന്നുകൊണ്ടിരിക്കുന്ന വാർത്തകൾ സൂചിപ്പിക്കുന്നത്. നാസിഭീകരതയുടെ നാളുകളെയാണ് വർത്തമാന ഇന്ത്യൻ സാഹചര്യം ഓർമ്മപ്പെടുത്തുന്നത്. 1930–കളിൽ ആര്യവംശാഭിമാനത്തിന്റെയും ജൂതവിരോധത്തിന്റെയും പ്രത്യയശാസ്ത്ര–പ്രയോഗഭീകരതയിലാണ് ജർമ്മനിയും യൂറോപ്പും ഞെരിഞ്ഞമർന്നത്. അതിന് സമാനമായ സംഭവഗതികളിലൂടെയാണ് ഇന്ത്യ കടന്നുപോകുന്നത്.

ഹിന്ദുത്വവർഗീയതയും സംഘപരിവാർക്രിമിനലുകളും ജനങ്ങളുടെ സ്വതന്ത്രമായ ജീവിതത്തിനുനേരെ തുടർച്ചയായി കടന്നാക്രമണം നടത്തിക്കൊണ്ടിരിക്കുകയാണ്. മതരാഷ്ട്രവാദത്തിന്റെ പ്രത്യയശാസ്ത്രനിലപാടുകളിൽനിന്നും ഇന്ത്യയുടെ ബഹുസംസ്കൃതിക്കും കലാകാരന്മാരു

ടെയും ബുദ്ധിജീവികളുടെയും സർഗാവിഷ്ക്കാരങ്ങൾക്കും അഭിപ്രായ പ്രകടനങ്ങൾക്കും നേരെ ആക്രമണങ്ങൾ പതിവായി കഴിഞ്ഞിരിക്കുന്നു. ആര്യശ്രേഷ്ഠതയുടെ വംശാഭിമാനത്തെയും സംസ്കൃതപാരമ്പര്യത്തെയും ചോദ്യംചെയ്യുന്ന ബുദ്ധിജീവികളെയും എഴുത്തുകാരെയും ഉന്മൂലനം ചെയ്യുന്നു. ആൾക്കൂട്ട സെൻസർഷിപ്പ് ഏർപ്പെടുത്തി കലാസൃഷ്ടികളെയും സിനിമകളെയും അതിൽപങ്കാളികളായ കലാകാരന്മാരെയും ആക്രമിക്കുന്നു. എല്ലാവരെയും ഭയപ്പെടുത്തി നിശ്ശബ്ദരാക്കുകയെന്ന ഫാസിസ്റ്റ് തന്ത്രമാണ് മോദിയും ആർ എസ് എസും പ്രയോഗിച്ചുകൊണ്ടിരിക്കുന്നത്.

ചരിത്രത്തെയും സംസ്കാരത്തെയും കാവിവൽക്കരിച്ച് ഹിന്ദുരാഷ്ട്രനിർമ്മിതിക്കാവശ്യമായ പ്രത്യയശാസ്ത്രപരിസരം സൃഷ്ടിക്കാനുള്ള അങ്ങേയറ്റം വിജ്ഞാനവിരുദ്ധവും ജനാധിപത്യവിരുദ്ധവുമായ നീക്കങ്ങളാണ് മോദി സർക്കാർ നടത്തിക്കൊണ്ടിരിക്കുന്നത്. ബി ജെ പി അധികാരത്തിൽ വന്നതിനുശേഷം ഇന്ത്യയുടെ അഭിമാനങ്ങളായ അക്കാദമിക് സ്ഥാപനങ്ങളെല്ലാം സംഘപരിവാർ പിടിയിലമരുന്നതാണ് നാം കണ്ടത്. തങ്ങൾക്ക് കൈവന്നിരിക്കുന്ന ദേശീയാധികാരം ഉപയോഗിച്ച് സ്വതന്ത്രമായ അക്കാദമിക് പ്രവർത്തനങ്ങൾക്ക് കൂച്ചുവിലങ്ങിടുകയാണ് സംഘപരിവാർ സംഘടനകൾ.

സ്വതന്ത്രമായ അക്കാദമിക് സമൂഹം എന്നത് ഏതൊരു സമൂഹത്തിലും ജനാധിപത്യം നിലനിൽക്കുന്നതിനും വിപുലമാകുന്നതിനുമുള്ള മുന്നുപാധിയാണ്. അക്കാദമിക് സ്ഥാപനങ്ങൾക്കും സ്വതന്ത്രമായി പ്രവർത്തിക്കാൻ കഴിയാത്ത എല്ലാ സമൂഹങ്ങളും സമഗ്രാധിപത്യത്തിലേക്കോ ഫാസിസത്തിലേക്കോ പതിക്കുമെന്നതാണ് ചരിത്രാനുഭവം.

യാതൊരുവിധ അക്കാദമിക് യോഗ്യതയുമില്ലാത്ത ആർ എസ് എസുകാരെയും മോദി ഭക്തരെയും ദേശീയ അക്കാദമിക് സ്ഥാപനങ്ങളുടെ മേധാവികളായി അവരോധിക്കുന്നതാണ് നാം കണ്ടത്. 2014 ൽ മോദി അധികാരത്തിൽവന്ന ഉടനെ സംഘപരിവാർ വിധേയത്വം പരിഗണിച്ചു മാത്രമാണല്ലോ വൈ. സുദർശനറാവുവിനെ ദേശീയ ചരിത്രഗവേഷണ കൗൺസിലിന്റെ അധ്യക്ഷനാക്കിയത്. ചരിത്രഗവേഷണ കൗൺസിലിലേക്ക് ചരിത്രപണ്ഡിതന്മാർക്കുപകരം 22 സംഘപരിവാർ സംഘടനകളുടെ ഭാരവാഹികളായ ആർ.എസ്.എസുകാരെ തിരികിക്കയറ്റുകയാണുണ്ടായത്. സാമൂഹ്യശാസ്ത്ര ഗവേഷണ കൗൺസിലിന്റെ അധ്യക്ഷനായി നിയമിക്കപ്പെട്ട ബ്രിജ്ബിഹാറികുമാറിന് സമൂഹ്യശാസ്ത്ര ഗവേഷണ പഠനങ്ങളിൽ കാര്യമായ സംഭാവനകളൊന്നും ഇല്ല. ഇന്ത്യയിൽ ജാതീയതയും തൊട്ടുകൂടായ്മയും സൃഷ്ടിച്ചത് അറബികളും തുർക്കികളും മുഗളന്മാരുമാണെന്ന് വാദിക്കുന്ന ചരിത്രവിരുദ്ധവും വിദ്വേഷരാഷ്ട്രീയത്തിലധിഷ്ഠിതമായ നിലപാടുകളാണ് ഇദ്ദേഹത്തിനുള്ളത്.

ഐ സി സി ആർ ന്റെ അധ്യക്ഷനായി നിയമിതനായ ഡോ. ലോകേഷ്ചന്ദ്രയും കറകളഞ്ഞ ആർ എസ് എസുകാരനായിരുന്നു. വിവാദപരമായ പൂനെ ഫിലിം ഇൻസ്റ്റിറ്റ്യൂട്ടിന്റെ മേധാവിയായി നിയമിക്കപ്പെട്ട

ഗജേന്ദ്രചൗഹാൻ, ഇന്ത്യൻ ശാസ്ത്രകോൺഗ്രസിന്റെ ചെയർമാനായി നിയമിക്കപ്പെട്ട അച്യുത്സമന്ത എന്നിവരുടെയെല്ലാം യോഗ്യത ആർ.എസ്.എസുകാരാണെന്നത് മാത്രമായിരുന്നു. ജെ എൻ യുവിലെ കുഴപ്പങ്ങൾക്കെല്ലാം കാരണം വൈസ്ചാൻസലർ ഡോ. ജഗദീഷ്കുമാർ ആയിരുന്നു. ഇദ്ദേഹം ആർ എസ് എസിന്റെ വിജ്ഞാനഭാരതിയുടെ പ്രവർത്തകനാണ്. അദ്ദേഹത്തെ ഇപ്പോൾ യു ജി സി ചെയർമാനാക്കി ഇന്ത്യയിലെ ഉന്നതവിദ്യാഭ്യാസമേഖലയെയാകെ വർഗീയവൽക്കരിക്കാനുള്ള നയങ്ങളും നടപടികളും അടിച്ചേൽപ്പിക്കുകയാണ്.

കഴിഞ്ഞ ഒമ്പത് വർഷക്കാലത്തിനിടയിൽ പശുവിന്റെ പേരിൽ മാത്രം 50–ഓളം പച്ചപ്പാവങ്ങളെയാണ് ഗോരക്ഷാസേനാ പ്രവർത്തകർ അടിച്ചും ഇടിച്ചും കൊന്നുകളഞ്ഞത്. പ്രണയിച്ച് പരസ്പരം ജീവിക്കാൻ തീരുമാനിച്ച കുറ്റത്തിനാണ് ഒരു തൊഴിലാളിയെ രാജസ്ഥാനിൽ വെട്ടിനുറുക്കി പച്ചയ്ക്ക് കത്തിച്ചുകളഞ്ഞത്. അസഹിഷ്ണുതയുടെയും ഹിംസയുടെയും ഭീതിജനകമായ ഈ സാഹചര്യം 1930 കളിലെ യൂറോപ്പിനെയാണ് ഓർമ്മപ്പെടുത്തുന്നത്.

രാഷ്ട്രീയസ്വയംസേവക്സംഘത്തിന്റെ സജീവപ്രവർത്തകരായ ആളുകളാണ് ഇന്ന് രാഷ്ട്രത്തിന്റെ അത്യുന്നത പദവികളിലിരിക്കുന്നത്. പ്രധാനമന്ത്രിപദത്തിലും രാഷ്ട്രപതിപദത്തിലും മറ്റ് ഉന്നതപദവികളിലും ആർ.എസ്.എസുകാർ അവരോധിക്കപ്പെട്ടിരിക്കുകയാണ്. സുപ്രധാനമായ ഭരണഘടനാസ്ഥാപനങ്ങളെല്ലാം ആർ എസ് എസ് കൈപ്പിടിയിലൊതുക്കിയിരിക്കുന്നു. ഈയൊരു ഭീതിദമായ സാഹചര്യത്തിന്റെ പ്രതിഫലനമെന്ന നിലയിലാണ് മോഹൻഭഗവതിന്റെ സൈന്യത്തെ പരിഹസിച്ചുകൊണ്ടുള്ള പ്രസ്താവനകളും ഭരണഘടനാ സ്ഥാപനങ്ങളെയും മൂല്യങ്ങളെയും വെല്ലുവിളിച്ചുകൊണ്ട് ന്യൂനപക്ഷവിരുദ്ധ പ്രസ്ഥാവനകളും തുടർച്ചയായി വന്നുകൊണ്ടിരിക്കുന്നത്. 2022 ലെ ആർ എസ് എസ് സ്ഥാപക വാർഷികദിനത്തിൽ മോഹൻഭഗവത് പറഞ്ഞത് മുസ്ലീങ്ങൾ അഹങ്കാരം ഉപേക്ഷിച്ച് വേണമെങ്കിൽ രണ്ടാംകിട പൗരന്മാരായി ഇവിടെ കഴിയാമെന്നാണ്. മതത്തെ ദേശീയതയും രാഷ്ട്രവുമായിക്കാണുന്ന വർഗീയഭ്രാന്താണ് മോഹൻഭഗവതിന്റെ മുസ്ലീം വിരുദ്ധ പ്രസ്ഥാവനകളിൽ പുളിച്ചുതികട്ടുന്നത്. രാജ്യത്തിന്റെ സുരക്ഷ ഭരണഘടനാസംവിധാനമായ സൈന്യത്തേക്കാൾ നന്നായി നിർവ്വഹിക്കാൻ കഴിയുക ആർ എസ് എസിനാണെന്ന അഹന്തനിറഞ്ഞ പ്രസ്താവനവരെ മോഹൻഭഗവതിന് നടത്താൻ കഴിയുന്നത് ഫാസിസ്റ്റ് അഹന്തകൊണ്ടു മാത്രമാണ്. പട്ടാളത്തേക്കാൾ വേഗത്തിൽ ആർ എസ് എസുകാരെ യുദ്ധസജ്ജരാക്കാൻ കഴിയുമെന്ന അദ്ദേഹത്തിന്റെ വീമ്പിളക്കൽ ഇന്ത്യയുടെ പരമാധികാരത്തിനും രാജ്യസുരക്ഷയ്ക്കുനേരെ ഉയരുന്ന മതാധികാരത്തിന്റെ ഭീഷണിയാണെന്ന് തിരിച്ചറിയേണ്ടതുണ്ട്.

മുസോളിനിയുടെയും ഹിറ്റ്ലറുടെയും വംശാഭിമാനത്തിലധിഷ്ഠിതമായ പ്രത്യയശാസ്ത്രത്തെയും സംഘടനാസംവിധാനങ്ങളെയും മാതൃ

കയാക്കി രൂപംകൊണ്ട ഫാസിസ്റ്റ് സംഘടനയാണ് ആർ.എസ്.എസ് എന്ന് സൂചിപ്പിച്ചല്ലോ. ഇന്ത്യൻ ഫാസിസത്തിന്റെ കാലാൾപ്പടയാണത്. തങ്ങൾക്ക് കൈവന്ന ദേശീയാധികാരത്തിന്റെ സൗകര്യങ്ങളുപയോഗിച്ച് മതനിരപേക്ഷ ജനാധിപത്യ സംവിധാനങ്ങളെ തകർക്കാനും തങ്ങൾക്കനഭിമതരായ ജനസമൂഹങ്ങളെ വേട്ടയാടാനുമാണ് സംഘപരിവാർ ശ്രമിച്ചുകൊണ്ടിരിക്കുന്നത്.

ക്രിസ്തുമസും പെരുന്നാളും പ്രണയദിനവുമെല്ലാം ദേശീയസംസ്കാരത്തിന് യോജിച്ച ആഘോഷങ്ങളല്ലെന്നും അവയെല്ലാം പാശ്ചാത്യമാണെന്നും ആക്ഷേപിച്ച് അക്രമങ്ങൾ അഴിച്ചുവിടുകയാണ്. ക്രിസ്തുമസ് ആഘോഷങ്ങൾക്ക് വിലക്കേർപ്പെടുത്തിക്കൊണ്ട് രാജ്യവ്യാപകമായി സംഘപരിവാർ സംഘടനകൾ അഴിഞ്ഞാടുകയും മധ്യപ്രദേശിലെ സത്നയ്ക്കടുത്ത് ക്രിസ്തുമസ് കരോൾ ആഘോഷിച്ച വിദ്യാർത്ഥികളെയും വൈദികരെയും ഹിന്ദുത്വവാദികൾ ആക്രമിക്കുകയും ചെയ്തു. ക്രിസ്തുമസ് കരോൾ ആഘോഷങ്ങൾ മതംമാറ്റത്തിനുവേണ്ടിയാണെന്ന് ആരോപിച്ചുകൊണ്ടാണ് കരോൾ സംഘങ്ങളെ മർദ്ദിക്കുകയും അവരുടെ കാർ കത്തിക്കുകയും ചെയ്തത്. സംഘർഷസ്ഥലത്തെത്തിയ പൊലീസ് അക്രമികളായ ആർ എസ് എസുകാരെ പിടികൂടുന്നതിനുപകരം കരോൾ സംഘത്തിൽപ്പെട്ടവരെ അറസ്റ്റുചെയ്യുകയാണുണ്ടായത്. സത്ന സെന്റ് എഫ്രെംസ് കോളേജിലെ വിദ്യാർത്ഥികളെയും അധ്യാപകരെയുമാണ് പൊലീസ് അറസ്റ്റുചെയ്തത്. അത് അന്വേഷിക്കാൻ ചെന്ന 8 വൈദികരെ പിന്നീട് പൊലീസ് അറസ്റ്റുചെയ്തു. ഛത്തീസ്ഗഢിലെ ക്രിസ്ത്യൻ ദേവാലയങ്ങൾ തകർക്കുകയും വിശ്വാസികളെ അടിച്ചോടിക്കുകയും ചെയ്തു. ക്രിസ്ത്യാനികളെ മുസ്ലീങ്ങളെയെന്നപോലെ ആഭ്യന്തര വിപത്തായി കാണുന്ന പ്രത്യയശാസ്ത്രഭീകരതയാണ് ഛത്തീസ്ഗഢിലും യു.പിയിലും മധ്യപ്രദേശിലും കർണാടകയിലും കഴിഞ്ഞ ക്രിസ്തുമസ് നാളുകളിൽ അഴിഞ്ഞാടിയത്.

മതപരിവർത്തനം ആരോപിച്ചാണ് ഹിന്ദുത്വസംഘടനകളോടുചേർന്ന് പൊലീസും ക്രിസ്ത്യൻമതവിശ്വാസികൾക്കും നേരെ പലയിടങ്ങളിലും അഴിഞ്ഞാടിയത്. 35 വർഷമായി കരോൾ ആഘോഷങ്ങൾ നടക്കുന്ന മധ്യപ്രദേശ് സംസ്ഥാനത്തെ പ്രദേശങ്ങളാണിതെല്ലാം. ഹിന്ദുത്വരാഷ്ട്രീയത്തിന്റെ പരീക്ഷണശാലയായ ഉത്തർപ്രദേശിലെ സ്കൂളുകളിൽ ക്രിസ്തുമസ് ആഘോഷിക്കുന്നതിന് ഹിന്ദുജാഗരൺമഞ്ച് എന്ന സംഘടന വിലക്ക് ഏർപ്പെടുത്തി. സ്വന്തം ഉത്തരവാദിത്വത്തിൽ ആഘോഷം നടത്താമെന്നും അതുമൂലം ഉണ്ടാകുന്ന എല്ലാ പ്രശ്നങ്ങൾക്കും പ്രത്യാഘാതങ്ങൾക്കും വിദ്യാലയങ്ങൾ തന്നെയായിരിക്കും ഉത്തരവാദികളെന്ന് ഹിന്ദുജാഗരൺമഞ്ച് ഭീഷണി മുഴക്കുകയാണുണ്ടായത്. ഉത്തർപ്രദേശിലെ ഹിന്ദുജാഗരൺമഞ്ചിന്റെ നേതാവ് സോനുസവിത പറഞ്ഞത്: "മിഷണറി സ്കൂളുകളിലായാലും മറ്റ് സ്കൂളുകളിലായാലും പഠിക്കുന്ന വിദ്യാർത്ഥികളിൽ ഭൂരിപക്ഷം ഹിന്ദുമതവിശ്വാസികളാണ്. സ്കൂളുകളുടെ വരുമാനത്തില

ധികവും ഹിന്ദുവിദ്യാർത്ഥികൾ നൽകുന്ന ഫീസാണ്. സ്കൂളുകളിലെ ക്രിസ്തുമസ് ആഘോഷം മതപരിവർത്തനത്തിനുള്ള നീക്കമാണ്."

രാജസ്ഥാനിലെ പ്രതാപ്ഗഡ് ജില്ലയിൽ 2019 ഡിസംബർ 20 ന് ക്രിസ്തുമസ് ആഘോഷം സംഘടിപ്പിച്ചവരെയും അതിൽ പങ്കെടുത്തവരെയും ബജ്റംഗദളിന്റെയും വി എച്ച് പിയുടെയും പ്രവർത്തകർ ആക്രമിക്കുകയുണ്ടായി. യോഗി ആദിത്യനാഥ് ഭരിക്കുന്ന യു പിയിൽ ക്രിസ്തുമസ് ആഘോഷങ്ങൾക്ക് ഹിന്ദുജാഗരൺമഞ്ച് വിലക്കേർപ്പെടുത്തിയതിനുപിന്നാലെയാണ് പുതുവത്സരാഘോഷങ്ങൾ പാടില്ലെന്ന പ്രസ്താവന ഹിന്ദുത്വസംഘടനകൾ നടത്തിയിരിക്കുന്നത്. പുതുവത്സരാഘോഷങ്ങൾ ഹിന്ദുസംസ്കാരത്തിന് ചേർന്നതല്ലെന്നാണ് സംഘപരിവാർ പുലമ്പിക്കൊണ്ടിരിക്കുന്നത്. ഹൈദരാബാദിലെ ഹിന്ദുധർമ്മപരിഷ്കരണ ട്രസ്റ്റ് ക്ഷേത്രങ്ങളിലോ ക്ഷേത്രപരിസരങ്ങളിലോ പുതുവത്സരാഘോഷങ്ങൾ സംഘടിപ്പിക്കരുതെന്ന് നിർദ്ദേശം നൽകിയിരിക്കുകയാണ്.

ലോകമെമ്പാടും ക്രിസ്തുമസ് ആഘോഷിക്കുന്നുണ്ട്. ക്രിസ്ത്യാനികൾ മാത്രമല്ല എല്ലാ മതത്തിലും സംസ്കാരത്തിലുംപെട്ടവർ ക്രിസ്തുമസ് ആഘോഷിക്കാറുണ്ട്. ക്രിസ്തുമസ് നക്ഷത്രവും ക്രിസ്തുമസ് മരവുമെല്ലാം മതഭേദമില്ലാതെ ലോകത്തെല്ലായിടത്തുമുള്ള ജനങ്ങൾ ക്രിസ്തുമസ് ആഘോഷങ്ങളുടെ ഭാഗമായി ഉയർത്താറുണ്ട്. ക്രിസ്തുമസ് കരോൾ തിരുപ്പിറവിയുടെ സന്ദേശമാണ് നൽകുന്നത്. ക്രിസ്തുമസ് ആഘോഷങ്ങൾ ക്രിസ്തുവിന്റെ മനുഷ്യസ്നേഹപരവും ത്യാഗനിർഭരവുമായ ജീവിതവും കുരിശാരോഹണവും മതാതീതമായ മാനവികതയുടെ ആശയങ്ങളുമാണ് സന്ദേശിക്കുന്നത്. ക്രിസ്തുവിന്റെ ജീവിതവും മരണവും നൽകുന്നത് മനുഷ്യസ്നേഹത്തിന്റെയും ദരിദ്രപക്ഷപാതിത്വത്തിന്റെയും സന്ദേശമാണ്. ദരിദ്രരുടെയും പീഡിതരുടെയും പാർശ്വവൽകൃതരുടെയും ശബ്ദമാണ് ക്രിസ്തുവിന്റെ സുവിശേഷവാക്യങ്ങളായി മനുഷ്യഹൃദയങ്ങളിലേക്ക് എത്തിയത്. ക്രിസ്തുവിന്റെ ജന്മദിനാഘോഷങ്ങളും അതിന്റെ ഭാഗമായ കരോളും ക്രിസ്തുമസ് ട്രീയും സ്റ്റാറുമെല്ലാം മനുഷ്യനന്മയുടെ പ്രതീകമായ മതേതര ചിഹ്നങ്ങളായിട്ടാണ് ആധുനിക മനുഷ്യർ തങ്ങളുടെ മനസ്സിൽ ഏറ്റിയിട്ടുള്ളത്.

സംഘപരിവാറും മോദി സർക്കാരും ഇന്ത്യയെ നയിക്കുന്നത് അസഹിഷ്ണുതയുടെയും അക്രമോത്സുകതയിലൂടെയും വഴിയിലൂടെയാണെന്നാണ് ഈ സംഭവങ്ങൾ അടിവരയിട്ട് സൂചിപ്പിക്കുന്നത്. ഇതേസമയത്ത് കർണാടകയിൽ തീവ്രമായ വർഗീയവൽക്കരണത്തിനുള്ള ആസൂത്രിതമായ നീക്കമാണ് സംഘപരിവാർ സംഘടനകൾ നടത്തിയത്.

കഴിഞ്ഞ കുറേ വർഷങ്ങളായി തീരദേശകർണാടകയിൽ വർഗീയ സ്പർദ്ധയും വർഗീയ അക്രമങ്ങളും കുത്തിപ്പൊക്കാനുള്ള തുടർച്ചയായ നീക്കങ്ങളാണ് സംഘപരിവാർ നടത്തിക്കൊണ്ടിരിക്കുന്നത്. 2018 ൽ വടക്കൻ കന്നട ജില്ലയിലെ ഹൊന്നാവാർ നഗരത്തിൽ വർഗീയകലാപം ഉണ്ടാക്കാനുള്ള നുണപ്രചരണങ്ങളും വിദ്വേഷ പ്രചരണങ്ങളുമാണ് നടത്തി

യത്. ആസൂത്രിതമായ വർഗീയകലാപങ്ങൾക്കുള്ള നീക്കങ്ങളാരംഭിച്ച തിന്റെ സൂചനകളായിരുന്നു അതെല്ലാം. പരേഷ്മേസ്തയെന്ന യുവാവിന്റെ ദുരൂഹ സാഹചര്യത്തിലുള്ള മരണവുമായി ബന്ധപ്പെട്ടാണ് വർഗീയകലാ പങ്ങൾക്ക് തീക്കൊടുക്കാൻ സംഘപരിവാർ ശ്രമിച്ചുകൊണ്ടിരിക്കുന്നത്. ഹൊന്നാവാർ തുറമുഖത്ത് സ്വന്തം പിതാവിനെ മത്സ്യവില്പനയിൽ സഹാ യിച്ചുകൊണ്ടിരിക്കുന്ന 18–കാരനായ പരേഷ്മേസ്തയുടെ ശവശരീരം ഡിസംബർ 8 നാണ് ദുരൂഹസാഹചര്യത്തിൽ ഹൊന്നാവാർ തടാകത്തിൽ കാണപ്പെട്ടത്.

ഡിസംബർ 6 ന് വീട്ടിൽ നിന്നുപോയ മകൻ തിരിച്ചുവരാത്തതിനെ തുടർന്നാണ് പിതാവ് കമാക്കർമേസ്ത പൊലീസിൽ പരാതി നൽകിയത്. തുടർന്നുള്ള തിരച്ചിലിലാണ് പരേഷ്മേസ്തയുടെ മൃതദേഹം കണ്ടെത്തു ന്നത്. പരേഷ്മേസ്തയുടെ മരണം എങ്ങനെയാണെന്ന് വ്യക്തമായിട്ടി ല്ലെങ്കിലും സംഘപരിവാർ സംഘടനകൾ മുസ്ലീങ്ങളാണ് ഈ കൊലപാ തകത്തിനുപിന്നിലെന്ന് പറഞ്ഞ് വ്യാപകമായി പ്രചാരണം ആരംഭി ക്കുകയായിരുന്നു. സാമൂഹ്യമാധ്യമങ്ങളിലൂടെ വർഗീയവികാരം കുത്തി യുണർത്തുന്ന രീതിയിൽ ബി ജെ പി – ആർ എസ് എസ് പ്രവർത്തകർ പ്രചാരണം വ്യാപകമാക്കുകയാണുണ്ടായത്. കലാപങ്ങൾ സൃഷ്ടിക്കാ നുള്ള സംഘപരിവാർ തന്ത്രത്തിന്റെ മാതൃകയെന്ന നിലയിലാണ് ഈ സംഭവം ഇവിടെ വിശകലനം ചെയ്യുന്നത്.

ഡിസംബർ 1 ന് ഹൊന്നാവാറിൽ നിന്ന് 15 കിലോമീറ്റർ അകലെ യുള്ള ചന്ദാവാറിൽ ഈദ് ആഘോഷവുമായി ബന്ധപ്പെട്ട് മുസ്ലീം യുവാ ക്കൾ പച്ചക്കൊടി നാട്ടിയിരുന്നു. ഇതിൽ പ്രകോപിതരായ ആർ.എസ്.എ സുകാർ അവിടെ കാവിക്കൊടി നാട്ടി. ഇത് ഇരുവിഭാഗങ്ങളും തമ്മിലുള്ള സംഘർഷങ്ങൾക്ക് തുടക്കമിടുകയും ചെയ്തു. ഡിസംബർ 6 ന് ഹൊന്നാ വാറിൽ വീണ്ടും സംഘർഷമുണ്ടായി. അന്ന് നഗരത്തിലെ ശനീശ്വര ക്ഷേത്രത്തിലേക്ക് എന്നുപറഞ്ഞ് പോയ പരേഷ്മേസ്തയെ പിന്നീട് കണ്ടത് ഡിസംബർ 8 ന് ഹൊന്നാവാർ തടാകത്തിൽ മൃതദേഹമായി പൊന്തിക്കിടക്കുന്നതാണ്.

ഈയൊരു സാഹചര്യത്തെയാണ് വർഗീയത പടർത്താനും ഈ മേഖ ലയിൽ തങ്ങളുടെ സ്വാധീനം ഉറപ്പിക്കാനുമായി ബി ജെ പി ഉപയോഗി ച്ചത്. ഹിന്ദുമതവിശ്വാസിയാണെങ്കിലും പരേഷ്മേസ്തയ്ക്ക് സംഘപരി വാറുമായി യാതൊരു ബന്ധവുമില്ല. തന്റെ മകന് സംഘപരിവാറുമായി ബന്ധമില്ലെന്ന് കമാക്കർമേസ്ത ആവർത്തിക്കുമ്പോഴും പരേഷിനെ തങ്ങ ളുടെ പ്രവർത്തകനായി ചിത്രീകരിക്കുകയാണ് ബി ജെ പി നേതാക്കൾ. ഉത്തര കന്നടയിലെങ്ങും 'ഹിന്ദുപുലി'യായും 'ഹിന്ദുരക്തസാക്ഷി'യായും പാവം ഈ യുവാവിനെ ചിത്രീകരിക്കുന്ന പോസ്റ്ററുകളും ബോർഡുകളും ഉയർത്തുകയാണവർ ചെയ്തത്. മുസ്ലീം വീടുകൾക്കുനേരെ വ്യാപകമായ അക്രമങ്ങൾ അഴിച്ചുവിടുകയും ചെയ്തു.

ഉത്തരകന്നടയെ വർഗീയകലാപങ്ങളിലേക്ക് നയിച്ച് സാമുദായിക

ധ്രുവീകരണമുണ്ടാക്കി തിരഞ്ഞെടുപ്പിൽ ജയിച്ചുകയറാൻ സാഹചര്യമൊരുക്കുകയായിരുന്നു ഹിന്ദുത്വശക്തികൾ. ബി ജെ പിയുടെ വർഗീയ അജണ്ടയ്ക്ക് വളമേകിക്കൊണ്ട് പോപ്പുലർഫ്രണ്ട് പോലുള്ള മുസ്ലീം വർഗീയ തീവ്രവാദസംഘടനകൾ പ്രതിവർഗീയത വളർത്തുന്നുണ്ട്. സംഘപരിവാറിന്റെ വർഗീയ അജണ്ടയുടെ മറുപുറം കളിക്കുകയാണവർ. ഇവിടെ ബി ജെ പിയുടെ രാഷ്ട്രീയ അജണ്ടയെ തകർക്കാനും പരേഷ്മേസ്തയുടെ മരണത്തെ വർഗീയസ്പർദ്ധ വളർത്താനുമുള്ള വിഷയമാക്കി മാറ്റുന്നതിനെ തുറന്നുകാട്ടാനും കോൺഗ്രസ് നേതൃത്വത്തിന് അവരുടെ വീക്ഷണപരമായ പരിമിതിമൂലം കഴിഞ്ഞില്ല. ഗൗരിലങ്കേഷിന്റെയും കൽബുർഗിയുടെയും വധത്തിന് പിറകിൽ പ്രവർത്തിച്ചവരെ പുറത്തുകൊണ്ടുവരാനും പ്രതികളെ കസ്റ്റഡിയിൽ എടുക്കാനും സിദ്ധാരാമയ്യ സർക്കാരിന് കഴിയാതെപോയതും അവരുടെ മൃദുഹിന്ദുത്വസമീപനംമൂലമായിരുന്നു.

കർണാടകയിൽ നിന്നുള്ള കേന്ദ്രമന്ത്രിമാരായ അനന്തകുമാർ ഹെഗ്ഡെയും ബി ജെ പി നേതാവും എം.പിയുമായ ശോഭാകരന്ദ്ലാജയും തുടർച്ചയായി വിദ്വേഷ പ്രസ്താവനകൾ ഇറക്കുകയും ഭരണഘടനയുടെ സാമൂഹ്യനീതി ദർശനങ്ങളെ വെല്ലുവിളിക്കുന്നതുമാണ് നാം കണ്ടത്. നിരവധി വർഗീയ സംഘർഷങ്ങളിൽ പ്രതികളായ 160 ഓളം വരുന്ന ആർ എസ് എസ് പ്രവർത്തകരെ വിട്ടയക്കാനായി ജയിൽ നിറയ്ക്കൽ സമരം നടത്തുമെന്നുവരെ കേന്ദ്രമന്ത്രിയായ ഹെഗ്ഡെ പ്രസ്താവന ഇറക്കുകയുണ്ടായി! ഇന്ത്യൻ ഭരണഘടനയിലെ മതനിരപേക്ഷ വ്യവസ്ഥകൾ മാറ്റണമെന്നും സാമൂഹ്യനീതിയിലധിഷ്ഠിതമായ സംവരണതത്വങ്ങൾ എടുത്തുകളയണമെന്നും വരെ വാദിക്കുന്നവരാണ് ഹെഗ്ഡെയെപോലുള്ള കർണാടകയിലെ ബി ജെ പി നേതാക്കൾ. നമ്മുടെ ഭരണഘടനാ ശില്പിയായ ഡോ. അംബേദ്കറെ നിരന്തരമായി അപമാനിക്കുന്ന പ്രസ്താവനകൾ ഇദ്ദേഹം നടത്തിക്കൊണ്ടിരിക്കുന്നു.

ഉത്തർപ്രദേശിലെ കസിഗഞ്ച് മേഖലയിൽ മുസ്ലീങ്ങൾക്കെതിരെ ആസൂത്രിതമായി അക്രമങ്ങൾ അഴിച്ചുവിട്ട് വർഗീയകലാപം പടർത്തുകയുണ്ടായി. തങ്ങൾക്കനഭിമതരായ മതസമൂഹങ്ങളെ ആക്രമിച്ചും സംഘർഷങ്ങൾ പടർത്തിയും ഹൈന്ദവധ്രുവീകരണം ഉണ്ടാക്കിയും വോട്ടുബാങ്കുകൾ സൃഷ്ടിക്കുക എന്നതാണ് യോഗി ആദിത്യനാഥിന്റെയും അമിത്ഷായുടെയും രാഷ്ട്രീയ തന്ത്രം. 2019 ലെ തിരഞ്ഞെടുപ്പ് ലക്ഷ്യംവെച്ചാണ് രഥയാത്രകളും ന്യൂനപക്ഷങ്ങൾക്കെതിരെ വർഗീയപ്രചരണങ്ങളും സംഘപരിവാർ ആരംഭിച്ചിരിക്കുന്നത്. യു പിയിൽ അവകാശങ്ങൾക്കുവേണ്ടി സമരം ചെയ്യുന്ന അംഗനവാടി വർക്കേഴ്സ് ഉൾപ്പെടെയുള്ള പണിയെടുക്കുന്ന വിഭാഗങ്ങളെ ഭീകരമായി അടിച്ചമർത്തുകയാണ് ആദിത്യനാഥ് സർക്കാർ.

ബംഗാളിൽനിന്നും കുടിയേറ്റ തൊഴിലാളിയായി രാജസ്ഥാനിലെത്തിയ മുഹമ്മദ്അഫ്രസുള്ളഖാനെ 'ലൗജിഹാദ്' കുറ്റത്തിനാണ് വെട്ടിയരിഞ്ഞ് പച്ചയ്ക്ക് കത്തിച്ചത്. പശ്ചിമബംഗാളിലെ മാൾഡ് ജില്ലയിൽ

നിന്ന് രാജസ്ഥാനിലേക്ക് കുടിയേറിയ തൊഴിലാളിയായിരുന്നു അഫ്രസുള്ളഖാൻ. 30 വർഷങ്ങളായി രാജസ്ഥാനിൽ ജോലിചെയ്യുകയായിരുന്ന ഇദ്ദേഹത്തെ എന്തിന്റെ പേരിലാണ് വെട്ടിവീഴ്ത്തിയത്. ഒരു മനുഷ്യൻ മുസ്ലീമായതിന്റെ പേരിൽ വെട്ടിവീഴ്ത്തപ്പെടുകയും ചുട്ടുകരിക്കപ്പെടുകയും ചെയ്യുന്ന വംശീയഭീകരതയെ നാം എന്താണ് വിളിക്കേണ്ടത്. ആഗോള വംശീയ ഭീകരതയുടെ ക്രൂരചരിത്രത്തിലേക്കാണ് ഇന്ത്യയെ സംഘപരിവാർ തള്ളിവിടുന്നത്.

ഉദയ്പൂർ റെയ്ഞ്ച് ഐ ജി ആനന്ദ് ശ്രീവാസ്തവയുടെ റിപ്പോർട്ട് അനുസരിച്ച് അഫ്രസുള്ളയെ വെട്ടിവീഴ്ത്തിയത് ശംഭുലാൽറെഗാർ എന്ന മാർബിൾ വ്യാപാരിയാണ്. ഇദ്ദേഹവുമായി അഫ്രസുള്ളഖാന് മുൻപരിചയമില്ലെന്നാണ് റിപ്പോർട്ട്. ജോലിക്കെന്നമട്ടിൽ അഫ്രസുള്ളഖാനെ ശംഭുലാൽ ബൈക്കിന് പിന്നിൽ കയറ്റിക്കൊണ്ടുപോകുന്നതാണ് സാമൂഹ്യമാധ്യമങ്ങളിലൂടെ ലോകം ദർശിച്ച വീഡിയോയിലുള്ളത്. ഒരു മഴു ഉപയോഗിച്ച് അഫ്രസുള്ളഖാനെ വെട്ടിവീഴ്ത്തി തീയിടുകയായിരുന്നു. ഈ ക്രൂരകൃത്യം മുഴുവൻ ക്യാമറയിൽ പകർത്തി ലോകത്തെ കാണിച്ച വർഗീയ ഭ്രാന്തന്മാർ എന്താണ് ലക്ഷ്യമിടുന്നത്. കൊലയ്ക്കുശേഷം ക്യാമറയ്ക്കു മുന്നിൽ നിന്ന് കോപാകുലനായി ആക്രോശിക്കുന്ന ശംഭുലാൽ എന്താണ് വിളിച്ചുപറഞ്ഞത്; "ലൗജിഹാദ്, ബാബ്റിമസ്ജിദ്, ഹിന്ദുപെൺകുട്ടികൾ, പത്മാവതി. ഈ മണ്ണ് മലിനമാക്കുന്ന ഈ മനുഷ്യരോട് പകരംവീട്ടും" എന്നാണല്ലോ.

48 കാരനായ കുടിയേറ്റ തൊഴിലാളിയെ വെട്ടിവീഴ്ത്തിയും കത്തിച്ചും ശംഭുലാൽ വീട്ടിയ പ്രതികാരം മറ്റെല്ലാവർക്കും പാഠമാണെന്ന് കാണിക്കാനാണ് വീഡിയോയിൽ പകർത്തി സംഘപരിവാർ പ്രചരിപ്പിച്ചത്. മനുഷ്യമനസ്സാക്ഷിയെ ഞെട്ടിപ്പിക്കുന്ന ഈ ക്രൂരകൃത്യം ശംഭുലാലിന്റെ 14 വയസ്സുകാരനായ മരുമകൻ തന്നെയാണ് പോലും വീഡിയോയിൽ പകർത്തി ലോകത്തെ കാണിക്കാനായി അപ്ലോഡ് ചെയ്തത്. വർഗീയത ക്രൂരതയെ ജീവിതമൂല്യമാക്കാനും ഹിംസയെ ജീവിതശൈലിയാക്കാനുമാണ് പഠിപ്പിക്കുന്നത്. ഈ സംഭവത്തെ തുടർന്ന് ദാഭോയിലെ ബിജെ പി കൗൺസിലർ ശൈലേഷ് മെഹ്ത്ത മുസ്ലീം ജനസംഖ്യയെ കുറയ്ക്കാൻ ഇത്തരം നടപടികൾ ആവശ്യമായിരിക്കുമെന്നാണ് പ്രതികരിച്ചത്. അഫ്രസുള്ളിന്റെ ഹീനമായ കൊലപാതക വാർത്ത റിപ്പോർട്ടുചെയ്ത ദിവസം രാജസ്ഥാനിലെ മുഖ്യധാര മാധ്യമങ്ങൾ മുസ്ലീങ്ങൾക്കെതിരായ വിദ്വേഷ കുറ്റകൃത്യങ്ങളുടെ വാർത്തകൾകൊണ്ട് നിറഞ്ഞിരുന്നുപോലും!

പ്രണയത്തിന്റെ പേരിൽ രാജസ്ഥാനിൽ കൊലപാതക പരമ്പരകൾ തുടരുകയാണ്. ഗോൽപൂർ ജില്ലയിൽ കൂടെപഠിക്കുന്ന വിദ്യാർത്ഥിയുമായുള്ള പ്രണയത്തിൽ നിന്ന് പിന്മാറാത്തതിനെ തുടർന്നാണ് ബന്ധുക്കൾ 17 കാരിയായ പെൺകുട്ടിയെ വെടിവെച്ചശേഷം ചുട്ടുകൊന്നത്. പ്രണയത്തിന്റെയും പശുവിന്റെയുമൊക്കെ പേരിൽ മനുഷ്യരെ പച്ചയ്ക്ക് കത്തിക്കുന്ന നാടാക്കി ഇന്ത്യയെ അധഃപതിപ്പിക്കുകയാണ് ഹിന്ദുത്വവാദികൾ.

ഡിസംബർ 10 ന് രഘുവീർപുര ഗ്രാമത്തിലാണ് ഈ ഹീനമായ സംഭവം നടന്നത്. കുടുംബം എതിർത്തിട്ടും ഒന്നിച്ചുജീവിക്കാനുള്ള അഭിനിവേശം മൂലം പെൺകുട്ടിയും കാമുകനും ഒളിച്ചോടിപ്പോകുകയായിരുന്നു. പെൺകുട്ടി ബന്ധത്തിൽനിന്ന് പിന്മാറില്ലെന്ന് മനസ്സിലാക്കിയ ബന്ധുക്കൾ പെൺകുട്ടിയെ കണ്ടെത്തി വീട്ടിൽകൊണ്ടുവന്ന് വെടിവെച്ചിട്ട് ശ്മശാനത്തിൽ കൊണ്ടുപോയി ചുട്ടുകൊല്ലുകയായിരുന്നു. രാജസ്ഥാൻ ഉൾപ്പെടെയുള്ള ബി.ജെ.പിക്ക് മേൽക്കൈയുള്ള സംസ്ഥാനങ്ങളിൽ സൃഷ്ടിക്കപ്പെട്ടിരിക്കുന്ന ഹിന്ദുത്വസംസ്കാരത്തിന്റെ പ്രതിഫലനങ്ങളാണ് ഇത്തരം ക്രൂരകൃത്യങ്ങളെല്ലാം. ഉത്തർപ്രദേശിൽ യോഗി ആദിത്യനാഥ് സർക്കാർ പ്രണയിനികളെ വേട്ടയാടാനായി ആന്റിറോമിയോ സ്ക്വാഡുകളെ കയറൂരിവിട്ടിരിക്കുകയാണ്.

16–ാം ലോക്സഭാ തിരഞ്ഞെടുപ്പിലൂടെ ദേശീയാധികാരം കൈയടക്കിയ ബി ജെ പിയും സംഘപരിവാറും തങ്ങൾക്ക് ലഭ്യമായ അധികാരമുപയോഗിച്ച് തങ്ങളുടെ രാഷ്ട്രീയ ലക്ഷ്യമായ ഹിന്ദുരാഷ്ട്രം സാക്ഷാൽക്കരിച്ചെടുക്കാനുള്ള പ്രവർത്തനങ്ങളാണ് തീവ്രഗതിയിൽ നടത്തിക്കൊണ്ടിരിക്കുന്നത്. ഓരോ വ്യക്തിയും ഉറങ്ങുകയും ഉണരുകയും ഭക്ഷിക്കുകയും വിസർജ്ജിക്കുകയും ഇണചേരുകയും ചെയ്യുന്നത് ഉൾപ്പെടെ പൗരജീവിതത്തിന്റെ സൂക്ഷ്മവ്യവഹാര മണ്ഡലങ്ങളെയാകെ നിയന്ത്രിക്കാനാണ് ഹിന്ദുത്വശക്തികൾ ശ്രമിക്കുന്നത്. ബ്രാഹ്മണാധികാരത്തിലധിഷ്ഠിതമായ ജീർണമൂല്യങ്ങളെ പുനരാനയിക്കാനും ഹിന്ദുധർമ്മമെന്ന പേരിൽ കർക്കശമായ നിയമങ്ങളും നിബന്ധനകളും അടിച്ചേൽപ്പിക്കാനാണ് സംഘപരിവാർ അതിന്റെ പലതരത്തിലും പേരിലുമുള്ള സംഘടനാസംവിധാനങ്ങളെ വിന്യസിച്ചിരിക്കുന്നത്.

എല്ലാവിധ ജനാധിപത്യപരമായ സാമൂഹ്യരാഷ്ട്രീയ സംഘാടനത്തെയും ജനങ്ങളുടെ സ്വാഭാവികമായ ജീവിതവ്യവഹാരങ്ങളെയും മതരാഷ്ട്രവാദത്തിന്റെ ഉരുക്കുമുഷ്ടിയുപയോഗിച്ച് തകർത്തുകളയാനാണ് സംഘപരിവാർ ശ്രമിക്കുന്നത്. ഹിന്ദുത്വരാഷ്ട്രീയത്തിനും അതിന്റെ പ്രത്യയശാസ്ത്രമായ സംസ്കൃതപാരമ്പര്യത്തിലധിഷ്ഠിതമായ വർണാശ്രമധർമ്മങ്ങൾക്കുമെതിരെ ചിന്തിക്കുന്നവരെയും സർഗസൃഷ്ടിയിലേർപ്പെടുന്നവരെയും ശാരീരികമായിതന്നെ ഇല്ലായ്മ ചെയ്യുകയാണ്. കഴിഞ്ഞ മൂന്നര വർഷക്കാലം സംഘപരിവാറിന്റെ ഹിംസാത്മകമായ രാഷ്ട്രീയ പ്രയോഗത്തിനാണ് രാജ്യം വിധേയമായത്.

വിമർശിക്കുന്നവരെയും വിയോജിക്കുന്നവരെയും വേട്ടയാടുകയും അവർക്കെതിരെ ക്ഷുദ്രവികാരങ്ങളുണർത്തുന്ന അപവാദപ്രചരണങ്ങൾ അഴിച്ചുവിടുകയുമാണ് സംഘപരിവാർ ചെയ്തുകൊണ്ടിരിക്കുന്നത്. നരേന്ദ്രമോദിയെ എതിർത്ത് സംസാരിച്ച കുറ്റത്തിനാണല്ലോ രാജ്യം ജ്ഞാനപീഠം നൽകി ആദരിച്ച അനന്തമൂർത്തിയെപോലുള്ള ഒരു എഴുത്തുകാരന് സംഘപരിവാർ പാക്കിസ്ഥാനിലേക്കുള്ള വിമാന ടിക്കറ്റ് അയച്ചുകൊടുത്തത്. വൃദ്ധനും രോഗിയുമായ അദ്ദേഹത്തിന്റെ മരണം വേഗമാക്കി

യത് സംഘപരിവാറിന്റെ പീഡനങ്ങളും അപവാദ പ്രചരണങ്ങളുമായിരുന്നു. തിരഞ്ഞെടുപ്പിൽ മോദിയെ എതിർത്ത് സംസാരിച്ചുവെന്ന് ആരോപിച്ചായിരുന്നല്ലോ ഇന്ത്യയുടെ വിശ്വപ്രസിദ്ധ ഗായിക ശുഭാമുഗ്ദലിന്റെ സംഗീതകച്ചേരി സംഘപരിവാർ സംഘടനകൾ തടഞ്ഞത്. തിരഞ്ഞെടുപ്പിന് മുമ്പ് അവരേറ്റ അമേരിക്കയിലെ സംഗീതകച്ചേരിയാണ് ഓവർസീസ് ഫ്രണ്ട്സ് ഓഫ് ബി ജെ പിയുടെ പ്രവർത്തകർ തടസ്സപ്പെടുത്തിയത്.

അന്ധവിശ്വാസങ്ങൾക്കെതിരെ ശാസ്ത്രബോധം പ്രചരിപ്പിച്ച കുറ്റത്തിനാണ് ഡോ. നരേന്ദ്രദാൽബോക്കറെ വെടിവെച്ചുകൊന്നത്. *ആരാണ് ശിവജി* എന്ന പുസ്തകം എഴുതിയതിന്റെ പേരിലാണല്ലോ മുതിർന്ന കമ്യൂണിസ്റ്റ് നേതാവ് ഗോവിന്ദ പൻസാരയെ വകവരുത്തിയത്. ബ്രാഹ്മണ വൈദികാധികാരത്തെ എതിർക്കുകയും വിഗ്രഹാരാധനയെ നിരാകരിക്കുകയും ചെയ്ത കുറ്റത്തിനാണല്ലോ എം.എം.കൽബുർഗിയുടെ ജീവനെടുത്തത്. ഹിന്ദുത്വവാദികളെ വിമർശിക്കുകയും അസഹിഷ്ണുതയുടെ രാഷ്ട്രീയത്തെ എതിർക്കുകയും ചെയ്ത കുറ്റത്തിനാണ് മാധ്യമപ്രവർത്തക ഗൗരിലങ്കേഷിനെ വെടിയുണ്ടകൾ ഉതിർത്ത് വധിച്ചുകളഞ്ഞത്.

വിശ്വപ്രസിദ്ധ ഗസൽഗായകൻ ഗുലാംഅലിയെ മുംബൈയിലും ഡൽഹിയിലും കച്ചേരി നടത്താൻ അനുവദിക്കാതിരുന്നത് എന്തിന്റെ പേരിലാണ്. സംഗീതത്തോടും കലയോടും സ്വതന്ത്രചിന്തയോടുമുള്ള സംഘപരിവാറിന്റെ ദേശീയസങ്കുചിതപരമായ എതിർപ്പും അസഹിഷ്ണുതയും കൊണ്ടാണ്. ഘർവാപസി, ലൗജിഹാദ്, മീറ്റ്ജിഹാദ് എന്നെല്ലാമുള്ള ശബ്ദമുദ്രകളിൽ മതന്യൂനപക്ഷങ്ങളിൽ ഭീതിപടർത്താനും സംസ്കാരസംഘർഷങ്ങളിലൂടെ ഭൂരിപക്ഷ സമുദായത്തിന്റെ ധ്രുവീകരണം രൂപപ്പെടുത്താനുമാണ് സംഘപരിവാർ ശ്രമിക്കുന്നത്.

അത്യന്തം നീചവും ക്രൂരവുമായ ഇത്തരം നീക്കങ്ങൾ ജനങ്ങളുടെ സമാധാന ജീവിതത്തെ തകർക്കുകയാണ്. ക്രിസ്ത്യാനിയെയും മുസ്ലീങ്ങളെയും ആഭ്യന്തരശത്രുക്കളായി കാണുന്ന സംഘപരിവാറിന്റെ ന്യൂനപക്ഷ വിരുദ്ധ അജണ്ടയിലാണ് രാജ്യമെമ്പാടും ഘർവാപസിയുടെ പേരിൽ ബലംപ്രയോഗിച്ചുള്ള മതം മാറ്റങ്ങൾ നടന്നത്. ആഗ്രയിൽ ഉൾപ്പെടെ ക്രിസ്ത്യൻ ആരാധനാലയങ്ങൾ പിടിച്ചെടുക്കുകയും കൂട്ടമതപരിവർത്തനങ്ങൾ, ഹിന്ദുമതത്തിൽ നിന്ന് മാറിപ്പോയവരെ തിരിച്ചുകൊണ്ടുവരലായി അവതരിപ്പിച്ച് അടിച്ചേൽപ്പിക്കുകയായിരുന്നു.

കഴിഞ്ഞ ഒമ്പത് വർഷക്കാലത്തിനിടയിൽ 50 ഓളം പച്ചപ്പാവങ്ങളായ മനുഷ്യരാണ് മീറ്റ്ജിഹാദിന്റെ ഇരകളായി കൊലചെയ്യപ്പെട്ടത്. ഒരു ജനാധിപത്യ രാജ്യത്ത് ഇഷ്ടമുള്ള ഭക്ഷണം സൂക്ഷിച്ചുവെന്നതിന്റെ പേരിലാണ് മുഹമ്മദ്അഖ്ലക് എന്ന 56 വയസ്സുകാരനായ കർഷകതൊഴിലാളി നിഷ്ഠുരമായി കൊലചെയ്യപ്പെട്ടത്. ഉത്തർപ്രദേശിലെ ദാദ്രിയിൽ നൊന്തുപെറ്റ മാതാവിന്റെയും ഭാര്യയുടെയും കുഞ്ഞുങ്ങളുടെയും മുന്നിൽവെച്ചാണ് പ്രാദേശിക ബി ജെ പി നേതാവ് വിശാൽറാണയുടെ നേതൃത്വത്തിലുള്ള ഒരാൾക്കൂട്ടം ഇഷ്ടികയും കല്ലുംകൊണ്ട് അടിച്ചും ഇടിച്ചും

അഖ്ലകിനെ കൊലപ്പെടുത്തിയത്.

ഷിംലയിലും കാശ്മീരിലും ഗോക്കളെ കടത്തി എന്നതിന്റെ പേരിൽ നടന്ന നരഹത്യകൾ സംഘപരിവാർ ആസൂത്രിതമായി നടത്തിക്കൊണ്ടിരിക്കുന്ന വിദ്വേഷ പ്രചരണത്തിന്റെ ഫലമായിരുന്നു. ഷിംലയിൽ കന്നുകാലികളെ കൊണ്ടുപോകുന്ന ട്രക്കിലെ യാത്രക്കാരനായ ന്യൂമാനെന്ന ചെറുപ്പക്കാരനെയാണ് ഗോരക്ഷാസേന കൊലചെയ്തത്. അക്കാലത്തെ ഹിമാചലിലെ കോൺഗ്രസ് സർക്കാർ ന്യൂമാനെ തല്ലിക്കൊന്ന വർഗീയവാദികളെ അറസ്റ്റുചെയ്യാൻ തയ്യാറായില്ലെന്നു മാത്രമല്ല കന്നുകാലികളെ കടത്തിയ കേസിൽ കൊല്ലപ്പെട്ട ന്യൂമാനെ പ്രതിയാക്കുകയും ചെയ്തു!

ദാദ്രിയിൽ മുഹമ്മദ്അഖ്ലക് കൊല്ലപ്പെട്ടപ്പോൾ എ.ഐ.സി.സി വക്താവ് ദിഗ്‌വിജയ്സിംഗ് സമ്പൂർണമായ ഗോവധനിരോധന നിയമത്തിനുവേണ്ടി വാദിക്കുകയായിരുന്നല്ലോ! ഝാർഖണ്ഡിൽ ചന്തയിൽ കന്നുകാലികളെ വിൽക്കാൻപോയ മുഹമ്മദ് മജ്‌ലുവിനെയും ആസാദ്ഖാനെയും ഗോരക്ഷാസഭാ പ്രവർത്തകർ തല്ലിക്കൊന്ന് കാട്ടിലെ മരത്തിൽ കെട്ടിത്തൂക്കുകയായിരുന്നു. ഹരിയാനയിൽ നിന്ന് രാജസ്ഥാനിലെ ജയ്പൂർ കന്നുകാലി ചന്തയിൽ പോയി പശുവിനെ വാങ്ങി നാട്ടിലേക്ക് തിരിച്ചുവരുന്ന വഴിക്കായിരുന്നല്ലോ ഫസലുഗാൻ എന്ന ക്ഷീരകർഷകനെ ഗോരക്ഷാസേന ട്രക്ക് തടഞ്ഞ് നടുറോഡിലിട്ട് തല്ലിക്കൊന്നത്. പെരുന്നാൾ വസ്ത്രങ്ങൾ വാങ്ങാൻ ഡൽഹിയിൽ ചെന്ന്, ഡൽഹി–മഥുര പാസഞ്ചർ ട്രെയിനിന് മടങ്ങിവരുമ്പോഴാണല്ലോ ജുനൈദ് എന്ന കൗമാരക്കാരനെ ഗോരക്ഷാ പ്രവർത്തകർ മർദ്ദിച്ച് ഓടുന്ന വണ്ടിയിൽ നിന്ന് പുറത്തെറിഞ്ഞ് കൊന്നുകളഞ്ഞത്.

2018 ജൂൺ മാസത്തിലാണ് ഉത്തർപ്രദേശിലെ ഹാംപൂരിൽ ഖാസിം എന്ന 45 വയസ്സുകാരനെ ഒരു സംഘം പശുഭീകരർ തല്ലിക്കൊന്നത്. ഗോവധം നടത്തിയെന്നാരോപിച്ചായിരുന്നു ഇദ്ദേഹത്തെ മർദ്ദിച്ചുകൊന്നത്. അദ്ദേഹത്തിന്റെ ഒപ്പമുണ്ടായിരുന്ന സമയുദ്ദീൻ എന്ന ചെറുപ്പക്കാരനെ ഭീകരമായി മർദ്ദിച്ചു. 2018 മെയ് മാസത്തിലാണ് ഗോവധമാരോപിച്ച് മധ്യപ്രദേശിൽ 45 കാരനായ റിയാസിനെ തല്ലിക്കൊന്നത്. മധ്യപ്രദേശിലെ അംഗർ സ്വദേശികളായ ഗോരക്ഷാപ്രവർത്തകരാണ് റിയാസിനെ വധിച്ചതും അദ്ദേഹത്തിന്റെ കൂടെയുണ്ടായിരുന്ന ഷക്കീലിനെ ക്രൂരമായി മർദ്ദിച്ചതും. ഈ കേസിൽ ആർ എസ് എസുമായി ബന്ധമുള്ള പവൻസിംഗ് ഗോണ്ട്, വിജയ്സിംഗ് ഗോണ്ട്, ഫൂൽസിംഗ് ഗോണ്ട്, നാരായൺസിംഗ് ഗോണ്ട് എന്നിവരെ പൊലീസ് അറസ്റ്റുചെയ്യുകയുണ്ടായി. ഉത്തർപ്രദേശിൽ യോഗി ആദിത്യനാഥിന്റെ സർക്കാർ വ്യാപകമായി പശുക്കടത്താരോപിച്ച് മർദ്ദനങ്ങൾ അഴിച്ചുവിടുകയാണ്. ജമ്മുകാശ്മീരിലും കന്നുകാലിക്കടത്തെന്ന പേരിൽ ട്രക്കുകൾ തടയുകയും തീയിടുകയും ചെയ്യുന്നത് പതിവ് കലാപരിപാടിയാക്കി മാറ്റിയിരിക്കുകയാണ് ഹിന്ദുത്വവാദികൾ. രാജസ്ഥാനിലെ ആൾവാറിൽ ഉമ്മർമുഹമ്മദിനെ പശുക്കടത്താരോപിച്ച് ഗോരക്ഷാ ഭീകരർ വെടിവെച്ചുകൊന്ന് റെയിൽവെപാളത്തിൽ കൊണ്ടു

പോയിടുകയായിരുന്നു. ആൾവാർ ജില്ലയിലെ ഗോവിന്ദ്ഘട്ടിലാണ് ഈ നിഷ്ഠുര കൃത്യം നടന്നത്. ഇവിടെവെച്ചുതന്നെയാണ് നേരത്തെ പശുകടത്ത് ആരോപിച്ച് പെഹ്ലൂഖാൻ എന്ന ക്ഷീരകർഷകനെ ഗോരക്ഷാപ്രവർത്തകർ മർദ്ദിച്ച് കൊലപ്പെടുത്തിയത്.

കൽബുർഗിയുടെ നിഷ്ഠുരമായ കൊലപാതകത്തിൽ പ്രതിഷേധിക്കുകയും കന്നടയിലെ നവോത്ഥാന ചരിത്രത്തിലെ അനിഷേധ്യങ്ങളായ ബ്രാഹ്മണവൈദികാധികാരത്തിനെതിരായ ഉണർവുകളെ ജനങ്ങളിലേക്കെത്തിച്ച കൽബുർഗിയുടെ സംഭാവനകളെ ഉയർത്തിക്കാണിച്ചതിനുമാണല്ലോ കന്നട എഴുത്തുകാരനായ കെ എസ് ഭഗവാനെ വധിക്കുമെന്ന് പ്രഖ്യാപിച്ചത്. നയതന്ത്രരംഗത്തെ ഹിന്ദുത്വവാദികളുടെ നിലപാടുകളെ ചോദ്യം ചെയ്തപ്പോഴാണല്ലോ സുധീന്ദ്രകുൽക്കർണിയുടെ മുഖത്ത് കരിയോയിലൊഴിച്ച് അപമാനിച്ചത്. പെരുമാൾമുരുകനെപോലെ ഒരു തമിഴ് എഴുത്തുകാരന് സവർണജാതി സമ്മർദ്ദങ്ങൾക്ക് മുമ്പിൽ നിസ്സഹായനായി എഴുത്ത് നിർത്തുകയാണെന്ന് പ്രഖ്യാപിക്കേണ്ടിവന്നല്ലോ. ഗോവധത്തിന്റെപേരിൽ നടക്കുന്ന നരഹത്യകളെ അപലപിച്ച് ലേഖനമെഴുതിയതിന്റെ പേരിലാണ് കന്നട എഴുത്തുകാരി ചേതനതീർത്ഥഹള്ളിയെ ബലാത്സംഗം ചെയ്ത് കൊല്ലുമെന്ന് ഭീഷണിപ്പെടുത്തിയത്.

എഴുത്തുകാരുടെയും കലാകാരന്മാരുടെയും ആവിഷ്കാര സ്വാതന്ത്ര്യത്തിന് നേരെ തുടർച്ചയായ ഭീഷണി ഉയർത്തുകയാണവർ. ജവഹർലാൽ നെഹ്റു യൂണിവേഴ്സിറ്റിയിലും ഹൈദരാബാദ് സെന്റർ യൂണിവേഴ്സിറ്റിയിലും സംഘപരിവാർ നടത്തിയ ഹീനമായ കടന്നാക്രമണങ്ങൾ അക്കാദമിക് രംഗത്തെ കാവിവൽക്കരണ അജണ്ടയുടെ ഭാഗമായിരുന്നു. ഇന്ത്യയിൽ ഉന്നതവിദ്യാഭ്യാസരംഗത്ത് സംഭവിച്ചുകൊണ്ടിരിക്കുന്ന കാവിവൽക്കരണത്തിന്റെ ഇരയായിരുന്നു രോഹിത്‌വെമുല. രോഹിത്‌വെമുലയുടെ ആത്മബലി സവർണഹിന്ദുരാഷ്ട്രീയത്തിന്റെ അസഹിഷ്ണുതയിലേക്കും ഹിംസാത്മകതയിലേക്കും നമ്മുടെ അക്കാദമിക് സമൂഹത്തിന്റെ കണ്ണുതുറപ്പിച്ച സംഭവമായിരുന്നു.

ലോകം ആദരിക്കുന്ന നർത്തകി മൃണാളിനി സാരാഭായിയുടെ നിര്യാണത്തിൽ അനുശോചനം രേഖപ്പെടുത്താൻ പോലും പ്രധാനമന്ത്രി മോദി സന്നദ്ധനായില്ല. ഇന്ത്യൻ ബഹിരാകാശ നേട്ടങ്ങളുടെ പിതാവാണ് വിക്രം സാരാഭായി. അദ്ദേഹത്തിന്റെ ഭാര്യയും നർത്തകിയുമായ മൃണാളിനി സാരാഭായിയെ എന്തിന്റെ പേരിലാണ് സംഘപരിവാർ മരണത്തിൽ പോലും അപമാനിച്ചത്. ഗുജറാത്ത് വംശഹത്യയുടെ ഇരകൾക്കൊപ്പം മൃണാളിനി സാരാഭായിയും അവരുടെ പുത്രി മല്ലികാ സാരാഭായിയും നിലകൊണ്ടു എന്നതാണ് മരണത്തിൽപോലും ഈ കലാകാരിയെ അപമാനിക്കുന്ന നിലപാട് സ്വീകരിക്കാൻ സംഘപരിവാറിനെ പ്രേരിപ്പിച്ചത്.

മധ്യകാല മതബോധം സൃഷ്ടിച്ച കുടിപ്പകയുടെയും അസഹിഷ്ണുതയുടെയും അന്ധകാരത്തിൽ കഴിയുന്നവരാണ് ഹിന്ദുത്വശക്തികൾ. മധ്യകാല പൗരോഹിത്യ വാഴ്ചയ്ക്കും ധർമ്മശാസ്ത്രങ്ങൾക്കുമെതിരായ

അനുസ്യൂതമായ പോരാട്ടങ്ങളിലൂടെയാണ് ജനാധിപത്യവും മതനിരപേക്ഷതയുമൊക്കെ രൂപപ്പെട്ടത്. ആധുനികലോകബോധം ചരിത്രത്തിലേക്ക് കടന്നുവന്നത്. എതിർക്കാനും വിമർശിക്കാനും വ്യക്തികൾക്ക് സ്വയം പ്രകാശിപ്പിക്കാനുമുള്ള സ്വാതന്ത്ര്യവുമാണ് ജനാധിപത്യത്തിന്റെ അടിസ്ഥാനമായിരിക്കുന്നത്. സഹിഷ്ണുതയുടെയും സംസ്കാരത്തിന്റെയും മൂല്യങ്ങളാണ് ജനാധിപത്യം മനുഷ്യമനസ്സുകളിലേക്ക് പ്രസരിപ്പിച്ചത്. അതിന് എതിർദിശയിൽ ചിന്തിക്കുന്നവരും പ്രവർത്തിക്കുന്നവരുമാണ് എല്ലാ മതരാഷ്ട്രവാദികളും ഫാസിസ്റ്റ് രാഷ്ട്രീയ പ്രസ്ഥാനങ്ങളും.

ഈ കേരളത്തിൽ *മാതൃഭൂമി* പോലൊരു പത്രത്തിൽ *വാത്മീകി രാമായണ*ത്തെക്കുറിച്ചുള്ള പരമ്പര സംഘപരിവാർ ഭീഷണിമൂലമാണല്ലോ ഡോ. എം എം ബഷീറിന് അത് നിർത്തിവെക്കേണ്ടിവന്നത്. തിയേറ്ററുകളിൽ സിനിമാഗാനം ആലപിക്കുന്നതുമായി ബന്ധപ്പെട്ട് ഉയർന്നുവന്ന വിവാദങ്ങളുടെ ചുവടുപിടിച്ചാണല്ലോ ചലച്ചിത്ര അക്കാദമി ചെയർമാൻ കമലിനെ അധിക്ഷേപിച്ചതും അപമാനിച്ചതും. അദ്ദേഹത്തിന്റെ വീട്ടുപടിക്കലിലേക്ക് മാർച്ച് ചെയ്ത് കമാലുദ്ദീനെ എന്നുവിളിച്ച് വർഗീയമായ വികാരം ഇളക്കിവിടാൻ നോക്കിയത്.

തുഞ്ചൻപറമ്പിൽ നടന്ന ഒരു പുസ്തകപ്രകാശന ചടങ്ങിൽ നോട്ടുനിരോധനത്തെ സംബന്ധിച്ച തന്റെ നിരീക്ഷണങ്ങൾ പറഞ്ഞുപോയ കുറ്റത്തിനാണല്ലോ മലയാളത്തിന്റെ പ്രിയപ്പെട്ട കഥാകാരൻ എം.ടി.വാസുദേവൻനായരെ അധിക്ഷേപിച്ചുകൊണ്ട് ബി ജെ പി–ആർ എസ് എസ് നേതാക്കൾ ആക്രോശങ്ങൾ നടത്തിയത്. ഏറ്റവുമൊടുവിൽ കവി കുരീപ്പുഴ ശ്രീകുമാറിനെ ആർ എസ് എസ് പ്രവർത്തകർ ആക്രമിച്ചത് ഹിന്ദുദൈവങ്ങളെ ആക്ഷേപിച്ചു എന്നാരോപിച്ചാണ്. കുരീപ്പുഴ ശ്രീകുമാറിനെപ്പോലെ ഒരു കവിക്ക് സ്വതന്ത്രമായി അഭിപ്രായങ്ങൾ പറയാനും പ്രസംഗിക്കാനും ആർ.എസ്.എസിന്റെ തിട്ടൂരം വേണമോ?

തമിഴ് വാണിജ്യ സിനിമയായ *മെർസലി*ലെ ജി എസ് ടിയെ പരാമർശിക്കുന്ന ഒരു ഡയലോഗിന്റെ പേരിലാണല്ലോ ഇളയദളപതി എന്നറിയപ്പെടുന്ന വിജയ്ക്കെതിരെ സംഘപരിവാർ രംഗത്തുവന്നത്. വിജയ്, വിജയ് ജോസഫാണെന്ന് വിളിച്ചുപറഞ്ഞ് മതപരമായ വികാരം ഇളക്കിവിടാൻ നോക്കിയത്. ഷാരൂഖ്ഖാനെയും അമീർഖാനെയും അസഹിഷ്ണുതക്കെതിരെ പ്രതികരിച്ചുപോയതിന്റെ പേരിലാണല്ലോ പാക്കിസ്ഥാൻ ഏജന്റുമാരായി ആക്ഷേപിച്ചത്. ഗുജറാത്ത് തിരഞ്ഞെടുപ്പിൽ പരാജയപ്പെടുമെന്ന ഭീതിയിലാണല്ലോ പാക്കിസ്ഥാൻ ഇടപെടലും തനി വർഗീയ പ്രസ്താവനകളുമായി പ്രധാനമന്ത്രി മോദി തന്നെ രംഗത്തുവന്നത്. കോൺഗ്രസ് ബി ജെ പി ഇറക്കിവിട്ട സവർണഹിന്ദു വർഗീയ രാഷ്ട്രീയത്തിന്റെ കളത്തിൽ തന്നെ കളിക്കുകയാണ് ഗുജറാത്ത് തിരഞ്ഞെടുപ്പിൽ ചെയ്തതെന്നത് മറ്റൊരുകാര്യം.

ഹരിയാനയിൽ ഒരു ദളിത് കുടുംബത്തെ കൂട്ടത്തോടെ കൊന്നൊടുക്കാൻ മണ്ണെണ്ണയൊഴിച്ച് തീയിട്ടതും രണ്ട് പിഞ്ചുകുഞ്ഞുങ്ങൾ വെന്തുമ

രിച്ചതും 'ഡിജിറ്റൽ ഇന്ത്യ'യുടെ ക്രൂരമുഖത്തെയാണ് ലോകത്തിനുമുമ്പിൽ കാണിച്ചുകൊടുത്തത്. ആർ എസ് എസ് ഒത്താശയോടെയാണ് സവർണരജപുത്രസംഘം ഹരിയാനയിലെ സുനാപേഡ് ഗ്രാമത്തിൽ നിഷ്ഠുരമായ ഈ കൂട്ടക്കൊല നടത്തിയത്. 11 മാസം മാത്രം പ്രായമുള്ള ദിവ്യയെന്ന കൈകുഞ്ഞും രണ്ടരവയസ്സ് പ്രായമുള്ള വൈഭവ് എന്ന കുട്ടിയുമാണ് സവർണജാതി രാക്ഷസീയതയുടെ ഇരകളായി വെന്തെരിഞ്ഞ് മരിച്ചത്. അവരുടെ അമ്മ രേഖ അത്യാസന്നനിലയിലാണ്. ജാതിമതവർഗീയത എന്തുമാത്രം ക്രൂരവും ഹിംസാത്മകവുമാണെന്നാണ് സുൻപേഡ് സംഭവം വെളിവാക്കുന്നത്. പുലർച്ചെ വീട്ടിനകത്ത് എല്ലാവരും ഉറങ്ങുന്ന ഏകദേശം രണ്ടര മണിക്കാണ് സവർണജാതിസംഘം മണ്ണെണ്ണയൊഴിച്ച് ദളിത് കുടുംബത്തിനെ തീകൊളുത്തിയത്. മക്കളെയും വാരിയെടുത്ത് പുറത്ത് ഓടിരക്ഷപ്പെടാൻ പോലും കഴിയാത്തവിധം വീടിന്റെ വാതിൽ പുറമെനിന്ന് പൂട്ടിയാണ് ജാതിഭ്രാന്തന്മാർ തീകൊടുത്തത് എന്നത് ഈ സംഭവം എത്രത്തോളം ആസൂത്രിതമായിരുന്നു എന്നാണ് കാണിക്കുന്നത്.

മനുഷ്യമനസ്സാക്ഷിയെ ഞെട്ടിപ്പിച്ച ഈ സംഭവത്തോട് കേന്ദ്രമന്ത്രി നടത്തിയ പ്രതികരണം മാനവികതയോടുതന്നെയുള്ള വെല്ലുവിളിയാണ്. മരണപ്പെട്ട കുട്ടികളെ പട്ടികളോടാണ് വി കെ സിംഗ് ഉപമിച്ചത്. ഗുജറാത്ത് വംശഹത്യയുടെ ഇരകളെ മുമ്പൊരിക്കൽ നരേന്ദ്രമോദി ഉപമിച്ചതും പട്ടികളോടായിരുന്നല്ലോ. കാറിനടിയിൽപെട്ട പട്ടികളായി ഗുജറാത്തിലെ വംശഹത്യകളുടെ ഇരകളെ വിശേഷിപ്പിച്ച പ്രധാനമന്ത്രിയുടെ സഹമന്ത്രിയിപ്പോൾ ആരുടേയോ ഏറുകൊണ്ട പട്ടികളായിട്ടാണ് ഹരിയാനയിലെ കുഞ്ഞുങ്ങളെ വിശേഷിപ്പിച്ചത്! സവർണജാതി രാഷ്ട്രീയത്തിലധിഷ്ഠിതമായ ഹിന്ദുത്വപ്രത്യയശാസ്ത്രത്തിന്റെ വക്താക്കളായ ആർ എസ് എസുകാർ ഇങ്ങനെയൊക്കെ പറയുന്നതിൽ ചരിത്രബോധമുള്ള ആർക്കും അത്ഭുതം തോന്നേണ്ട ആവശ്യമില്ല. ചതുർവിധവർണവ്യവസ്ഥയ്ക്ക് താഴെയുള്ള പഞ്ചമരെ, ദളിത് ജനവിഭാഗങ്ങളെ മനുഷ്യരായിപോലും അംഗീകരിക്കാൻ വിസമ്മതിക്കുന്ന പ്രത്യയശാസ്ത്രമാണ് ആർ എസ് എസിന്റേത്. ആർ എസ് എസിന്റെ പ്രത്യയശാസ്ത്രം അർത്ഥശങ്കയ്ക്കിടയില്ലാതെ വ്യക്തമാക്കുന്നത് ദളിതരും അയിത്തജാതിക്കാരും സ്ത്രീകളും ന്യൂനപക്ഷങ്ങളും യാതൊരുവിധ പൗരാവകാശങ്ങൾക്കും മനുഷ്യാവകാശങ്ങൾക്കും അർഹരല്ല എന്നാണ്. ഗുജറാത്തിലെ ഉനയിൽ പശുഹത്യ നടത്തിയെന്നാരോപിച്ചാണ് ദളിത് യുവാക്കളെ നഗ്നരാക്കി ക്രൂരമായി മർദ്ദിച്ചത്. ഗോരക്ഷയുടെ പേരിൽ രാജ്യമെമ്പാടും മുസ്ലീങ്ങൾക്കും ദളിത് ജനസമൂഹങ്ങൾക്കുംനേരെ ക്രൂരമായ മർദ്ദനങ്ങൾ അഴിച്ചുവിടുകയാണ് സംഘപരിവാർ സംഘടനകൾ.

നരേന്ദ്രമോദി ഭരണത്തിനുകീഴിൽ ന്യൂനപക്ഷ മതസമൂഹങ്ങൾ മാത്രമല്ല ദളിത് ജനസമൂഹങ്ങളും രാജ്യത്തുടനീളം വേട്ടയാടപ്പെടുകയാണ്. ഈയിടെ പുറത്തുവന്ന ദേശീയ ക്രൈംറിക്കാർഡ്സ് ബ്യൂറോ റിപ്പോർട്ട് നൽകുന്ന സൂചന രാജ്യമെമ്പാടും ദളിത് ജനസമൂഹങ്ങൾക്കെതിരായ

അതിക്രമങ്ങൾ അഭൂതപൂർവ്വമായ തോതിൽ വർദ്ധിച്ചിരിക്കുന്നു എന്നാണ്. മോദി അധികാരത്തിലെത്തിയ 2014–ൽ മാത്രം 58,515 കേസുകളാണ് ദളിതർക്ക് നേരെയുള്ള അതിക്രമങ്ങളിൽ രാജ്യത്ത് റിപ്പോർട്ട് ചെയ്യപ്പെട്ടിട്ടുള്ളത്. 2015 ആകുമ്പോഴേക്കും പട്ടികവർഗ വിഭാഗങ്ങൾക്കെതിരെ 68.6% ഉം പട്ടികജാതിക്കാർക്കെതിരെ 19% ഉം അതിക്രമങ്ങൾ വർദ്ധിച്ചതായി എൻ സി ആർ ബി റിപ്പോർട്ട് നിരീക്ഷിക്കുന്നുണ്ട്. 2020–21 വർഷങ്ങളിലെ നാഷണൽ ക്രൈംറിക്കാർഡ്സ് ബ്യൂറോ റിപ്പോർട്ടുപ്രകാരം ഇന്ത്യയിൽ ബി ജെ പി ഭരിക്കുന്ന സംസ്ഥാനങ്ങളിൽ ദളിത് പീഡനങ്ങൾ അഭൂതപൂർവ്വമായ തോതിൽ വർദ്ധിക്കുകയാണ്.

2014 ൽ ബി ജെ പി അധികാരത്തിൽ വന്നതിനുശേഷം ഹരിയാനയിൽ മാത്രം ദളിത് അതിക്രമങ്ങളുടെ എണ്ണത്തിൽ 245% വർദ്ധനയാണ് രേഖപ്പെടുത്തിയത്. 2018 ൽ മാത്രം വിവിധ ആക്രമണങ്ങളിൽ 90 ദളിതർ കൊലചെയ്യപ്പെട്ടിരുന്നു. ഇത്തരം സംഭവങ്ങളിൽ കേസുകൾ രജിസ്റ്റർ ചെയ്യാറുണ്ടെങ്കിലും കൃത്യമായ തുടർ നടപടികൾ ഉണ്ടാകുന്നില്ലെന്നതാണ് യാഥാർത്ഥ്യം. സവർണജാതിബോധത്തിന് കീഴ്പെട്ട് പ്രവർത്തിക്കുന്ന പൊലീസും കുറ്റാന്വേഷണ ഏജൻസികളും കൃത്യമായ തെളിവുകളെയോ സാക്ഷികളെയോ കോടതിക്കുമുമ്പിൽ എത്തിക്കുന്നില്ല എന്നതാണ് രോഷജനകമായ വസ്തുത. 1955 ൽ ദളിതർക്കുനേരെയുള്ള അക്രമസംഭവങ്ങളിൽ കേവലം 150 കേസുകൾ രജിസ്റ്റർ ചെയ്തിരുന്ന സ്ഥാനത്തിപ്പോൾ ഇന്ത്യയിൽ അത് 1.38 ലക്ഷമായി ഉയർന്നിരിക്കുകയാണ്. 2014 വരെയുള്ള കണക്കുകൾ പ്രകാരം 1,38,792 കേസുകളാണ് രജിസ്റ്റർ ചെയ്തിട്ടുള്ളത്. എസ് സി വിഭാഗത്തിനെതിരായ അക്രമസംഭവങ്ങളിൽ 47,604 കേസുകളാണ് 2014 ൽ രജിസ്റ്റർ ചെയ്യപ്പെട്ടിട്ടുള്ളത്. 39,408 കേസുകൾ 2013 ൽ രജിസ്റ്റർ ചെയ്ത സ്ഥാനത്താണ് ഈ വർദ്ധനവ് ഉണ്ടായിരിക്കുന്നത്. പട്ടികവർഗ വിഭാഗങ്ങൾക്കെതിരായിട്ടുള്ള 6793 കുറ്റകൃത്യങ്ങൾ 2013 ൽ റിപ്പോർട്ട് ചെയ്യപ്പെട്ടപ്പോൾ 2014 ൽ ഇത് 11,451 ആയി വർദ്ധിച്ചു. ഈ കണക്കുകൾ യഥാർത്ഥത്തിൽ രാജ്യത്ത് സംഭവിച്ച ദളിതുകൾക്കെതിരായ എല്ലാ അതിക്രമങ്ങളും ഉൾപ്പെടുന്നതല്ല. എത്രയോ ദളിത് പീഡനങ്ങളും അക്രമങ്ങളും കേസാകാതെ പോകുകയാണ് പതിവ്. വിവരവിപ്ലവത്തിന്റെ കാലത്തും ഉത്തരേന്ത്യയിലെ പല വിദൂരസ്ഥ ഗ്രാമങ്ങളിലും അരങ്ങേറിക്കൊണ്ടിരിക്കുന്ന ദളിതർക്കെതിരായ അതിക്രമങ്ങൾ പുറംലോകം അറിയുന്നില്ല എന്നതാണ് വസ്തുത. കാരണം അവിടെ സവർണ ജാതിക്കാർ പറയുന്നതോ മാധ്യമങ്ങൾ വാർത്തയാക്കാറുള്ളു. സവർണജാതിക്കാർക്ക് അഹിതമായിട്ടുള്ളതൊന്നും പൊലീസ് കേസാക്കാറുമില്ല.

ഇന്ത്യയിൽ ഏറ്റവും കൂടുതൽ ദളിത് പീഡനവും വിവേചനവും നിലനിൽക്കുന്ന സംസ്ഥാനമാണ് നരേന്ദ്രമോദിയുടെ ഗുജറാത്ത്. ദേശീയ മനുഷ്യാവകാശ കമ്മീഷൻ നേരത്തെ ചൂണ്ടിക്കാണിച്ചത് ഗുജറാത്തിലെ ഏറ്റവും കുറഞ്ഞത് 77 ഗ്രാമങ്ങളിലെങ്കിലും ദളിതർക്ക് സാമൂഹ്യഭ്രഷ്ട് മൂലം നാട് വിട്ട് പോകേണ്ടിവന്നിട്ടുണ്ടെന്നാണ്. ന്യൂനപക്ഷങ്ങളുടെ

മാത്രമല്ല മോദിഭരണം ഗുജറാത്തിൽ അരക്ഷിതരും നിരാലംബരുമാക്കിയത് ദളിത് ജനവിഭാഗങ്ങളെക്കൂടിയാണ്. മോദിഭരണത്തിനുകീഴിൽ പട്ടികജാതി പട്ടികവർഗ അതിക്രമം തടയൽ നിയമമനുസരിച്ച് ദളിത് അതിക്രമങ്ങളിൽ കേസെടുക്കുന്നില്ല എന്ന പരാതി വ്യാപകമായി ഉയർന്നുവന്നതാണ്. എടുക്കുന്ന കേസുകളിൽ തന്നെ 3.5% മാത്രമാണ് കോടതി ശിക്ഷാനടപടികൾക്ക് വിധേയമാകുന്നത്.

അഹമ്മദാബാദ് ഉൾപ്പെടെയുള്ള ഗുജറാത്തിലെ ഒട്ടുമിക്ക ജില്ലകളിലും ദളിതർക്ക് ഇന്നും ക്ഷേത്രപ്രവേശനം സാധ്യമായിട്ടില്ല. ദേശീയ മനുഷ്യാവകാശ കമ്മീഷൻ അഹമ്മദാബാദ് സിറ്റിയിൽനിന്നും 100 കിലോമീറ്റർ മാത്രം അകലെയുള്ള ഗൽസാന ഗ്രാമത്തിലെ 5 ക്ഷേത്രങ്ങളിൽ ദളിതർക്ക് പ്രവേശിക്കാൻ അനുമതി ഇല്ലാത്തതിനെക്കുറിച്ച് അന്വേഷിച്ചിട്ടുണ്ട്. അയിത്തത്തിന്റെ പേരിൽ ക്ഷേത്രപ്രവേശനം നിഷേധിക്കുന്നതിനെതിരെ പ്രതിഷേധിച്ച യുവാക്കളെ ഈ ഗ്രാമങ്ങളിൽനിന്ന് ബി ജെ പിയുടെ സഹായത്തോടെ സവർണ്ണർ സാമൂഹ്യഭ്രഷ്ട് കൽപ്പിച്ച് പുറത്താക്കുകയാണ് ചെയ്തത്. 'സ്വച്ഛ്ഭാരത്അഭിയാൻ' പാടിനടക്കുന്ന നരേന്ദ്രമോദി ഭരിച്ച ഗുജറാത്തിൽ ദളിതരെ തോട്ടിപ്പണിക്കാരാക്കി ആദർശവൽക്കരിക്കുകയാണ് സംഘപരിവാർ ചെയ്തത്. ബി ജെ പിയുടെ ഹിന്ദുത്വ മാതൃകയുടെ പരീക്ഷണശാലയായ ഗുജറാത്തിലെ ദളിതരുടെ ജീവിതാവസ്ഥ അതീവ ഭീകരമാണ്. വിവേചനവും അടിമത്വവും പേറുന്നവരാണ് അധഃസ്ഥിത ജനത.

ദളിതരായവർ ചെയ്യുന്ന തോട്ടിപ്പണി അവർക്ക് ആത്മീയാനുഭവം നൽകുന്ന ധർമ്മശാസ്ത്രവിധിയനുസരിച്ചുള്ളതാണെന്ന് പറയാൻ പോലും നരേന്ദ്രമോദിക്ക് മടിയുണ്ടായില്ല. മോദിയുടെ വാക്കുകൾ നോക്കൂ:

> സ്വന്തം ജീവിതം നിലനിർത്താൻവേണ്ടി മാത്രമാണ് അവർ ഈ ജോലി ചെയ്യുന്നതെന്ന് ഞാൻ കരുതുന്നില്ല. അങ്ങനെയാണെങ്കിൽ തലമുറകളായി അവർ ഇത്തരം ജോലി ചെയ്യുമായിരുന്നില്ല..... ഏതെങ്കിലുമൊരു സമയത്ത് മൊത്തം സമൂഹത്തിനും ദൈവങ്ങൾക്കും സന്തോഷമുണ്ടാക്കുന്നതിനുവേണ്ടി തങ്ങൾ ഈ ജോലി ചെയ്യണമെന്ന് ആർക്കെങ്കിലും ഉൾവിളി ഉണ്ടായിട്ടുണ്ടാവണം; ദൈവം അവരിൽ അർപ്പിച്ചതുകൊണ്ടാണ് അവർ ഈ ജോലി ചെയ്തുകൊണ്ടിരിക്കുന്നത്. നൂറ്റാണ്ടുകളായി വൃത്തിയാക്കുക എന്ന ഈ ജോലി തുടരുന്നത് ആഭ്യന്തരമായ ഒരാത്മീയ പ്രവർത്തനമായിട്ടാണ്.

ഉനയിൽ പശുവിന്റെ കൊന്ന് തൊലിയുരിച്ചുവെന്ന കുറ്റം ചുമത്തിയാണ് ദളിത് യുവാക്കളെ നഗ്നരാക്കി നിർത്തി പരസ്യമായി മർദ്ദിച്ചത്. ഇത് സാമൂഹ്യമാധ്യമങ്ങളിലൂടെ കണ്ടതോടെയാണ് രാജ്യമെമ്പാടും പ്രതിഷേധം ഉയർന്നുവന്നത്.

ഇങ്ങനെയൊക്കെയുള്ള അത്ഭുതകരമായ വീക്ഷണങ്ങൾ പുലർത്തുന്ന ഒരാൾ രാജ്യം ഭരിക്കുമ്പോൾ ദളിതുകൾക്ക് എവിടെനിന്നാണ് സാമൂഹ്യസുരക്ഷയും സാമൂഹ്യനീതിയും കിട്ടുക. ഇന്ത്യയുടെ ഏറ്റവും വികസിത സംസ്ഥാനമായി ഗുജറാത്തിനെ എടുത്തുകാട്ടുന്നവർ മനുഷ്യവിസർജ്ജ്യം ചുമക്കുന്ന തോട്ടികളുടെ നാടായിത്തന്നെ ഗുജറാത്തിനെ അധഃപതിപ്പിക്കുകയാണ് നരേന്ദ്രമോദി ചെയ്തിട്ടുള്ളതെന്ന കാര്യം സമർത്ഥമായി മറച്ചുപിടിക്കുകയാണ്. ടാറ്റ ഇൻസ്റ്റിറ്റ്യൂട്ട് നടത്തിയ ഒരു പഠനമനുസരിച്ച് ഗുജറാത്തിൽ 12,000 ലേറെ പേർ തോട്ടിപ്പണിക്കാരായുണ്ട്.

ഉത്തർപ്രദേശ്, ഗുജറാത്ത്, കർണാടക, ബീഹാർ, മധ്യപ്രദേശ്, മഹാരാഷ്ട്ര, ഒറീസ, രാജസ്ഥാൻ, ആന്ധ്രപ്രദേശ്, തമിഴ്നാട്, ഹരിയാന തുടങ്ങിയ സംസ്ഥാനങ്ങളിൽ നടന്നുകൊണ്ടിരിക്കുന്ന ദളിതർക്കെതിരായ അതിക്രമങ്ങൾക്ക് പിറകിൽ ആർ എസ് എസ് ആണെന്ന കാര്യം നിരവധി തവണ വ്യക്തമാക്കപ്പെട്ടിട്ടുള്ളതാണ്. അയിത്തവും ഗോവധവും വിഷയമാക്കി മുസ്ലീങ്ങൾക്കും ദളിതർക്കുമെതിരെ കൂട്ടക്കൊലകൾ അഴിച്ചുവിടാനുള്ള ആസൂത്രിത നീക്കങ്ങൾ വർഷങ്ങളായി നമ്മുടെ രാജ്യത്ത് സംഘപരിവാർ സംഘടനകൾ നടത്തിക്കൊണ്ടിരിക്കുകയാണ്.

നവലിബറൽനയങ്ങൾ സൃഷ്ടിക്കുന്ന സാമൂഹ്യപ്രത്യാഘാതങ്ങൾക്കെതിരെ രാജ്യമെമ്പാടും വളർന്നുവരുന്ന കർഷകരുടെയും തൊഴിലാളികളുടെയും മറ്റിതര ജനസമൂഹങ്ങളുടെയും പ്രക്ഷോഭങ്ങളെയും സമരങ്ങളെയും വഴിതിരിച്ചുവിടാൻ കൂടിയാണ് വർഗീയത കെട്ടഴിച്ചുവിടുന്നതെന്നതാണ് യാഥാർത്ഥ്യം. റാഫേൽ വിമാന ഇടപാടുമായി ബന്ധപ്പെട്ട കുംഭകോണം വിവാദമായ സന്ദർഭത്തിലാണ് *പത്മാവതി* സിനിമക്കെതിരെ സംഘപരിവാറിന്റെ ആക്രമണഭീഷണി ഉയർന്നുവന്നതെന്നത് യാദൃച്ഛികമാകാനിടയില്ല. മാത്രമല്ല രാജസ്ഥാനിലെ കർഷകസമരം എല്ലാ ജാതിമത സമൂഹങ്ങളിലുംപെട്ടവരെ ബി ജെ പി സർക്കാരിനെതിരെ അണിനിരത്തുന്നതിൽ വിജയിച്ച സന്ദർഭംകൂടി സംഘപരിവാറിന്റെ വർഗീയ വൽക്കരണ നടപടികൾക്ക് വേഗം കൂട്ടിയിട്ടുണ്ട്.

16–ാം നൂറ്റാണ്ടിൽ ജീവിച്ച സൂഫി കവിയായ മാലിക്മുഹമ്മദ് ജെയ്സിയാണ് *പത്മാവതി*യെന്ന പ്രണയകാവ്യം രചിച്ചത്. ഈ കാവ്യത്തെ ആസ്പദമാക്കിയാണ് *പത്മാവതി*യെന്ന സിനിമ ആവിഷ്ക്കരിക്കപ്പെട്ടത്. 14–ാം നൂറ്റാണ്ടിൽ നടന്ന ചിറ്റോറിലെ രജപുത്ര സാമ്രാജ്യത്തിനെതിരായ അലാവുദ്ദീൻഖിൽജിയുടെ യുദ്ധമാണ് ഈ പ്രണയകാവ്യത്തിന്റെ പശ്ചാത്തലം. ചരിത്രസംഭവങ്ങളെയും കഥാപാത്രങ്ങളെയും തങ്ങളുടെ ഭാവനയ്ക്കനുസരിച്ച് ആവിഷ്കരിക്കാനുള്ള സ്വാതന്ത്ര്യം കലാകാരന്മാർക്കുണ്ട്. ചിറ്റോറിന്റെ രജപുത്ര ഭരണചരിത്രത്തിൽ പത്മാവതിയെന്ന പേരിൽ ഒരു റാണിയുണ്ടോ എന്ന കാര്യംതന്നെ ചരിത്രകാരന്മാർ സ്ഥിരീകരിച്ചിട്ടില്ല. തീർത്തും ഭാവനാകല്പിതമായ കഥയും കഥാപാത്രവുമാണ് പത്മാവതിയുടേത്. എന്നിട്ടും റാണി പത്മാവതിയെ സിനിമയിൽ അപകീർത്തികരമായി ആവിഷ്ക്കരിക്കുകയാണെന്നും അത് രജപുത്ര സമൂഹത്തിന്റെ

ആത്മാഭിമാനത്തെ വ്രണപ്പെടുത്തലാണെന്നും ആരോപിച്ചുകൊണ്ടാണ് സംഘപരിവാർ സംഘടനകൾ രംഗത്തുവന്നത്.

പത്മാവതിയെ കേന്ദ്രകഥാപാത്രമാക്കിയ സിനിമയിൽ റാണിയെ വ്യക്തിഹത്യചെയ്യുന്ന ദൃശ്യങ്ങളുണ്ടെന്നും സിനിമയുടെ റിലീസിംഗ് സ്റ്റേചെയ്യണമെന്നുമാവശ്യപ്പെട്ട് എം എൽ ശർമ്മയെന്ന അഭിഭാഷകനാണ് കോടതിയെ സമീപിച്ചത്. ആ ഹർജി തള്ളിക്കളഞ്ഞുകൊണ്ട് സുപ്രീംകോടതി പറഞ്ഞത് കോടതി സെൻസർബോർഡിന്റെ റോൾ ഏറ്റെടുക്കുന്നില്ല എന്നാണ്. രാജസ്ഥാൻ, മധ്യപ്രദേശ്, പഞ്ചാബ് സർക്കാരുകൾ സെൻസർബോർഡ് അനുമതി കൊടുത്താലും സിനിമ നിരോധിക്കുമെന്ന് പ്രഖ്യാപിച്ചിരിക്കുകയാണ്. സംവിധായകൻ സഞ്ജയ് ലീലാ ബൻസാലിയുടെ ശിരച്ഛേദം നടത്തുമെന്നും സിനിമയിൽ പത്മാവതിയുടെ വേഷമിട്ട ദീപികപദുക്കോണിന്റെ മൂക്ക് ചെത്തുമെന്നും രജപുത്ര ഹിന്ദുത്വവാദികൾ ആക്രോശങ്ങൾ മുഴക്കുകയാണ്.

ക്ഷത്രിയ മഹാസഭ ഒരു പടികൂടി മുന്നോട്ടുപോയി ഇവരെ ജീവനോടെ കത്തിക്കുന്നവർക്ക് ഒരുകോടി പാരിതോഷികം പ്രഖ്യാപിച്ചിരിക്കുകയാണ്. ബാലിശവും ആധുനികലോകബോധത്തെ പരിഹസിക്കുന്നതുമായ അപവാദങ്ങളാണ് സിനിമക്കെതിരെ സംഘപരിവാർ സംഘടനകൾ പ്രചരിപ്പിച്ചുകൊണ്ടിരിക്കുന്നത്. സിനിമയിലെ ഗുമർ എന്ന പാട്ട് രംഗത്ത് റാണി പത്മാവതി നൃത്തം ചെയ്യുന്ന ദൃശ്യമുണ്ടെന്നും രജപുത്ര റാണിമാർ ആരുടെ മുമ്പിലും നൃത്തം ചെയ്യാറില്ലെന്നും ഇത് റാണിയെയും രജപുത്രാഭിമാനത്തെയും അപമാനിക്കലാണെന്നുമൊക്കെയാണ് ആരോപണങ്ങൾ. *പഠാൻ* സിനിമക്കെതിരെ സംഘപരിവാർ നടത്തിയ ആക്രമണങ്ങളും ഷാരുഖ്ഖാനെ ടാർജറ്റ് ചെയ്തുകൊണ്ട് അവർ നടത്തിക്കൊണ്ടിരിക്കുന്ന വിദ്വേഷപ്രചരണവും ഈ പുസ്തകത്തിൽ മറ്റൊരിടത്ത് വിശദീകരിക്കുന്നുണ്ട്.

2019 ൽ ഗോവയിൽ നടന്ന അന്താരാഷ്ട്ര ഫിലിംഫെസ്റ്റിവലിൽ സനൽകുമാർ ശശിധരൻ സംവിധാനം ചെയ്ത മലയാളത്തിലെ *എസ് ദുർഗ*യെന്ന സിനിമയ്ക്ക് അനുമതി നിഷേധിക്കുകയുണ്ടായി. ദിവ്യാഭാരതി സംവിധാനം ചെയ്ത 'കക്കൂസ്' എന്ന ഡോക്യുമെന്ററിക്കെതിരെ ജാതിബ്രാഹ്മണ സവർണശക്തികൾ രംഗത്തുവരുകയുണ്ടായി. ആ ഡോക്യുമെന്ററി മോദിയുടെ സ്വച്ഛ്ഭാരത്പദ്ധതിക്ക് എതിരാണെന്ന് പറഞ്ഞുകൊണ്ടാണ് ബി ജെ പി സംവിധായകയ്ക്കുനേരെ ഭീഷണി ഉയർത്തിയത്. ദിവ്യാഭാരതിയെ ആസിഡ് ഒഴിച്ച് വധിക്കുമെന്നും ബലാത്സംഗം ചെയ്യുമെന്നുമാണ് സംഘപരിവാർ സംഘടനകൾ ഭീഷണി മുഴക്കിയത്.

സിനിമകൾക്കും കലാസൃഷ്ടികൾക്കും നേരെ സംഘപരിവാർ ആൾക്കൂട്ട സെൻസർഷിപ്പ് അഴിച്ചുവിടുകയാണ്. മാസങ്ങൾക്കുമുമ്പ് പെഹ്‌ലജ്നിഹ്‌ലാനി അധ്യക്ഷനായ ഫിലിം സെൻസർബോർഡ് ബുർഖക്കടിയിലെ *ലിപ്സ്റ്റിക്* (*ലിപ്സ്റ്റിക് അണ്ടർ മൈ ബുർഖ*) എന്ന സിനിമയുടെ പ്രദർശനം തടയുകയുണ്ടായി. സ്ത്രീകളുടെ ലൈംഗികത സംബ

ന്ധിച്ച കാര്യങ്ങൾ പരാമർശിക്കുന്നത് സദാചാരവിരുദ്ധമാണെന്ന് പറഞ്ഞുകൊണ്ടായിരുന്നു സിനിമയ്ക്ക് നിരോധനം ഏർപ്പെടുത്തിയത്. ഈ സിനിമയുടെ സംവിധായക അലംകൃത വിവാഹബന്ധങ്ങൾക്കകത്തെ ബലാത്സംഗവും വൈധവ്യത്തെതുടർന്ന് ലൈംഗികത നിഷേധിക്കപ്പെടുന്ന പ്രശ്നങ്ങളുമാണ് ധീരതയോടെ ചിത്രീകരിച്ചിരിക്കുന്നത്.

ഇതെല്ലാം മോദി ഭരണത്തിനുകീഴിൽ രാജ്യത്ത് പടരുന്ന അസഹിഷ്ണുതയാണ് കാണിക്കുന്നത്. അക്രമോത്സുകതയാണ് രേഖപ്പെടുത്തുന്നത്. മതത്തിന്റെയും ജാതിയുടെയും വംശത്തിന്റെയും ഭാഷയുടെയും ലിംഗത്തിന്റെയും പേരിൽ വിവേചനങ്ങളൊന്നും പാടില്ലെന്നതാണ് ആധുനിക ജനാധിപത്യം മുന്നോട്ടുവെക്കുന്നത്. പൗരന്മാരെന്ന നിലയ്ക്ക് സ്ത്രീപുരുഷന്മാരെ സമന്മാരായി ഉദ്ഗ്രഥിക്കുകയാണ് ജനാധിപത്യ മതനിരപേക്ഷത ചെയ്യുന്നത്. മതനിരപേക്ഷ സംസ്കാരം മതത്തെ പൗരന്റെ വിശ്വാസ സ്വാതന്ത്ര്യത്തിന്റെ ഭാഗമായി അംഗീകരിക്കുകയും മതത്തെ അടിസ്ഥാനമാക്കിയുള്ള രാഷ്ട്ര സങ്കൽപ്പത്തെ തിരസ്കരിക്കുകയുമാണ് ചെയ്യുന്നത്.

ആധുനിക മനുഷ്യന്റെ മതനിരപേക്ഷവും ജനാധിപത്യപരവുമായ സാമൂഹ്യവ്യവഹാരത്തെയും അസ്തിത്വത്തെയുമാണ് സഹിഷ്ണുത അടയാളപ്പെടുത്തുന്നത്. അത് കേവലമായ അനുതാപമല്ല തന്നെപ്പോലെതന്നെ ജീവിക്കാനും ജീവിതം അവകാശപ്പെടാനുമുള്ള അപരന്റെ സ്വാതന്ത്ര്യത്തെ അംഗീകരിക്കലാണത്. വിശ്വാസപരവും സാംസ്കാരികവുമായ ഭിന്നതകളെയും വ്യത്യാസങ്ങളെയും മാത്രമല്ല വ്യക്തികളുടെ ബഹുസ്വഭാവത്തെയും ഉൾക്കൊള്ളുന്നതാവണം ആധുനിക രാഷ്ട്രവ്യവസ്ഥയെന്നാണ് ജനാധിപത്യ മതനിരപേക്ഷ വീക്ഷണം വിഭാവനം ചെയ്യുന്നത്. ഇതിന് എതിർദിശയിലാണ് എല്ലാ ഫാസിസ്റ്റ് പ്രസ്ഥാനങ്ങളും സഞ്ചരിക്കുന്നത്. വരേണ്യ മതവംശപ്രത്യയശാസ്ത്രമാണ് മുസ്സോളിനിയും ഹിറ്റ്ലറും ഫ്രാങ്കോയുമെല്ലാം അടിച്ചേൽപ്പിച്ചത്. ഇവിടെ സംഘപരിവാറും ആ വഴിയാണ് നീങ്ങുന്നത്. മാനവികതയ്ക്കുനേരെ നാശത്തിന്റെ ഇടിമുഴക്കം സൃഷ്ടിക്കുന്ന ഫാസിസ്റ്റ് പ്രവണതകൾക്കതിരെ സാമൂഹ്യജീവിതത്തിന്റെ എല്ലാ മണ്ഡലങ്ങളിലും, സാംസ്കാരിക പ്രത്യയശാസ്ത്ര മണ്ഡലങ്ങളിലും അവിരാമമായ സമരം നടത്തിക്കൊണ്ട് ജനാധിപത്യവും മതനിരപേക്ഷതയും ഇന്ന് സംരക്ഷിക്കാൻ കഴിയും.

### ഭരണഘടനയ്ക്കും മനുഷ്യാവകാശങ്ങൾക്കും നേരെയുള്ള കടന്നാക്രമണങ്ങൾ

മനുഷ്യാവകാശത്തിനും നീതിക്കുവേണ്ടി നിലകൊള്ളുന്നവരെ രാജ്യമെമ്പാടും വേട്ടയാടുകയാണ് സംഘപരിവാറും അവരുടെ സർക്കാരുകളും. രാജ്യത്തിന്റെ ഭരണഘടനാ മനഃസാക്ഷി ഉണരേണ്ട സന്ദർഭമാണിത്. ഭരണകൂട ഭീകരതയ്ക്കും വിദ്വേഷ രാഷ്ട്രീയത്തിനുമെതിരെ ഭരണഘടനാമൂല്യങ്ങളും മനുഷ്യാവകാശ തത്വങ്ങളും ഉയർത്തിപ്പിടിച്ച് പോരാടേണ്ട

സന്ദർഭം. മധ്യകാലബ്രാഹ്മണ്യം സൃഷ്ടിച്ച ശൂദ്രവിരോധത്തിന്റെയും മുസ്ലിം വിരോധത്തിന്റെയും പ്രത്യയശാസ്ത്രത്തെ ആന്തരവൽക്കരിച്ച ഹിന്ദുത്വ വാദികളും അവരുടെ കേന്ദ്രസർക്കാരും ഭരണഘടനയെയും മനുഷ്യാവകാശങ്ങളെയും വെല്ലുവിളിച്ചുകൊണ്ട് തങ്ങൾക്കനഭിമതരായ ജനസമൂഹങ്ങൾക്കും വിമർശകർക്കുമെതിരെ ഭീകരത അഴിച്ചുവിടുകയാണ്. വർണാശ്രമധർമ്മങ്ങൾക്കും കൊളോണിയൽ ശക്തികൾക്കുമെതിരായ പോരാട്ടങ്ങളിലൂടെയാണ് നമൊരു ആധുനികദേശരാഷ്ട്രമായി പരിവർത്തനപ്പെട്ടത്. സുദീർഘമായ സാമ്രാജ്യത്വവിരുദ്ധസമരത്തിന്റെ ചരിത്രഗതിയിലൂടെയാണ് ജനാധിപത്യവും മതനിരപേക്ഷതയും സാമൂഹ്യനീതിയും അടിസ്ഥാനമാക്കിക്കൊണ്ടുള്ള ഭരണഘടന രൂപപ്പെടുത്തിയത്. ദേശീയ സ്വാതന്ത്ര്യസമരത്തിന് നേരെ മുഖം തിരിച്ചുനിന്നവരും ഇന്ത്യൻ ഭരണഘടനയെ ഒരിക്കലും അംഗീകരിക്കാത്തവരും 1998 ൽ അധികാരത്തിലുള്ളപ്പോൾ ഭരണഘടന മാറ്റാൻ റിവ്യൂ കമ്മിഷനെ നിയോഗിച്ചവരുമാണ് സംഘികൾ. അവർക്കിപ്പോൾ കൈവന്ന ദേശീയാധികാരത്തെ അവസരമാക്കി ഭരണഘടനയുടെ മതനിരപേക്ഷ, ഫെഡറൽ, ജനാധിപത്യ വ്യവസ്ഥകളെ തുടർച്ചയായി തകർക്കുകയാണ്.

1955 ലെ മതനിരപേക്ഷ പൗരത്വനിയമത്തെ മതാധിഷ്ഠിതമാക്കി ഭേദഗതി കൊണ്ടുവന്നു. മുത്തലാഖ് നിരോധന നിയമത്തിലൂടെ മുസ്ലിം വിവാഹമോചന നിയമത്തിൽ ക്രിമിനൽ വ്യവസ്ഥ കൂട്ടിച്ചേർത്തു. മറ്റു മതസ്ഥരുടെ വിവാഹമോചന നിയമങ്ങൾക്ക് ബാധകമല്ലാത്ത ക്രിമിനൽ വ്യവസ്ഥ കൊണ്ടുവന്നത് അങ്ങേയറ്റം വിവേചനപരവും ഭരണഘടനയുടെ ആർട്ടിക്കിൾ14 ന്റെ നിഷേധവുമാണ്. പൗരത്വനിയമഭേദഗതിയും മുത്‌ലാഖ് നിരോധന നിയമവുമെല്ലാം മുസ്ലിം വിരുദ്ധമായ ഹിന്ദുത്വ വാദികളുടെ ഫാസിസ്റ്റ് നീക്കത്തെയാണ് കാണിക്കുന്നത്. മറ്റ് വടക്ക് കിഴക്കൻ സംസ്ഥാനങ്ങൾക്ക് ബാധകമായ പ്രത്യേകപദവി വകുപ്പുകൾ ഭരണഘടനയിൽ നിലനിർത്തി, എന്തുകൊണ്ടാണ് കാശ്മീരിന്റെ പ്രത്യേക പദവി എടുത്ത് കളഞ്ഞത് എന്ന ചോദ്യത്തിന് എന്താണ് ഉത്തരം? കാശ്മീർ ഇന്ത്യയിലെ മുസ്ലിംഭൂരിപക്ഷ സംസ്ഥാനമാണെന്നത് മാത്രമാണ്!

ഇന്ത്യയെ രൂപപ്പെടുത്തിയ ചരിത്രത്തെയും ആശയങ്ങളെയും ഭരണഘടനയെ തന്നെയും ഫലത്തിൽ ഇല്ലാതാക്കിക്കൊണ്ട് ഇന്ത്യയെ ഹിന്ദുരാഷ്ട്രമാക്കാനുള്ള ഹിംസാത്മകമായ നീക്കങ്ങളാണ് ഇതെല്ലാം എതിർക്കുന്നവരെയും വിമർശിക്കുന്നവരെയും കേന്ദ്ര കുറ്റാന്വേഷണഏജൻസികളെയും ജുഡീഷ്യൽ സംവിധാനങ്ങളെയും ഉപയോഗിച്ച് വേട്ടയാടുന്ന ക്ഷോഭജനകമായ സംഭവങ്ങൾക്കാണ് രാജ്യം സാക്ഷ്യം വഹിച്ചുകൊണ്ടിരിക്കുന്നത്. നമ്മുടെ മൗനം കുറ്റകരമാവുന്ന അപകടകരമായ ചരിത്രസന്ധിയിലൂടെയാണ് രാജ്യം കടന്നുപോകുന്നത്. ഗുജറാത്ത് വംശഹത്യാകുറ്റവാളികൾക്കെതിരെ വിട്ടുവീഴ്ചയില്ലാതെ നിയമയുദ്ധം നയിച്ച ടീസ്ത സെതൽവാദിനെയും മുൻഗുജറാത്ത് ഡി ജി പി ആർ ബി ശ്രീകുമാറിനെയും അറസ്റ്റ് ചെയ്ത് ജയിലിലിലടച്ചിരിക്കുന്ന സംഭവം രാജ്യമെത്തപ്പെട്ട

ഭീകരമായ അവസ്ഥയുടെ സൂചനയാണ്.

ജനാധിപത്യത്തിന്റെ എല്ലാ സ്തംഭങ്ങളെയും തങ്ങളുടെ ഹിന്ദുത്വ അജണ്ടയ്ക്കാവശ്യമായ രീതിയിൽ പരുവപ്പെടുത്തിയെടുത്തും ഭരണഘടനയെ നോക്കുകുത്തിയാക്കിയും മോദിസർക്കാർ രാജ്യത്തിന്റെ മതനിരപേക്ഷ ജനാധിപത്യരാഷ്ട്രഘടനയെ തകർക്കുകയാണ്. ബഹുസ്വരതയെ നിഷേധിച്ച് ഹിന്ദുത്വമെന്ന ഏകത്വത്തിലേക്ക് ബഹുസംസ്കാരങ്ങളെ ബലം പ്രയോഗിച്ച് വിലയിപ്പിക്കുകയാണ്, ഹിന്ദുരാഷ്ട്രത്തിനായുള്ള നീക്കങ്ങൾ തീവ്രഗതിയിലാക്കിയിരിക്കുന്നു. ഇസ്ലാമോഫോബിയയെ രാഷ്ട്രതന്ത്രമാക്കിയ ഹിന്ദുത്വവാദികളുടെ സർക്കാർ ഭൂരിപക്ഷതാവാദം ഉയർത്തിയിരിക്കുകയാണ്

യു പി തിരഞ്ഞെടുപ്പ് ഘട്ടത്തിൽ 80% വും 20%.വും തമ്മിലാണ് മത്സരമെന്ന് പറയാൻ യോഗിആദിത്യനാഥിന് ഒരു മടിയുമുണ്ടായില്ല. വിദ്വേഷപ്രചരണവും കലാപങ്ങളും അഴിച്ചുവിട്ടു ഭൂരിപക്ഷ ന്യൂനപക്ഷ ധ്രുവീകരണമുണ്ടാക്കുകയാണ് സംഘപരിവാർ. ഇതിനെതിരായി നിലപാട് സ്വീകരിക്കുന്ന ബുദ്ധിജീവികളെയും ആക്ടിവിസ്റ്റുകളെയും ഭീകരവിരുദ്ധ നിയമങ്ങളുപയോഗിച്ച് തടങ്കലിലടയ്ക്കുന്നു. കെട്ടിച്ചമച്ച ഭീമാകൊറോഗാവ് കേസിൽപ്പെടുത്തി തടങ്കലിലിട്ട ബുദ്ധിജീവികളും മനുഷ്യാവകാശ പ്രവർത്തകരും നരകിക്കുകയാണ്. വൃദ്ധനും രോഗിയുമായ ഫാ.സ്റ്റാൻസാമി ചികിത്സ ലഭിക്കാതെ തടവറയിൽ മരണമടഞ്ഞു. ഭരണകൂടഭീകരതയുടെ ഇരയായി സ്റ്റാൻസാമി രക്തസാക്ഷിയായി.

ഇപ്പോഴിതാ ഗുജറാത്ത് പൊലീസിന്റെ തീവ്രവാദ വിരുദ്ധസ്ക്വാഡ് മനുഷ്യാവകാശ പ്രവർത്തക ടീസ്തസെതൽവാദിനെയും മുൻ ഡി ജി പി ആർ ബി ശ്രീകുമാറിനെയും അറസ്റ്റുചെയ്ത് തടങ്കലിലടച്ചിരിക്കുന്നു. മോദിക്കും അമിത്ഷായ്ക്കും, ഗുജറാത്ത് വംശഹത്യ കുറ്റവാളികൾക്കുമെതിരെ നിലപാടെടുത്തതിന്റെയും നിയമയുദ്ധം നടത്തിയതിന്റെയും പ്രതികാരനടപടിയായി തന്നെ ഈ അറസ്റ്റിനെ കാണണം.

2002 ൽ ഗുജറാത്തിലെ ഗുൽബർഗ ഹൗസിംഗ് കോളനിയിൽ ഇഹ്സാൻ ജാഫ്രിയും അവിടെ അഭയം തേടിയ 69 പേരെയും കൂട്ടത്തോടെ കൊന്നൊടുക്കിയ സംഭവത്തിൽ ഇഹ്സാൻജാഫ്രിയുടെ ഭാര്യ സാകിയജാഫ്രി നടത്തിയ നിയമപോരാട്ടങ്ങളെ സഹായിച്ചതാണ് അവർക്കെതിരായ കുറ്റം. കലാപത്തിന് പിന്നിലെ യഥാർത്ഥ ഗൂഢാലോചനകളുടെ സത്യാവസ്ഥ കൊണ്ടുവരണമെന്ന് ആവശ്യപ്പെട്ടുകൊണ്ട് സാകിയജാഫ്രി നൽകിയ പരാതി കഴമ്പില്ലാത്തതാണെന്നും വ്യാജപ്രമാണങ്ങൾ ചമച്ച് നിലനിർത്തി പോന്നതാണെന്നുമുള്ള പ്രത്യേക അന്വേഷണ സംഘത്തിന്റെ റിപ്പോർട്ട് പൂർണമായി അംഗീകരിക്കുകയും തള്ളിക്കളയുകയുമാണുണ്ടായത്. നിർഭാഗ്യകരമായ വിധി പ്രസ്താവന എന്നല്ലാതെ എന്തു പറയാൻ. സാകിയജാഫ്രിയുടെ നീതിക്കുവേണ്ടിയുള്ള നിയമയുദ്ധത്തെ സഹായിക്കുകയാണ് ടീസ്തയും കൂട്ടരും ചെയ്തത്. ഗുജറാത്ത് വംശഹത്യയുടെ ഞെട്ടിപ്പിക്കുന്ന വിവരങ്ങൾ ലോകത്തിന് മുന്നിലെത്തിച്ചതിൽ പ്രധാന

പങ്ക് വഹിച്ചത് അവരാണ്. അവരുടെ പത്രാധിപത്യത്തിലിറങ്ങുന്ന *കമ്യൂണലിസം കോംപാറ്റാണ്* കലാപത്തിന് പിറകിലുള്ള ആർ എസ് എസിന്റെ മോദിയുടെ സംസ്ഥാന സർക്കാരിന്റെയും ഗൂഢാലോചനയിലേക്കും ആസൂത്രണത്തിലേക്കും വെളിച്ചം വീശുന്ന വിവരങ്ങൾ പുറത്ത് കൊണ്ടുവന്നത്. അതുകൊണ്ടുതന്നെ അവർ മോദിയുടെ നോട്ടപ്പുള്ളിയായി. ഭരണഘടനയുടെ ഒരു കാവൽക്കാരിയായി മനുഷ്യരുടെ ജീവിക്കാനുള്ള അവകാശങ്ങൾക്ക് ഭീഷണിയുയർത്തുന്ന വംശഹത്യാ രാഷ്ട്രീയത്തിനെതിരെ അവർ നിർഭയമായി പോരാടി.

ഭരണഘടനയും മനുഷ്യാവകാശ തത്വങ്ങളും സംരക്ഷിക്കാനുള്ള പോരാട്ടത്തിലൂടെ മാത്രമേ ഇന്ന് ഹിന്ദുത്വവാദികൾക്കെതിരായ പ്രതിരോധത്തിന്റെ വിശാല മുന്നണി കെട്ടിപ്പടുക്കാനാവൂ. നുപൂർശർമ്മയുടെ ചാനൽ ചർച്ചയ്ക്കിടയിലെ പ്രവാചകനിന്ദയെയും വിദ്വേഷപ്രചാരണത്തെയും തുറന്നുകാണിച്ചതിന് പ്രതികാരമായിട്ടാണല്ലോ ആൾട്ട് ന്യൂസ് സ്ഥാപകൻ മുഹമ്മദ് സുബൈറിനെതിരെ കേസെടുത്ത് ജയിലിലടച്ചത്. 2020 ലെ ഒരു ട്വീറ്റിന്റെ പേരിലാണ് അദ്ദേഹത്തെ പിടികൂടി രാജ്യദ്രോഹം കുറ്റം ചുമത്തിയത്. എതിർക്കുന്നവരെയും വിമർശിക്കുന്നവരെയും സഹിക്കാനാവാത്ത മോദി സർക്കാരിന്റെ ദുരധികാരപ്രയോഗങ്ങളാണിതൊക്കെ. അസഹിഷ്ണുതയും അക്രമോത്സുകതയും മോദി സർക്കാരിന്റെ മുഖമുദ്രയായിരിക്കുന്നു. സ്വേച്ഛാധികാരത്തിന്റെ ദ്രംഷ്ടകൾ നീട്ടിയവർ ന്യൂനപക്ഷങ്ങളുടെയും ദളിതുകളുടെയും അവരോടൊപ്പം നില്ക്കുന്ന മനുഷ്യാവകാശ പ്രവർത്തകരുടെയും നേരെ പാഞ്ഞടുക്കുന്നതാണ് രാജ്യമെമ്പാടും ദർശിക്കാനാവുന്നത്. ജഹാംഗീർ പുരികളും കൊറോഗോണുകളും ഹിന്ദുത്വത്തിന്റെ ബുൾഡോസറുകൾ ഉരുളുന്നതാണ് കണ്ടത്.

ഒരു സ്വതന്ത്രപരമാധികാരജനാധിപത്യ രാജ്യമായി ഇന്ത്യയെ നിലനിർത്തുന്നത് ഭരണഘടനാമൂല്യങ്ങളാണ്. അതിനെതിരെ ദേശീയാധികാരം കയ്യടക്കിയ ആർ എസ് എസ് ഉയർത്തുന്ന ഭീഷണിയെ ഭരണഘടനയെ മുൻനിർത്തിത്തന്നെ പ്രതിരോധമുയർത്തണം. 1921 ലെ അഹമ്മദാബാദ് എ ഐ സി സി സമ്മേളനത്തിൽ ഹസ്രത്ത് മൊഹാനി പൂർണ്ണസ്വരാജ് പ്രമേയം കൊണ്ടുവരുന്നതിലൂടെയാണ് സ്വതന്ത്രപരമാധികാര റിപ്പബ്ലിക്കിനെയും ഭരണഘടനയെയും സംബന്ധിച്ച ചർച്ചകൾ ദേശീയപ്രസ്ഥാനത്തിൽ ഉയർന്നു വരുന്നത്. 1924 ലെ നാഗപ്പൂർ എ ഐ സി സി സമ്മേളനത്തിലാണ് ബ്രിട്ടീഷ് പാർലമെന്റ് നിർമിക്കുന്ന ഇന്ത്യൻ ആക്റ്റുകളല്ല ഇന്ത്യക്ക് സ്വതന്ത്രമായ നിയമങ്ങൾ നിർമ്മിക്കണമെന്നും അതിനായി ഒരു ഭരണഘടനാ അസംബ്ലി രൂപീകരണമാവശ്യമാണെന്നും എം എൻ റോയി പ്രസംഗിച്ചത്. അവിടുന്നാണ് ഇന്ത്യൻ ഭരണഘടനാനിർമ്മാണത്തിന്റെ ചരിത്രം ആരംഭിക്കുന്നത്.

1946 ലെ കാബിനറ്റ് മിഷൻ പദ്ധതിയുടെ കീഴിൽ രൂപവൽക്കരിച്ച ഭരണഘടനാ നിർമ്മാണസഭയെയായിരുന്നു ഇന്ത്യൻ ഭരണഘടന രൂപവൽക്കരിക്കുന്നതിനുള്ള ചുമതല ഏൽപ്പിച്ചത്. ഈ സഭ, പതിമൂന്നു കമ്മി

റ്റികൾ ചേർന്നതായിരുന്നു. ഈ സഭയിലെ അംഗങ്ങളിൽ പ്രാദേശിക നിയമസഭകളിൽനിന്ന് അവയിലെ അംഗങ്ങൾ തെരഞ്ഞെടുത്തവരും നാട്ടുരാജ്യങ്ങളുടെയും മറ്റു പ്രദേശങ്ങളുടെയും പ്രതിനിധികളും ഉണ്ടായിരുന്നു. ആകെ 389 അംഗങ്ങളുണ്ടായിരുന്ന സഭയുടെ അംഗത്വം പിന്നീട് ഇന്ത്യ വിഭജിക്കപ്പെട്ടപ്പോൾ 299 അംഗങ്ങളായി ചുരുങ്ങുകയാണുണ്ടായത്. സഭയുടെ ഉദ്ഘാടനയോഗം 1946 ഡിസംബർ 9 നാണ് നടന്നത്. 1949 നവംബർ 26 വരെ സഭ പ്രവർത്തിച്ചാണ് ഇന്നത്തെ ഭരണഘടനയ്ക്ക് രൂപംനൽകിയത്. ഡോ. സച്ചിദാനന്ദസിൻഹ ആയിരുന്നു സഭയുടെ അന്നത്തെ താൽക്കാലിക അധ്യക്ഷനായിരുന്നത്. 1946 ഡിസംബർ 11 ന് ഡോ. രാജേന്ദ്രപ്രസാദിനെ സഭയുടെ പ്രസിഡന്റായി തെരഞ്ഞെടുത്തു. സഭയുടെ നിയമോപദേഷ്ടാവ് ശ്രീ. ബി എൻ റാവു ആയിരുന്നു. 29 ഓഗസ്റ്റ് 1947 ന് സഭ, അന്നത്തെ നിയമമന്ത്രി ആയിരുന്ന ഡോ. ബി ആർ അംബേദ്കറിന്റെ നേതൃത്വത്തിൽ ഒരു കരട് (ഡ്രാഫ്റ്റിംഗ്) കമ്മിറ്റി രൂപവത്കരിച്ചു. ശ്രീ. ബി എൻ റാവു ആയിരുന്നു ഭരണഘടനാ ഉപദേശകനായിരുന്നത്.

ഇന്ത്യൻ ഭരണഘടന എന്ന ദൗത്യം പൂർത്തിയാക്കാൻ കൃത്യം രണ്ടു വർഷവും പതിനൊന്ന് മാസവും പതിനെട്ട് ദിവസവും വേണ്ടിവന്നു. ആകെ 165 ദിവസത്തോളം നീണ്ട ചർച്ചകൾ സഭയിൽ നടന്നു. ഇവയിൽ 114 ദിവസവും കരട് ഭരണഘടനയുടെ ചർച്ചയായിരുന്നു നടന്നത്. വ്യത്യസ്ത അഭിപ്രായങ്ങൾ, നിലപാടുകൾ, വീക്ഷണങ്ങൾ എല്ലാം അവതരിപ്പിക്കപ്പെട്ട ബൃഹത്തായ സംവാദം നടന്നു. കരടു ഭരണഘടനയിൽ 7,635 ഭേദഗതികൾ നിർദ്ദേശിക്കപ്പെട്ടു. 2,437 ഭേദഗതികൾ തീരുമാനിക്കപ്പെട്ടു. ഭരണഘടനയുടെ ആദ്യപകർപ്പ് 1948 ഫെബ്രുവരി 28 ന് പ്രസിദ്ധീകരിച്ചു.

1949 നവംബർ 26 ന് ഘടകസഭ ഡ്രാഫ്റ്റിംഗ് കമ്മിറ്റി രൂപവൽക്കരിച്ച ഭരണഘടന അംഗീകരിക്കുകയും സ്വീകരിക്കുകയും ചെയ്തു. ഇതിന്റെ ഓർമ്മയ്ക്കായാണ് എല്ലാ വർഷവും നവംബർ 26–ാം തീയതി ഇന്ത്യയിൽ നിയമ ദിനമായി ആചരിക്കുന്നത്. ഇന്ത്യയുടെ ഭരണഘടനയിൽ സഭയുടെ അംഗങ്ങൾ ഒപ്പുവെക്കുന്നത് 1950 ജനുവരി 24 നാണ്. തുടർന്ന് ഭരണഘടനാ പ്രഖ്യാപനവും ഭരണഘടന പ്രാബല്യത്തിൽ കൊണ്ടുവരികയും ചെയ്തത് 1950 ജനുവരി 26 നായിരുന്നു. ഇതിന്റെ ഓർമ്മയ്ക്ക് എല്ലാ വർഷവും ജനുവരി 26–ാം തീയതി ഇന്ത്യ റിപ്പബ്ലിക്ക് ദിനമായി ആചരിക്കുന്നു.

ഘടകസഭയുടെ അന്തിമ അംഗീകാരം ലഭിക്കുമ്പോൾ ഇന്ത്യൻ ഭരണഘടനയിൽ 395 വകുപ്പുകളും 8 പട്ടികകളും മാത്രമാണുണ്ടായിരുന്നത്. ഇപ്പോൾ, 444 ലേറെ വകുപ്പുകളും 12 പട്ടികകളും ഭരണഘടനയിലുണ്ട് ഏറ്റവും അധികം ഭേദഗതികൾക്കു, 100 ൽപ്പരം വിധേയമായ ഭരണഘടനയും ഇന്ത്യയുടേതാണെന്ന് പറയുന്നു.

ഇന്ത്യയിലെ എല്ലാ രാഷ്ട്രീയ സാമൂഹ്യ ധാരകളും ഭരണഘടനയുടെ രൂപവൽക്കരണത്തിൽ അവരുടേതായ സംഭാവന നൽകി പങ്ക് വഹിച്ചു. ഭരണഘടനാ അസംബ്ലി 1949 നവംബർ 26 ന് ഭരണ ഘടനയ്ക്ക് അന്തിമ

രൂപംനൽകി അംഗീകരിച്ചതിന്റെ തൊട്ടടുത്ത ദിവസമിറങ്ങിയ ആർ എസ് എസ് മുഖപത്രം *ഓർഗനൈസർ* ഭരണഘടന അംഗീകരിക്കാനാവില്ലെന്നും ഇന്ത്യക്ക് അഭികാമ്യമായ മനുവിന്റെ ദർശനങ്ങളെ അടിസ്ഥാനമാക്കാത്ത ഭരണഘടനയെ തള്ളിക്കളയുന്നുവെന്നുമാണ് എഡിറ്റോറിയലിൽ എഴുതിയത്. അവരാണ് ഭരണഘടനയ്ക്ക് മരണം വിധിക്കുന്ന നടപടികളിലൂടെ ഇന്ത്യയുടെ മതനിരപേക്ഷ ജനാധിപത്യരാഷ്ട്രഘടനയെ അസ്ഥിരീകരിക്കാനുള്ള അധികാരപ്രയോഗങ്ങൾ നടത്തിക്കൊണ്ടിരിക്കുന്നത്.

## വർദ്ധിതമാകുന്ന സംസ്കാരസംഘർഷങ്ങൾ വർഗീയാക്രമണങ്ങൾ

ഭക്ഷണത്തിന്റെയും വസ്ത്രത്തിന്റെയും പ്രണയത്തിന്റെയും പേരിൽ ജനസമൂഹങ്ങൾക്കിടയിൽ വിദ്വേഷം പടർത്തി കടുത്ത വിഭാഗീയതയും സംഘർഷവും വളർത്തുകയാണ് ഹിന്ദുത്വ വാദികൾ. തങ്ങൾക്ക് ലഭ്യമായ ദേശീയ അധികാരമുപയോഗിച്ച് ഹിന്ദുരാഷ്ട്ര നിർമ്മിതിക്കാവശ്യമായ ഭരണനടപടികളും പ്രത്യയശാസ്ത്രവൽക്കരണവും ത്വരിതഗതിയിലാക്കിയിരിക്കുകയാണവർ. ഭരണഘടനയെ തന്നെ നോക്കുകുത്തിയാക്കികൊണ്ട് കാശ്മീർ പ്രത്യേക പദവിവ്യവസ്ഥ എടുത്തുകളഞ്ഞത് തൊട്ടു പൗരത്വനിയമം വരെ തങ്ങളുടെ മതരാഷ്ട്ര അജണ്ട ആവശ്യപ്പെടുന്ന തരത്തിൽ ഭേദഗതി ചെയ്തിരിക്കുന്നു.

ന്യൂനപക്ഷ ദളിത് സ്ത്രീവിരുദ്ധമായ പൊതുബോധരൂപീകരണത്തിനാവശ്യമായ ക്ഷുദ്ര വികാരങ്ങളുണർത്തുന്ന നുണപ്രചരണങ്ങളാണല്ലോ സംഘപരിവാറിന്റെ പ്രത്യയശാസ്ത്രവൽക്കരണതന്ത്രം. അപര മതസമൂഹങ്ങൾക്കെതിരായ അവജ്ഞയും ശത്രുതയും വളർത്തി ഭൂരിപക്ഷ മത സമുദായ ധ്രുവീകരണമാണവർ ലക്ഷ്യംവെക്കുന്നത്. ഭൂരിപക്ഷ മതമേധാവിത്വബോധം നിർമ്മിച്ചെടുക്കാനുള്ള സംസ്കാര സംഘർഷങ്ങളുടെ ആസൂത്രണവും പ്രയോഗവും വഴി തങ്ങളുടെ അധികാരവും അധീശത്വവും നിലനിർത്താനാണ് കോർപ്പറേറ്റ് മൂലധനസംരക്ഷകരായ ഹിന്ദുത്വവാദികൾ ശ്രമിച്ചുകൊണ്ടിരിക്കുന്നത്.

യു പി തിരഞ്ഞെടുപ്പിൽ യോഗി ആദിത്യനാഥ് പരസ്യമായി പ്രഖ്യാപിച്ചത് ഉത്തർപ്രദേശിൽ 80 % വും 20%.വും തമ്മിലാണ് മത്സരമെന്നാണല്ലോ. നമ്മുടെ മതനിരപേക്ഷ ജനാധിപത്യ രാഷട്രീയത്തെ അപ്രസക്തമാക്കിക്കൊണ്ട് ഭൂരിപക്ഷ ഹിന്ദുവും ന്യൂനപക്ഷ മുസ്ലിമും തമ്മിലാണ് മത്സരമെന്ന് പറയാൻ മുഖ്യസ്ഥാനത്ത് ഇരിക്കുന്ന യോഗിക്ക് ഒരു മടിയുമുണ്ടായില്ല.

ഭരണഘടനയെയും ജനാധിപത്യത്തെയും മതഭ്രാന്തന്മാർ ഹൈജാക്ക് ചെയ്ത് വർഗീയധ്രുവീകരണത്തിനായി ജനങ്ങളെ തമ്മിലടിപ്പിക്കാനുള്ള സംസ്കാര സംഘർഷങ്ങൾ പടർത്തുകയാണ് രാജ്യമാസകലം. ഗുജറാത്തിനെത്തുടർന്ന് കർണാടകയും യു പിയുമെല്ലാം സംസ്കാര സംഘർഷങ്ങളുടെ മനുഷ്യത്വരഹിതമായ പരീക്ഷണ ഭൂമിയാക്കി മാറ്റിയിരിക്കുക

യാണ് ഹിന്ദുത്വ വാദികൾ. അതാണ് ഹിജാബ് വിവാദവും ലൗ ജിഹാദു മെല്ലാം കാണിക്കുന്നത്. മനുഷ്യർക്കിടയിലെ സൗഹൃദത്തിന്റെയും പാര സ്പര്യത്തിന്റെയും മൂല്യചോദനകളെയാകെ ഷണ്ഡീകരിച്ച് ക്രൂരതയെയും വിദ്വേഷത്തെയും ജീവിതമൂല്യമാക്കാനാണ് എല്ലാ വർഗീയ വാദികളും പഠിപ്പിക്കുന്നത്. മനുഷ്യബന്ധങ്ങളെ നിർണ്ണയിക്കുന്നതും നിലനിർത്തു ന്നതുമായ പരസ്പരസ്നേഹത്തിന്റെയും ഊഷ്മളതയുടെയും ബന്ധസം സ്കൃതികളെ കുഴിച്ചുമൂടുന്ന അസഹിഷ്ണുതയുടെയും അക്രമോത്സു കതയുടെയും പാഠനിർമ്മിതികളിലൂടെയാണല്ലോ ചരിത്രത്തിൽ എല്ലായി ടത്തും ഫാസിസ്റ്റുകൾ വളർന്നുവന്നത്. ഭാഷയിലെയും വാക്കുകളിലെ യും എല്ലാവിധ സൗഹൃദാർത്ഥങ്ങളെയും ഇല്ലാതാക്കുന്ന വെറുപ്പിന്റെയും ഹിംസയുടെ പ്രത്യയശാസ്ത്രമാണല്ലോ മുസോളിനിയെയും ഹിറ്റ്ലറെയും ആദർശപുരുഷന്മാരായി കാണുന്ന ഹിന്ദുത്വം. സവർക്കറും ഹെഡ്ഗെ വാറും മുംഞ്ജെയും ഗോൾവാൾക്കറും ആവിഷ്ക്കരിച്ച ഇന്ത്യൻ ഫാസി സത്തിന്റെ പ്രത്യയശാസ്ത്രമാണ് ഹിന്ദുത്വവും ഇന്ത്യൻ ഫാസിസത്തി ന്റെ കാലാൾ പടയുമാണ് ആർ എസ് എസുമെന്ന കാര്യം നമ്മുടെ പല ലിബറൽ ബുദ്ധിജീവികൾക്കും ചാനൽ ചർച്ചകളിലെ സ്വതന്ത്രനിരീക്ഷക കേസരികൾക്കും ഇനിയും മനസ്സിലായിട്ടില്ല. ഇടതുപക്ഷത്തെ എതിർ ക്കാൻ ആർ എസ് എസ് മുതൽ ഹനുമാൻ സേന വരെയുള്ള സംഘപരി വാറുമായി കൂട്ടുചേരുന്നതിൽ ഒരു അധാർമ്മികതയുമില്ലെന്ന് കരുതുന്ന വരാണല്ലോ കേരളത്തിലെ കോൺഗ്രസുകാരും മുസ്ലിം ന്യൂനപക്ഷ സംര ക്ഷകരായി ചമയുന്ന ലീഗുകാരും വരെ.

വിദ്യാഭ്യാസത്തെയും ദേശീയ അക്കാദമിക് സ്ഥാപനങ്ങളെയും ഹിന്ദുത്വ വാദികളുടെ സർക്കാർ തങ്ങളുടെ പ്രത്യയശാസ്ത്ര ഉദ്ബോധ നത്തിനുള്ള ഉപകരണങ്ങളായി അധ:പതിപ്പിക്കുകയാണ്. അക്കാദമിക് കേന്ദ്രങ്ങളുടെ തലപ്പത്ത് 2014 മുതൽ ആർ എസ് എസ് അംഗത്വം മാത്രം യോഗ്യതയാക്കി കടുത്ത വർഗീയ വാദികളെ അവരോധിച്ചു തുടങ്ങി. ഏറ്റവുമൊടുവിലായി സംഘപരിവാറുകാരനായ ഡോ. ജഗദേശ്കുമാറിനെ തന്നെ യു ജി സിയുടെ ചെയർമാനായി കൊണ്ടുവന്നിരിക്കുകയാണ്. ജെ എൻ യുവിലെ വൈസ്ചാൻസലറായിരുന്നു അദ്ദേഹം, ആ വിശ്വോത്തര സർവ്വകലാശാലയുടെ ജനാധിപത്യ അന്തരീക്ഷത്തെ തകർക്കുകയും എബി വി പി അഴിഞ്ഞാട്ടങ്ങൾക്ക് സൗകര്യമൊരുക്കുകയും ചെയ്തത് രാജ്യം വിവാദപരമായി ചർച്ച ചെയ്തതാണ്. അക്കാദമിക് മേഖലയുടെ കാവിവൽക്കരണത്തിനായുള്ള ആർ എസ് എസ് അജണ്ടയുടെ നിർവ ഹണ കേന്ദ്രമായി സർവ്വകലാശാലകളെ മാറ്റുവാനുള്ള നീക്കങ്ങളുടെ ഭാ ഗമാണ് യു ജി സിയുടെ തലപ്പത്ത് ജഗദേശ് കുമാറിനെ പോലൊരാളെ കൊണ്ടുവരുന്നത്.

ആർ എസ് എസിന്റെയും വിജ്ഞാന ഭാരതിയുടെയും സജീവ പ്രവർ ത്തകനാണ് ഈ ജഗദേശ് കുമാർ. 2014 ന് ശേഷം ഇന്ത്യയുടെ അഭിമാന ങ്ങളായ അക്കാദമിക് സ്ഥാപനങ്ങളെല്ലാം സംഘപരിവാർ പിടിയിലമർ

ന്നുകൊണ്ടിരിക്കുന്നതാണ് നാം കണ്ടത്. തങ്ങൾക്ക് കൈവന്ന ദേശീയാധികാരം ഉപയോഗിച്ച് സ്വതന്ത്രമായ അക്കാദമിക് പ്രവർത്തനങ്ങൾക്ക് കൂച്ചുവിലങ്ങിടാനാണ് സംഘപരിവാർ നിരന്തരം ശ്രമിച്ചുകൊണ്ടിരിക്കുന്നത്. ചരിത്രത്തെയും സംസ്കാരത്തെയും കാവിവൽക്കരിച്ചു ഹിന്ദുരാഷ്ട്രനിർമ്മിതിക്കാവശ്യമായ പ്രത്യയശാസ്ത്രപരിസരം സൃഷ്ടിച്ചെടുക്കുകയാണവർ. അങ്ങേയറ്റം വിജ്ഞാന വിരുദ്ധവും ജനാധിപത്യവിരുദ്ധവുമായൊരു പ്രത്യയശാസ്ത്ര പദ്ധതിയാണിത്.

സ്വതന്ത്രമായ അക്കാദമിക് സമൂഹമെന്നത് ഏതൊരു സമൂഹത്തിലും ജനാധിപത്യം നിലനില്ക്കുന്നതിലും അതു വിപുലപ്പെടുന്നതിനുമുള്ള മുൻ ഉപാധിയാണ്. അക്കാദമിക് സമൂഹങ്ങൾക്ക് സ്വതന്ത്രമായി പ്രവർത്തിക്കാൻ കഴിയാത്ത ഏത് സമൂഹവും സമഗ്രാധിപത്യത്തിലേക്കോ ഫാസിസത്തിലേക്കോ പതിക്കുമെന്നതാണല്ലോ ലോകത്തിന്റെ ചരിത്രാനുഭവം. അക്കാദമിക് യോഗ്യതയേക്കാൾ മോദിഭക്തിയും ആർ എസ് എസ് അംഗത്വവും ദേശീയ അക്കാദമിക് സ്ഥാപനങ്ങളുടെ തലപ്പത്തിരിക്കാനുള്ള യോഗ്യതയായി മാറിക്കൊണ്ടിരിക്കുന്ന നിരാശാജനകമായ സാഹചര്യമാണ് നമ്മുടെ രാജ്യത്തിപ്പോഴുള്ളത്! മതനിരപേക്ഷതയെയും ജനാധിപത്യത്തെയും സാമൂഹ്യനീതി തത്വങ്ങളെയും പരസ്യമായി എതിർക്കുന്ന ഹിന്ദുത്വവാദികളായ ബുദ്ധിജീവികൾക്ക് ഐ സി എച്ച് ആറും സാമൂഹ്യശാസ്ത്ര ഗവേഷണ കൗൺസിലും ഐ സി സി സി ആറുമെല്ലാം ഏല്പിച്ചു കൊടുത്ത് ഇന്ത്യയെന്ന ആശയത്തെതന്നെ ഇല്ലാതാക്കുകയാണ്, പ്രാചീനതയുടെ കൂരിരുട്ടിലേക്ക് രാജ്യത്തെ തള്ളിവിടുന്ന സംഘപരിവാർ ശക്തികളും അവരുടെ സർക്കാരും.

ജഗദ്ദേശ് കുമാറിന്റെ നിയമനത്തിന് പിന്നാലെയാണ് ആർ എസ് എസ് ഭക്തയും നാഥുറാം വിനായക് ഗോഡ്സെയുടെ ആരാധകയുമായ ശാന്തി ശ്രീദുലി പുടി പണ്ഡിറ്റ് എന്ന വർഗീയ വാദിയെ ജെ എൻ യുവിന്റെ വി സിയായി നിയമിക്കുന്നന്നത്. ഗാന്ധി ഘാതകനായ ഗോഡ്സെയെ ന്യായീകരിക്കുന്ന ഒരു പടു ഹിന്ദുത്വ വാദിയെ നെഹ്റുവിന്റെ നാമധേയത്തിൽ പടുത്തുയർത്തിയ വിശ്വോത്തര സർവകലാശാലയുടെ വി സിയായി അവരോധിച്ചുകൊണ്ട് കേന്ദ്ര സർക്കാർ നൽകുന്ന സന്ദേശമെന്താണ്? ഗാന്ധിജിയുടെയും നെഹ്റുവിന്റെയും മതനിരപേക്ഷഇന്ത്യയെ ഞങ്ങൾ ഹിന്ദു രാഷ്ട്രമാക്കുമെന്നാണ്. തങ്ങൾക്കാവശ്യമായ രീതിയിൽ ചരിത്രത്തെയും സംസ്കാരത്തെയും രാഷ്ട്രത്തെയും അപനിർമ്മിച്ചെടുക്കാനായി ഇന്ത്യൻ അക്കാദമിക് മണ്ഡലത്തെ മഥനം ചെയ്തെടുക്കുമെന്നാണ്. ഇന്ത്യയെ ഒറ്റക്കെട്ടായി നിർത്താൻ ഗാന്ധിവധമല്ലാതെ മറ്റൊരു മാർഗവുമില്ലായിരുന്നുവെന്ന് ട്വീറ്റ് ചെയ്ത ക്രൂര മഹതിയാണ് പ്രൊഫ. ശാന്തി. ശ്രീ പണ്ഡിറ്റ് എന്നത് ഒരു സത്യാനന്തര കാല വിപര്യയാവാമെന്നല്ലാതെ മറ്റെന്താണ് പറയുക.

ഹിജാബ് വിവാദമാക്കിക്കൊണ്ട് കർണാടകയിൽ ഹിന്ദുത്വ വാദികൾ സംസ്കാര സംഘർഷങ്ങളുടെ അപകടകരമായ പരീക്ഷണങ്ങൾക്ക് ഗതി

വേഗം കൂട്ടിയിരിക്കുകയാണ്. രാജ്യത്താകെ വർഗീയ ധ്രുവീകരണം ലക്ഷ്യം വെച്ചുള്ള ന്യൂനപക്ഷ വിരുദ്ധ കളികളാണ് സംഘപരിവാർ നടത്തിക്കൊണ്ടിരിക്കുന്നത്. ഇന്ത്യൻ ഭരണഘടന വ്യക്തികൾക്കും പ്രത്യേക സാമൂഹ്യ വിഭാഗങ്ങൾക്കും നൽകുന്ന അവരുടെ വിശ്വാസപരവും സാംസ്കാരികവുമായ സ്വത്വ സംരക്ഷണത്തിന് വേണ്ടിയുള്ള അവകാശങ്ങളെ ഒരിക്കലും അംഗീകരിച്ചിട്ടില്ലാത്തവരാണ് ഹിന്ദുത്വ വാദികൾ. ഇന്ത്യയുടെ ബഹുസ്വരതയെയും ഭിന്ന ജനസമൂഹങ്ങളുടെ സ്വത്വവും സംസ്കാരവും സംരക്ഷിക്കാനുള്ള ഭരണഘടനാവകാശങ്ങളെയും നിഷേധിക്കുന്ന സാംസ്കാരിക ദേശീയതയുടെ വക്താക്കളാണല്ലോ. മുസ്ലിംപെൺകുട്ടികൾക്ക് വിദ്യാഭ്യാസം നേടാനും ഹിജാബ് ധരിച്ച് ക്ലാസിൽ ഇരിക്കാനും അവകാശമുണ്ടെന്ന് കാണാതെ ഹിജാബിനെതിരെ കാവിഷാൾ വീശി ആക്രോശം മുഴക്കുന്ന ആൾക്കൂട്ടങ്ങളെ ഇളക്കിവിടുന്ന സംഘപരിവാർ ഭരണഘടനയെ തന്നെയാണ് വെല്ലുവിളിക്കുന്നത്.

എല്ലാറ്റിനും മുകളിൽ ആധിപത്യമുറപ്പിക്കാൻ വ്യഗ്രതപ്പെടുന്ന ഫൈനാൻസ് മൂലധനത്തിന്റെ അധിനിവേശ വാഞ്ഛകളും ഭൂതകാലത്തിന്റെ പ്രാക്തന സംസ്കൃതിയിലഭിരമിക്കുന്ന ഹിന്ദുത്വപ്രത്യയശാസ്ത്രവും ചേർന്നു രൂപപ്പെടുത്തുന്ന ഹിംസാത്മകമായ സംസ്ക്കാര സംഘർഷ പദ്ധതികളിലാണ് ഭക്ഷണവും വസ്ത്രവും പ്രണയവുമെല്ലാം പ്രശ്നവൽക്കരിക്കപ്പെടുന്നതും വർഗീയ ധ്രുവീകരണത്തിനുള്ള കലാപവിഷയങ്ങളായി ഉയർത്തപ്പെടുന്നതും.

രാജ്യത്തിന്റെ പരമാധികാരവും സ്വാശ്രയത്വവും അതിന്റെ അവലംബമായ പൊതുമേഖലാ സമ്പത്തും നഷ്ടപ്പെടുത്തുന്ന നിയോലിബറൽ അജണ്ടയിലാണ് ജനങ്ങളെയും ജനാധിപത്യ രാഷ്ട്രഘടനയെയും ഭിന്നിപ്പിക്കുന്നതും അസ്ഥിരീകരിക്കുന്നതുമായ വർഗീയവൽക്കരണവും തീവ്രഗതിയിലാവുന്നത്. തൊഴിലാളി കർഷകവർഗങ്ങളുടെയും സാധാരണക്കാരുടെയും ഭൗതികജീവിത പ്രശ്നങ്ങളെ മുൻനിർത്തിയുള്ള സമരങ്ങളിലൂടെയും അതിനായുള്ള വിശാലമായ ജനകീയഐക്യം വളർത്തിക്കൊണ്ടും മാത്രമേ വർഗീയ ഭീകരതയെ പ്രതിരോധിക്കാനാവൂ. അതിനാവശ്യമായ മത നിരപേക്ഷ ജനാധിപത്യ ശക്തികളുടെ ഐക്യപ്പെട്ട പ്രവർത്തനങ്ങളും വർഗീയതക്കെതിരായ മത വിശ്വാസികൾ ഉൾപ്പെടെയുള്ള മതനിരപേക്ഷ പ്രതിരോധവും അടിയന്തര കടമയായിത്തീരുന്നുണ്ട്.

രാജ്യത്താകെ കലാപങ്ങൾ സൃഷ്ടിച്ച് ഭൂരിപക്ഷ മത ധ്രുവീകരണം ഉണ്ടാക്കുക എന്ന അജണ്ടയാണ് സംഘപരിവാറിന്റേത്. അതിനെ പ്രതിരോധിക്കുകയാണെന്ന വ്യാജേന ന്യൂനപക്ഷ മതഭീകരസംഘങ്ങൾ ഹിന്ദുത്വവാദികളുടെ രാഷ്ട്രീയഅജണ്ടയുടെ മറുപുറം കളിച്ച് ജനജീവിതത്തെ അരക്ഷിത പൂർണ്ണമാക്കുകയും മതനിരപേക്ഷ പ്രതിരോധങ്ങളെ ദുർബ്ബലപ്പെടുത്തുകയുമാണ്. ഹിന്ദുത്വവാദികൾ ഭക്ഷണത്തെയും വസ്ത്രത്തെയും പ്രണയത്തെയും ആഘോഷങ്ങളെയുമെല്ലാം പ്രശ്നവൽക്കരിക്കുകയും വിദ്വേഷപ്രചരണവും അക്രമങ്ങളും അഴിച്ചുവിടുന്നു. രാമനവമി

ആഘോഷങ്ങളുടെ ഭാഗമായി ഇന്ത്യയിലെ 7 സംസ്ഥാനങ്ങളിലാണവർ മുസ്ലിങ്ങൾക്ക് നേരെ അക്രമമഴിച്ചുവിട്ടത്. മധ്യപ്രദേശിലെ കൊറോഗോണിൽ മുസ്ലിം വീടുകൾക്കും ചേരികൾക്കും നേരെ ബുൾഡോസർ അടിച്ചു കയറ്റി കെട്ടിടങ്ങൾ തകർക്കുന്ന സംഭവങ്ങൾവരെ ഉണ്ടായി. ഡൽഹി ജവഹർലാൽ യുണിവേഴ്സിറ്റിയിൽ രാമനവമി ദിവസം ബീഫ് വിളമ്പിയെന്നാരോപിച്ചുകൊണ്ട് വിദ്യാർത്ഥികൾക്ക് നേരെ ഭീകരമായ മർദനമാണ് എ ബി വി പി ക്രിമിനലുകൾ അഴിച്ചുവിട്ടത്. ഇന്ത്യയിൽ എത്രയോ കാലമായി രാമനവമി ആഘോഷങ്ങൾ നടക്കുന്നുണ്ട്. മുമ്പെങ്ങുമില്ലാത്ത വിധം രാമനവമി ദിവസങ്ങളിൽ മാംസം വിളമ്പാൻ പാടില്ലെന്ന വിധി വിലക്കുകളുമായി പ്രചാരണമാരംഭിക്കുകയും മുസ്ലിങ്ങൾക്ക് നേരെ വ്യാപകമായി ആക്രമണമഴിച്ചുവിടുകയുമാണ് സംഘപരിവാർ സംഘടനകൾ ചെയ്തത്. കപിൽ മിശ്രയെ പോലുള്ള കേന്ദ്ര മന്ത്രിമാരുടെ നേതൃത്വത്തിലാണ് പലയിടങ്ങളിലും കൊലവിളികളും കലാപങ്ങളും നടന്നത്. പരിഹാസ്യവും അത്യന്തം ക്രൂരവുമായ സംഭവങ്ങൾക്കാണ് രാമനവമി നാളുകൾ സാക്ഷ്യം വഹിച്ചത്.

ഇതിഹാസ കഥകളിലെ രാമൻ മാംസഭുക്കാണ്. മാംസഭുക്കായ രാമനെ സസ്യഭുക്കാക്കാൻ നവ ഹൈന്ദവ ഭീകരർ രാമനവമി നാളുകളെ കലാപഭരിതമാക്കുകയായിരുന്നു. മുസ്ലിങ്ങളെ തെരഞ്ഞുപിടിച്ച് ആക്രമിക്കുകയും നാട്ടിലാകെ കലാപങ്ങൾ സൃഷ്ടിക്കുകയും ചെയ്തവർ രാമഭക്തി പ്രകടിപ്പിക്കുമ്പോൾ ആദികവി വാത്മീകിയുടെ 'അരുത് കാട്ടാളാ' എന്നേ നമുക്കും അവരോട് പറയാനുള്ളത്. ക്രൂരതയെ ജീവി മൂല്യമാക്കുകയും കലാപങ്ങളെ തങ്ങളുടെ വളർച്ചയ്ക്കുള്ള വഴിയാക്കുകയും ചെയ്യുന്നവരാണ് സംഘികളും മറ്റെല്ലാ വർഗീയ വാദികളും ഓരോ ആഘോഷങ്ങളെ പോലും സംഘപരിവാർ വർഗീയവൽക്കരണത്തിനുള്ള അവസരമാക്കി മാറ്റിക്കൊണ്ടിരിക്കുകയാണ്.

പാലക്കാട് എലപ്പുള്ളിയിൽ വിഷുവിന്റെയും ഈസ്റ്ററിന്റെയും റംസാന്റെയും പുണ്യദിനത്തിലാണ് പള്ളിയിൽ നിസ്കരിച്ച് സ്വന്തം പിതാവിനൊപ്പം വീട്ടിലേക്ക് മടങ്ങുകയായിരുന്ന എസ് ഡി ഐ പിക്കാരനായ യുവാവിനെ പട്ടാപ്പകൽ ആർ എസ് എസുകാർ വണ്ടിയിടിച്ച് താഴേക്കിട്ട് വെട്ടിക്കൊന്നത്. അതിന് പ്രതികാരമായി എസ് ഡി ഐ പിക്കാർ 24 മണിക്കൂറിനകം ആർ എസ് പ്രവർത്തകനെ അയാൾ ജോലി ചെയ്യുന്ന സ്ഥാപനത്തിലിട്ട് വെട്ടിക്കൊല്ലുന്നു. കഴിഞ്ഞ കുറെ മാസങ്ങളായി ഇരു വർഗീയ ഭീകരരും പാലക്കാട് കൊലപാതക പരമ്പരകൾ സൃഷ്ടിച്ച് വർഗീയ വിഭജനം സൃഷ്ടിക്കാനുള്ള കളിയിലാണ്. ഈ മതഭീകരരാഷ്ട്രീയത്തെ കരുതിയിരിക്കണമെന്നും ഇത്തരം വർഗീയ ക്രിമിനൽ സംഘങ്ങളെ മലയാളിൾ ഒറ്റക്കെട്ടായിനിന്ന് ഒറ്റപ്പെടുത്തേണ്ടതുണ്ട്. പക്ഷേ, യു ഡി എഫുകാർ ഇരുവർഗീയ വാദികളെയും കൂട്ടുപിടിച്ച് കേരളത്തിൽ ക്രമസമാധാനം തകർന്നുവെന്ന് വരുത്തിതീർക്കാനുള്ള നീചമായ രാഷ്ട്രീയ ക്കളിയിലാണ്.

കോടിക്കണക്കിന് രൂപ ചെലവഴിച്ചിട്ടാണ് ഇവിടെ ഇതരമതവിദ്വേഷവിഷം പ്രചരിപ്പിച്ചുകൊണ്ടിരിക്കുന്നതെന്നും കേന്ദ്ര സർക്കാർ വർഗീയതയെയും ഇസ്ലാമോഫോബിയെയും രാഷ്ട്രീയ തന്ത്രമാക്കുകയാണെന്നും മതനിരപേക്ഷ ശക്തികൾ തിരിച്ചറിയണം. ഭക്ഷണവും വസ്ത്രവും പ്രണയവും അതിനവർ പ്രശ്നവൽക്കരിക്കുന്നു. കാശ്മീർ ഫയൽസ്പോലുള്ള ബിഗ് ബജറ്റ് സിനിമകൾ മുതൽ മർമറിംഗ് ക്യാമ്പയിൽ വരെ വിദ്വേഷ പ്രചരണത്തിനായി സജ്ജീകരച്ച് ഉപയോഗിക്കുന്നു. നുണകൾ പ്രചരിപ്പിച്ച് തങ്ങൾക്കനഭിമതരായവർക്കെതിരെ വെറുപ്പ് വളർത്തുന്നു. വാട്സാപ്പ്, ഫേസ് ബുക്ക് കൂട്ടായ്മകളിലൂടെ അയൽക്കാരന്റെ മതത്തെ അപമാനിച്ചുകൊണ്ടുള്ള വിദ്വേഷസാഹിത്യം ഒഴുക്കുന്നു. അത്രകൊണ്ടും അതവസാനിക്കുന്നില്ല. സ്ത്രി പുരുഷ ബന്ധങ്ങളെയും വ്യത്യസ്ത മതജാതി സമൂഹങ്ങളിൽപ്പെട്ടവർ തമ്മിലുള്ള വിവാഹത്തെയും അവർ ലൗ ജിഹാദാക്കി വർഗീയ വൈരം വളർത്തുന്നു.

കേരളത്തിൽ വർഗ്ഗീയസംഘർഷം ഉണ്ടാക്കാനുള്ള ആസൂത്രിത നീക്കത്തിന്റെ ഭാഗമാണ് പാലക്കാട് നടന്ന രണ്ടു കൊലപാതകങ്ങൾ. ഏതാനും മാസങ്ങൾക്ക് മുൻപ് ആലപ്പുഴയിലും ഇത്തരം കൊലപാതക നാടകങ്ങൾ അരങ്ങേറിയത് നാം കണ്ടു. ഷാൻ എന്ന എസ് ഡി ഐ നേതാവിനെ വധിച്ചതും അന്ന് നേരം പുലരും മുമ്പ് പ്രതികാരമായി ബി ജെ പി നേതാവായ രഞ്ജിത് ശ്രീനിവാസനെ വധിച്ചതും. കൊന്നും കൊടുത്തും വളരുക എന്നതാണ് മതഭീകരവാദികളുടെ രാഷ്ട്രീയം. സാധാരണ രാഷ്ട്രീയ സംഘട്ടനങ്ങൾ പോലെയല്ല, മതരാഷ്ട്രീയക്കാർ നടത്തുന്ന ആക്രമണങ്ങൾ. എതിർഭാഗത്തുള്ള സംഘടനയിലെ ആരെങ്കിലും ഒരാൾ എന്നതാണ് അവരുടെ ടാർജറ്റ്. അത് വളരെ എളുപ്പമാണല്ലോ. അത്തരം നീക്കങ്ങൾ പൊലീസിന്റെ എല്ലാ കരുതലിനേയും നിഷ്പ്രഭമാക്കും. ജനങ്ങളെ വിഭജിക്കാനുള്ള ഒരു മാർഗ്ഗമാണത്. ഇന്ന് 'സംഘടനയിലെ ഒരാൾ' ആണ് ടാർജറ്റ് എങ്കിൽ, വിഭജനം പൂർത്തിയായാൽ 'ഇതരമതത്തിൽ ജനിച്ച ആരെങ്കിലും ഒരാൾ' എന്നാവും ലക്ഷ്യം. അത് അവർക്ക് ആരുമാവാം. ഞാനോ നിങ്ങളോ ആവാം. ഒരു മതരാഷ്ട്രീയപാർടി രാജ്യം ഭരിക്കുന്നു എന്നത് ഒരു രാഷ്ട്രീയ സംഘടനാപ്രശ്നം മാത്രമല്ല. രാജ്യത്തിന്റെ ജനാധിപത്യ ജീവിതം തന്നെ റദ്ദ് ചെയ്യപ്പെടുന്ന അതീവ ഗുരുതരമായ അവസ്ഥയാണത്. അതിന്റെ ഇംപാക്ട് ഭീകരമായിരിക്കുമെന്ന് മതനിരപേക്ഷ പ്രസ്ഥാനങ്ങൾ തിരിച്ചറിയാതെ പോകുന്നതാണ് പ്രശ്നം. പാക്കിസ്ഥാന്റെയും അഫ്ഘാനിസ്ഥാനിന്റെയും അനുഭവങ്ങൾ നാം കണ്ടു കൊണ്ടിരിക്കുന്നതാണ്.

മതരാഷ്ട്രീയവാദികളിൽനിന്ന് മതത്തേയും ആരാധനാലയങ്ങളേയും മനുഷ്യമനസ്സുകളേയും മുക്തമാക്കാനുള്ള വിട്ടുവീഴ്ചയില്ലാത്ത പ്രവർത്തനങ്ങൾ നമുക്ക് നടത്തേണ്ടതുണ്ട്. അങ്ങനെ മാത്രമേ മതഭീകരർ ഉയർത്തുന്ന ഭീഷണികളെ പ്രതിരോധിക്കാനാവു. ആർ എസ് എസിനും എസ് ഡി പി ഐക്കും ഒന്നും മതവിശ്വാസവും അതിന്റെ ദർശന പദ്ധതികളു

മായി യാതൊരു വിധ ബന്ധവുമില്ലെന്നും അവർ മതത്തെ രാഷ്ട്രീയവൽക്കരിച്ച് വർഗീയത വളർത്തുന്നവർ മാത്രമാണ്.

## സവർക്കരെ വീരനാക്കുന്ന പാഠപുസ്തകങ്ങൾ

സവർക്കറെ വീരനായകനായും അത്ഭുത പുരുഷനായും ആദർശവൽക്കരിക്കുന്ന കർണാടക സ്കൂൾ പാഠപുസ്തകത്തിലൊരധ്യായം ഉൾപ്പെടുത്തിയത് വിവാദപരമായി ചർച്ച ചെയ്യപ്പെടുകയാണല്ലോ. ഭീരുത്വം മൂലം ബ്രിട്ടീഷുകാർക്ക് മാപ്പെഴുതി പാദസേവ ചെയ്ത വഞ്ചകനായ ഒരാളെയാണ് വീരനായകനായി കാൽപ്പനികവൽക്കരിച്ചുകൊണ്ടുള്ള പാഠഭാഗങ്ങൾ സ്കൂൾ പുസ്തകത്തിൽ ഉൾപ്പെടുത്തിയതെന്നത് ഏതൊരു ദേശീയവാദിയെയും പ്രകോപിപ്പിക്കുന്നതാണ്. ബ്രിട്ടീഷുകാർക്ക് മാപ്പെഴുതിക്കൊടുത്ത് ആന്തമാൻ ദ്വീപുകളിൽ നിന്ന് പുറത്തുവന്ന സവർക്കർ പിന്നീടുള്ള തന്റെ ജീവിതകാലം മുഴുവൻ ദേശീയ സ്വാതന്ത്ര്യസമരത്തെ ഹിന്ദു വർഗീയവാദമുയർത്തി ഭിന്നിപ്പിക്കാനും തകർക്കാനും ശ്രമിച്ച ചരിത്രം മാത്രമുള്ള ഹിന്ദുമഹാസഭാ നേതാവാണെന്ന സത്യം മറച്ചുവെക്കാനാണ് ഇത്തരത്തിലുള്ള കാൽപ്പനികവൽക്കരണമെന്ന് തിരിച്ചറിയേണ്ടതുണ്ട്.

ബുൾബുൾ പക്ഷിയുടെ ചിറകിലേറി സവർക്കർ നിത്യേന മാതൃരാജ്യം സന്ദർശിച്ചുവെന്നതുപോലുള്ള അതിശയോക്തിനിറഞ്ഞ ഭാഗങ്ങളാണുപോലും പാഠപുസ്തകത്തിലുള്ളത്. ഇതിൽ കൗതുകകരമായ കാര്യം ഭീരുവായ സവർക്കർ തന്നെ മഹത്വവൽക്കരിച്ചുകൊണ്ട് എഴുതിയ *ലൈഫ് ഓഫ് ബാരിസ്റ്റർ സവർക്കർ* എന്ന പുസ്തകത്തെ അവലംബിച്ചാണ് ഈ പാഠഭാഗം തയ്യാറാക്കിയിട്ടുള്ളതെന്നാണ് കരുതേണ്ടത്. ചിത്രഗുപ്ത എന്ന തൂലികാനാമത്തിലാണ് ഈ പുസ്തകം സവർക്കർ തന്നെ എഴുതിയതുപോലും! പുസ്തകത്തിന്റെ പ്രസാധകനായ രവീന്ദ്രദാസ് തന്നെയാണ് 1987 ൽ ഇതിന്റെ രണ്ടാം പതിപ്പിന്റെ ആമുഖത്തിൽ ചിത്രഗുപ്ത സവർക്കർതന്നെയാണെന്ന് വെളിപ്പെടുത്തിയത്. എത്ര അപഹാസ്യവും കാപട്യം നിറഞ്ഞതുമായ വ്യക്തിത്വമാണ് സവർക്കറിന്റേതെന്നാണ് ഈയൊരു ചെയ്തിതന്നെ വെളിവാക്കുന്നത്. യഥാർത്ഥത്തിൽ സവർക്കർ ധീരനോ വീരനോ അല്ല. ഭീരുത്വം മൂലം ബ്രിട്ടീഷുകാർക്ക് കീഴടങ്ങിയ ദേശീയ വഞ്ചകനാണ്. ചരിത്രത്തിൽ സവർക്കറിന്റെ സ്ഥാനം മിർജാഫറുടെ പട്ടികയിലാണ്.

ദേശീയ സ്വാതന്ത്ര്യസമരത്തെ ഒറ്റികൊടുത്ത് ബ്രിട്ടീഷ് അധിനിവേശത്തിന് പാദസേവ ചെയ്ത രാജ്യദ്രോഹിയായ സവർക്കർക്ക് ചരിത്രത്തിൽ മിർജാഫറുമായിട്ട് മാത്രമെ താരതമ്യം സാധ്യമാവൂ എന്ന് ഉറപ്പിച്ചുപറയാം. ആരായിരുന്നു ചരിത്രത്തിലെ സവർക്കറുടെ വംശത്തിന് തുടക്കമിട്ട മിർജാഫർ? അതിദേശീയതയും മുസ്ലിം കമ്യൂണിസ്റ്റ് വിരോധവും തിളപ്പിച്ച് സവർക്കറെ വീരപുരുഷനായി കൊണ്ടാടുന്ന സംഘികൾക്ക് ചിലപ്പോൾ സ്വന്തം വംശചരിത്രമറിഞ്ഞു കൊള്ളണമെന്നില്ല. അവർ പിന്തുടരുന്ന രാജ്യദ്രോഹികളുടെ വംശചരിത്രത്തെക്കുറിച്ചുള്ള അജ്ഞത സൃഷ്ടി

ച്ചാണല്ലോ സംഘികൾ തങ്ങൾക്കനഭിമതരായ ജനവിഭാഗങ്ങളെയും പ്രസ്ഥാനങ്ങളെയും രാജ്യദ്രോഹികളാക്കി മുദ്രകുത്തി വേട്ടയാടി കൊണ്ടിരിക്കുന്നത്.

ഇന്ത്യയിൽ ബ്രിട്ടീഷു അധികാരത്തിന് അടിത്തറയിട്ട പ്ലാസിയുദ്ധത്തിൽ ബംഗാളിലെ നവാബായിരുന്ന സിറാജ്-ഉദ്-ദൗളയുടെ തലയരിഞ്ഞിടാൻ ബ്രിട്ടീഷ് പട്ടാളക്കാർക്ക് സൗകര്യമൊരുക്കി കൊടുത്ത വഞ്ചകനായിരുന്നു മിർജാഫർ. അതെ, സ്വന്തം നവാബിനെ ചതിയിലൂടെ വധിക്കാൻ ബ്രിട്ടീഷുകാർക്ക് സൗകര്യമൊരുക്കി കൊടുത്ത സംഘികൾക്ക് മാത്രം പഥ്യമായ വഞ്ചനയുടെയും ദേശദ്രോഹത്തിന്റെയും ചരിത്രത്തിന് തുടക്കമിട്ട ബ്രിട്ടീഷ് ഏജന്റ്. അതെ, മിർജാഫർ ബംഗാളിലെ നവാബായിരുന്ന സിറാജ്-ഉദ്-ദൗളയുടെ സേനാധിപനായിരുന്നു. ഈസ്റ്റ് ഇന്ത്യാ കമ്പനിയുടെയും ബ്രിട്ടീഷ് ഉദ്യോഗസ്ഥന്മാരുടെയും വ്യാപാരതന്ത്രങ്ങൾക്കും ഉടമ്പടികൾക്കും വഴങ്ങിക്കൊടുക്കാൻ വിസമ്മതിച്ച ദേശാഭിമാനിയായ നവാബിനെ നേരിട്ടുള്ള യുദ്ധത്തിലൂടെ കീഴടക്കാനാവാതെ ബ്രിട്ടീഷുകാർ കുഴഞ്ഞ സന്ദർഭത്തിലാണവർ അദ്ദേഹത്തിന്റെ സേനാധിപനായ മിർജാഫറെ സ്വാധീനിക്കുന്നതും പ്രലോഭനങ്ങളിലൂടെ വശത്താക്കുന്നതും.

അങ്ങനെയാണ് നേരിട്ടുള്ള യുദ്ധത്തിലൂടെ തോല്പിക്കാനാവാത്ത സിറാജ്-ഉദ്-ദൗളയെ അവർ പ്ലാസിയിലെ ചതുപ്പുനിലങ്ങളിൽ അരിഞ്ഞിടുന്നത്. കൽക്കത്ത ആസ്ഥാനമാക്കി ഇന്ത്യയാകെ അധിനിവേശ ഭരണത്തിന് കീഴിലാക്കുന്നത്. സവർക്കറും അദ്ദേഹത്തിന്റെ ഹിന്ദുമഹാസഭയും പിന്നീട് അതിന്റെ സേനാദളമായി രൂപംകൊണ്ട ആർ എസ് എസും കൊളോണിയൽ അധികാരത്തെ ഇന്ത്യയിൽ ശാശ്വതീകരിച്ചു നിർത്താനാവശ്യമായ ബ്രിട്ടീഷ് തന്ത്രങ്ങളുടെ കരുക്കങ്ങളായാണ് പ്രവർത്തിച്ചത്. സവർക്കറും മുംഞ്ജയും ഹെഡ്ഗെവാറും ഗോൾവാൾക്കറും മിർജാഫറുടെ പാതയിൽ സഞ്ചരിച്ചവരാണ്. അവരെന്നും കൊളോണിയിൽ വിരുദ്ധ പോരാളികളെ അസഹിഷ്ണുതയോടെ മാത്രം കണ്ടവരാണ്.

അധിനിവേശ വിരുദ്ധപോരാട്ടങ്ങൾക്ക് തുടക്കംകുറിച്ച കുഞ്ഞാലി മരയ്ക്കാർ തൊട്ട് ഗാന്ധിജി വരെയുള്ള പാശ്ചാത്യ സാമ്രാജ്യത്വത്തിനെതിരായി പോരാടിയ ദേശീയവാദികളെയവർ ശത്രുതയോടെയാണെന്നും കണ്ടിട്ടുള്ളത്. ബ്രിട്ടീഷുകാർക്കെതിരെ ജീവൻ നൽകി പോരാടിയ ദേശാഭിമാനികളും സ്വാതന്ത്ര്യ സ്നേഹികളുമായ ടിപ്പുവിനെയും ആലി മുസലിയാരെയും വാരിയംകുന്നനെയുമെല്ലാമവർ ഹിന്ദു വിരുദ്ധരായി ചിത്രീകരിച്ച് മഹത്തായ ദേശീയ സമരങ്ങളെയും രക്തസാക്ഷികളെയും അപമാനിക്കുകയും തങ്ങളുടെ മാപ്പർഹിക്കുന്ന സാമ്രാജ്യത്വ സേവയുടെ കുറ്റകരവും അപമാനകരവുമായ ചരിത്രത്തെ മറച്ചു പിടിക്കാൻ ശ്രമിക്കുന്നതാണ് നാം കണ്ടുകൊണ്ടിരിക്കുന്നത്.

സവർക്കറുടെ കുപ്രസിദ്ധങ്ങളായി തീർന്ന 6 മാപ്പപേക്ഷകളും തന്നെ ആന്തമാൻ ജയിലിൽനിന്നും വിട്ടയക്കാൻ കനിവുണ്ടാകണമെന്ന കേവ

ലമായ ദയാഹർജികളായിരുന്നില്ലല്ലോ. അത് ബ്രിട്ടീഷ് ക്രൗണിന്റെ മഹാത്മ്യവർണ്ണനകളിലും വെള്ളക്കാരന്റെ ലോകാധികാരത്തെക്കുറിച്ചുള്ള സ്തുതിവചനങ്ങളിലും അഭിരമിക്കുന്ന ഒരു ദേശദ്രോഹിയുടെ സാഹിത്യ പ്രകാശന രേഖയായിട്ടാണല്ലോ ഇന്ന് ചരിത്രം പഠിക്കുന്നവർക്ക് വായിച്ചെടുക്കേണ്ടി വരിക. ദേശീയാധികാരം കൈയാളുന്ന പാർട്ടിയുടെയും പ്രധാനമന്ത്രിയുടെയും മന്ത്രിമാരുടെയും താത്വികാചാര്യൻ ഇന്ത്യൻ സ്വാതന്ത്ര്യ സമരത്തെ ഒറ്റികൊടുത്തവനും മാപ്പെഴുതി കൊടുത്ത് ജയിലിൽ നിന്നും പുറത്തു വന്നു ബ്രിട്ടീഷുകാർക്ക് പാദസേവ ചെയ്തവനുമാണെന്ന അപമാനകരവും അനിഷേധ്യവുമായ ചരിത്രം സംഘികളെ വല്ലാതെ അലട്ടുന്നുണ്ട്. അതിനെ മറികടക്കാനുള്ള ചരിത്രത്തിന്റെ അപനിർമ്മാണമാണ് യുക്തിരഹിതവും വസ്തുതാബലമില്ലാത്തതുമായ വാദങ്ങളിലൂടെ സംഘികൾ നടത്തിക്കൊണ്ടിരിക്കുന്നത്. വളരെ വളരെ പരിഹാസ്യമാണിത്തരംശ്രമങ്ങളെന്നാണ് പ്രതിരോധമന്ത്രി രാജ്നാഥ്സിംഗിന്റെ പ്രസ്താവന തന്നെ ഇപ്പോൾ തുറന്നു കാണിച്ചിരിക്കുന്നത്.

ഗാന്ധിജിയുടെ ഉപദേശമനുസരിച്ചായിരുന്നു സവർക്കറുടെ മാപ്പപേക്ഷയെന്നൊക്കെ തട്ടിവിട്ട് തങ്ങളുടെ ആചാര്യന്റ കൊളോണിയൽ സേവയുടെ ചരിത്രത്തെ വെളുപ്പിച്ചെടുക്കാൻ സംഘികൾ നടത്തുന്ന ശ്രമങ്ങൾ പിടിക്കപ്പെട്ട ഒരു കള്ളന്റെ ഒഴിവുകഴിവ് പറഞ്ഞു രക്ഷപ്പെടാനുള്ള പരിഹാസ്യമായ കൗശല പ്രയോഗങ്ങൾ മാത്രമായിട്ടേ സാധാരണ ഗതിയിൽ കാണേണ്ടതുള്ളു. പക്ഷേ, ഒരു നുണയൻ സമൂഹത്തിന്റെ പിച്ചുംപേയും പറച്ചിലിനപ്പുറം ഇത്തരം പ്രസ്താവനകൾക്ക് പിന്നിൽ കൃത്യമായ രാഷ്ട്രീയ അജണ്ടയുണ്ടെന്നും അത് ചരിത്രത്തിന്റെ അപനിർമ്മിതിയിലൂടെ ജനാധിപത്യദേശിയതയ്ക്കും പുരോഗമന ആശയങ്ങൾക്കും എതിർദിശയിൽ നിർമ്മിച്ചെടുക്കുന്ന ഹിന്ദുത്വഫാസിസത്തിനാവശ്യമായ പ്രത്യയശാസ്ത്ര നിർമ്മിതിയാണെന്ന് തിരിച്ചറിയേണ്ടതുണ്ട്.

1909 ൽ ബ്രിട്ടീഷ് ഉദ്യോഗസ്ഥനായ കഴ്സൺവൈലിയെ മദൻലാൽ ദിംഗ്ര എന്ന ഇന്ത്യൻ യുവാവ് വെടിവെച്ചുകൊല്ലുകയും അതിന്റെ പേരിൽ ബ്രിട്ടീഷ് ഭരണകൂടം ആ ചെറുപ്പക്കാരനെ തൂക്കിലേറ്റുകയും ചെയ്തു. ഗാന്ധി ഉൾപ്പെടെയുള്ള നേതാക്കൾ ഈ സംഭവത്തെ അതിനിശിതമായി വിമർശിക്കുകയും ആത്മഹത്യാപരമായ നയമാണിത്തരം പ്രവർത്തനങ്ങൾ എന്ന് വിശേഷിപ്പിക്കുകയും ചെയ്തിരുന്നു. എന്നാൽ മദൻലാൽ ദിംഗ്ര ധീരമായി തന്നെ ഈ വിചാരണയെ നേരിടുകയും ഇന്ത്യയിൽ ബ്രിട്ടീഷുകാർ നടത്തിക്കൊണ്ടിരിക്കുന്ന മനുഷ്യാവകാശധ്വംസനങ്ങളെ ചൂണ്ടിക്കാട്ടുകയും തന്നെ വൈലിയെ വെടിവെച്ചുകൊന്നുവെന്ന കുറ്റത്തിന് തൂക്കിലേറ്റുന്നത് അഭിമാനകരമായ കാര്യമാണെന്നും വിളിച്ചുപറഞ്ഞു.

ഈ 25 വയസ്സുകാരനായ ചെറുപ്പക്കാരനെ ഈ വിധിയിലേക്ക് നയിച്ചത് വിനായക് ദാമോദർ സവർക്കർ എന്ന വഞ്ചകനായിരുന്നു. ബ്രിട്ടീഷ് ഇന്റലിജൻസ് റിപ്പോർട്ടിൽ ഇയാളുടെ പങ്ക് എടുത്ത് പറയുന്നുണ്ട്. 1904

ൽ പൂനെയിൽ സ്ഥാപിച്ച അഭിനവ് ഭാരത് എന്ന ഹിന്ദുത്വ സംഘടനയുടെ ഒരു ദളം സവർക്കർ ലണ്ടനിലും അതിരഹസ്യമായി സ്ഥാപിച്ചു. ഇന്ത്യാ ഹൗസ് നിരവധി ഇന്ത്യൻ വിദ്യാർത്ഥികളുടെയും സംഘടനകളുടെയും പ്രവർത്തനകേന്ദ്രമായിരുന്നു. ലണ്ടനിൽ നിയമവിദ്യാർത്ഥിയായിട്ടാണ് സവർക്കർ എത്തിപ്പെട്ടത്. കഴ്സൺവൈലിയുടെ കൊലപാതകത്തിന്റെ മുഖ്യസൂത്രധാരന്മാരിൽ ഒരാളായിരുന്നത് വി ഡി സവർക്കറുടെ സഹോദരനായ ഗണേഷ്ദാമോദർ സവർക്കർ ആയിരുന്നു. ഇദ്ദേഹത്തെ ബാബവുറാവു എന്നാണ് വിളിക്കപ്പെട്ടിരുന്നത്.

1909 ജൂലായ് 8 ന് ബാബുറാവുവിനെ ബ്രിട്ടീഷ് പൊലീസ് അറസ്റ്റുചെയ്ത് ആന്തമാൻ ദ്വീപിലേക്ക് നാടുകടത്തുന്നു. ഇതിന് പ്രതികാരം ചെയ്യാനുള്ള സവർക്കറുടെ തീരുമാനമാണ് കഴ്സൺവാലിയുടെ കൊലപാതകത്തിലേക്ക് എത്തിയത്. അതേപോലെ ബാബുറാവുവിനെ നാടുകടത്താൻ വിധിച്ച നാസിക് മജിസ്ട്രേറ്റിനെയും സവർക്കർ ഗൂഢാലോചന നടത്തി വധിക്കുന്നു. ഇതിനദ്ദേഹം ഉപയോഗിച്ചത് അനന്ത്ലക്ഷ്മൺ തൻഹാരിയെന്ന 17 വയസ്സുകാരനെയായിരുന്നു. ഈ കേസിൽ അനന്ത് തൻഹാരെ, കൃഷ്ണാജി കാർവെ, വിനായക്ദേശ്പാണ്ഡെ എന്നീ ചെറുപ്പക്കാർക്ക് വധശിക്ഷ കിട്ടി. ഈ കൊലപാതകത്തിനുപയോഗിച്ച പിസ്റ്റൾ ലണ്ടനിൽനിന്നും സവർക്കർ ഒരു ഇന്ത്യാ ഹൗസ് നിവാസിയുടെ ട്രങ്ക് പെട്ടിയുടെ രഹസ്യ അറയിൽ ഒളിപ്പിച്ചാണ് ഇന്ത്യയിലേക്ക് കടത്തിയത്. നാസി ഗൂഢാലോചന കേസിൽ സവർക്കർ അറസ്റ്റു ചെയ്യപ്പെടുകയും 50 വർഷത്തേക്ക് ശിക്ഷിക്കപ്പെടുകയും ആന്തമാൻ ജയിലിൽ അടയ്ക്കപ്പെടുകയും ചെയ്യുന്നു. അവിടെ എത്തിയതുമുതൽ സവർക്കർ ബ്രിട്ടീഷുകാർക്ക് മാപ്പപേക്ഷ എഴുതാനും തുടങ്ങി. ഈ വഞ്ചനാപരവും കൊളോണിയൽ സേവയുടേതുമായ ഹിന്ദുത്വാചാര്യന്റെ ചരിത്രത്തെ അപനിർമ്മിച്ച് പാഠപുസ്തകങ്ങളിലൂടെ ഭീരുവായ സവർക്കറെ ധീരനാക്കുകയാണ് ഇന്ത്യൻ ഫാസിസ്റ്റുകൾ.

# മാർക്സിസ്റ്റ് വിരുദ്ധ രാഷ്ട്രീയവും ആർ എസ് എസിന്റെ കേരള അജണ്ടയും

രണ്ടായിരത്തി ഇരുപത്തിയൊന്നിലെ നിയമസഭാ തിരഞ്ഞെടുപ്പും ദേശീയതലത്തിലെ കോൺഗ്രസ് നേതാക്കളുടെ ബി ജെ പിയിലേക്കുള്ള ചേക്കേറലും കേരളത്തിൽ കോൺഗ്രസിന്റെ ശൈഥില്യത്തെയും തകർച്ചയെയും സംബന്ധിച്ച ചർച്ചകൾ ഉയർത്തിക്കൊണ്ടുവന്നു. ഇടതുപക്ഷ മുന്നണി സർക്കാരിന് ഭരണത്തുടർച്ചയുണ്ടാക്കിക്കൊണ്ടുള്ള ജനവിധി കെ പി സി സി പ്രസിഡണ്ട് ഉൾപ്പെടെയുള്ള പല കോൺഗ്രസുകാരുടെയും വലിയ സന്ദിഗ്ധത സൃഷ്ടിക്കുകയും ബി ജെ പിയുമായി ചേരുന്നത് ഉൾപ്പെടെയുള്ള ആലോചനകൾക്ക് വഴിവെക്കുകയും ചെയ്തു. ഈയൊരു സാഹചര്യം ബി ജെ പിയിൽനിന്നും സർവ്വജാതിമത വർഗ്ഗീയശക്തികളിൽനിന്നും ഓക്സിജൻ സ്വീകരിച്ച് നിലനില്ക്കുന്ന യു ഡി എഫിന്റെ മതനിരപേക്ഷതയോടുള്ള പ്രതിബദ്ധതയില്ലായ്മയെക്കുറിച്ചുള്ള പുനരാലോചനകൾക്കും വഴിവെച്ചു. ബി ജെ പി ദേശീയതലത്തിൽ ഉയർത്തുന്ന ഭീഷണികളെ സംബന്ധിച്ച് മൗനം പാലിച്ചുകൊണ്ട് നിയമസഭാ തിരഞ്ഞെടുപ്പിലും ഹിന്ദുത്വവാദികളും മൗദൂദിസ്റ്റുകളുമായി മാർക്സിസ്റ്റ് വിരുദ്ധ രാഷ്ട്രീയം പങ്കുവെക്കുകയായിരുന്നു യു ഡി എഫ് നേതാക്കൾ. ഇരുകൂട്ടരും ശബരിമലയെയും ആചാര സംരക്ഷണത്തെയും വൈകാരികമായി ഉയർത്തി ഇടതുപക്ഷത്തിന്റെ ഭരണ തുടർച്ച തടയാനാകുമോയെന്ന അങ്ങേയറ്റം ജനാധിപത്യവിരുദ്ധവും വർഗീയവുമായ അജണ്ടയിലാണ് കളിച്ചുനോക്കിയത്.

സത്യാനന്തര കാലത്തെ മാർക്സിസ്റ്റ് വിരുദ്ധ രാഷ്ട്രീയത്തിന്റെ അപഹാസ്യതയാണ് കെ പി സി സിക്കുവേണ്ടി തിരുവഞ്ചൂർ തയ്യാറാക്കിയ ആചാരസംരക്ഷണബില്ലിലൂടെയും ശോഭാസുരേന്ദ്രന്റെ അയ്യപ്പ ശരണം

വിളി നാടകങ്ങളിലൂടെയും കേരളം തിരഞ്ഞെടുപ്പ് കാലത്ത് ദർശിച്ചത്. മോദി മുതൽ രാഹുൽഗാന്ധി വരെ സ്വാമിയേ ശരണമയ്യപ്പാ വിളികളിലൂടെ മലയാളി വോട്ടർമാരിൽ വിശ്വാസാചാരസംരക്ഷണത്തിന്റെ ഉന്മാദം വളർത്തി മാർക്സിസ്റ്റ് വിരുദ്ധരാഷ്ട്രീയം കളിക്കുകയായിരുന്നു. വളരെ വിഖ്യാതവും വിചിത്രവുമാണ് കേരളത്തിലെ മാർക്സിസ്റ്റ് വിരുദ്ധ രാഷ്ട്രീയവും മുന്നണിയും കാലാന്തരങ്ങളിലൂടെ നിർവഹിച്ചു പോരുന്ന പ്രതിലോമ ധർമ്മങ്ങളെന്ന് ഏതൊരു ചരിത്രവിദ്യാർത്ഥിക്കും മനസ്സിലാക്കാവുന്നതേയുള്ളൂ. കൊളോണിയൽ ജന്മിത്വശക്തികൾക്കെതിരെ വളർന്നു തൊഴിലാളി കർഷക മുന്നേറ്റങ്ങളെ തടയാനായ് കമ്യൂണിസ്റ്റുവിരുദ്ധരായ സർവ്വ വലതുപക്ഷ ശക്തികളും ചേർന്നു രൂപപ്പെടുത്തിയതാണ് കേരളത്തിലെ മാർക്സിസ്റ്റ് വിരുദ്ധരാഷ്ട്രീയവും മുന്നണിയും.

1940 തുകളോടെ മാർക്സിസ്റ്റ് വിരുദ്ധ രാഷ്ട്രീയത്തിന് കൊമ്പുമുളയ്ക്കുകയും അക്രമോത്സുകമായി അത് അഴിഞ്ഞാട്ടങ്ങളാരംഭിക്കുകയും ചെയ്തുതുടങ്ങുന്നുണ്ട്. തിരുവിതാംകൂറിലും തിരുകൊച്ചിയിലും രാജഭരണകൂടങ്ങളോട് ചേർന്നു കോൺഗ്രസിലെ വലതുപക്ഷ ശക്തികളും ജാതി വരേണ്യ വിഭാഗങ്ങളും കമ്യൂണിസ്റ്റ് വേട്ടയുടെ ഉന്മാദം പടർത്തിയെടുത്തു. മലബാറിൽ മദിരാശിസർക്കാർ കമ്യൂണിസ്റ്റുകാർക്കെതിരെ എം എസ് പിക്കാരെയും, കോൺഗ്രസുകാരെയും ഉപയോഗിച്ച് സംഘടിപ്പിച്ച ദേശരക്ഷാ സംഘമെന്ന ഗുണ്ടാസംഘത്തെയും അഴിച്ചുവിട്ട് നരവേട്ടകൾ തന്നെ സംഘടിപ്പിച്ചു. കൊളോണിയൽ – രാജഭരണാധികാര ശക്തികൾക്കെതിരെ സ്വാതന്ത്ര്യത്തിനും ഐക്യകേരളത്തിനും വേണ്ടി വാദിച്ച കമ്യൂണിസ്റ്റുകാർക്കെതിരെ ചാർജ് ചെയ്ത കേസുകളുടെ കുറ്റപത്രങ്ങളിൽ 'ഇവൻ തെണ്ടിയും തെമ്മാടിയും സർവ്വോപരി കമ്യൂണിസ്റ്റുമാണെന്ന്' വിശേഷിപ്പിക്കപ്പെടുന്ന സാഹചര്യമായിരുന്നു അക്കാലത്ത് കേരളത്തിൽ നിലനിന്നിരുന്നത്. ഒരാൾ കമ്യൂണിസ്റ്റാവുന്നതിൽപ്പരം അധാർമികവും കുറ്റകരവുമായി മറ്റൊന്നുമില്ലെന്ന പൊതുബോധം നിർമ്മിച്ചെടുക്കാനാണ് അധീശത്വശക്തികൾ ശ്രമിച്ചത്.

കമ്യൂണിസ്റ്റായിപ്പോയതിന്റെ പേരിലാണ് സ്വാതന്ത്ര്യസമരസേനാനിയും കേരളത്തിലെ കോൺഗ്രസ്സിന്റെ ചരിത്രകാരനുമായിരുന്ന മൊയാരത്ത് ശങ്കരനെ മദിരാശി കോൺഗ്രസ് സർക്കാരിന്റെ പൊലീസും കോൺഗ്രസ് ഗുണ്ടകളും ചേർന്ന് തല്ലിക്കൊന്നത്. കമ്യൂണിസ്റ്റുകളെ ഉന്മൂലനം ചെയ്തു തീർക്കണമെന്ന ഉന്മാദം പടർത്തിയെടുക്കുകയായിരുന്നു ജന്മി ബൂർഷ്വാ വർഗങ്ങളുടെ ഗുണ്ടാപ്പണിയേറ്റെടുത്ത കോൺഗ്രസ് നേതാക്കൾ. അങ്ങേയറ്റം ന്യൂനപക്ഷ വിരുദ്ധവും കീഴാളവിരുദ്ധവും കമ്യൂണിസ്റ്റ് വിരുദ്ധവുമായ നിലപാടുകളിൽ നിന്ന് ആർ ശങ്കറും മന്നത്ത് പത്മനാഭനും എല്ലാം ചേർന്ന് ഏതാണ്ടിതേകാലത്താണ് ഹിന്ദുമഹാമണ്ഡലം രൂപപ്പെടുത്താനുള്ള നീക്കങ്ങളാരംഭിച്ചതും. കോൺഗ്രസ് നേ

താക്കളായവർ തന്നെയാണ് ഹിന്ദുമഹാമണ്ഡലത്തിനായി മുൻകൈ എടുത്തതും പ്രവർത്തിച്ചതും. 1957 ലെ ഇ എം എസ് സർക്കാരിനെതിരായ വിമോചനസമരത്തിന്റെ ഉപജാപങ്ങളിൽ കേരളത്തിലെ കോൺഗ്രസ്സ് നേതാക്കളോടും സമുദായ രാഷ്ട്രീയ ശക്തികളോടും ചേർന്നുനിന്ന ആർ എസ് എസ് തങ്ങൾക്ക് കേരളത്തിൽ വേരോട്ടമുണ്ടാക്കാനായി കോൺഗ്രസ് നേതാക്കളെ വഴിയും ഉപാധിയുമായി തീർക്കുക എന്ന തന്ത്രമാണ് പ്രയോഗിച്ചിട്ടുള്ളത്. എന്നും കോൺഗ്രസിലെ ഒരു വിഭാഗം നേതാക്കളെ ആർ എസ് എസ്സിന് സ്വാധീനിച്ച് നിർത്താൻ കഴിഞ്ഞിരുന്നു.

ശീതയുദ്ധത്തിന്റെയും അമേരിക്കൻ സെനറ്ററായിരുന്ന ജോസഫ് മക്കാർത്തിയുടെ കമ്യൂണിസ്റ്റുവേട്ടയുടെതുമായ സാർവ്വദേശീയ പശ്ചാത്തലവും കേരളത്തിലെ മാർക്സിസ്റ്റ് വിരുദ്ധരാഷ്ട്രീയത്തെ രൂപപ്പെടുത്തുന്നതിൽ പ്രധാന സ്വാധീനഘടകമായി വർത്തിച്ചിട്ടുണ്ട്. നെഹ്റു ഇ എം എസ് സർക്കാരിനെ പിരിച്ചുവിട്ട ദിനം വിജയദിനമായി ആചരിച്ച ആർഎസ് എസ് വേദികൾ പങ്കിടാൻ കോൺഗ്രസ് നേതാക്കൾക്ക് മടിയേതുമുണ്ടായിരുന്നില്ല. മാർക്സിസ്റ്റ് വിരുദ്ധ രാഷ്ട്രീയം അവരെ ഗാന്ധിഘാതകരുമായി കൈകോർക്കുന്നതിലേക്കാണെത്തിച്ചത്.

ഇടതുപക്ഷം ഭരണത്തുടർച്ച നേടിക്കൊണ്ട് 2021 ലെ തിരഞ്ഞെടുപ്പിൽ ഹിന്ദുത്വവാദികളും ജമാഅത്തെഇസ്ലാമി ഉൾപ്പെടെയുള്ള വർഗീയശക്തികളും ചേർന്നുള്ള യു ഡി എഫിന്റെ മാർക്സിസ്റ്റ് വിരുദ്ധരാഷ്ട്രീയത്തിന് ശക്തമായ തിരിച്ചടി നൽകിയിരിക്കുകയാണ് കേരള ജനത. നിയമസഭാ തിരഞ്ഞെടുപ്പ് ഫലം കേരളത്തിൽ ചരിത്രപരമായി നിലനില്ക്കുന്ന സർവ്വവർഗ്ഗീയവാദികളും വലതുപക്ഷരാഷ്ട്രീയശക്തികളും ചേർന്നുള്ള യു ഡി എഫ് രാഷ്ട്രീയത്തിനും ഹിന്ദുത്വവാദികൾക്കും ഒരുപോലെ പ്രഹരമേല്പിച്ചിരിക്കുന്നു. ഈയൊരു സാഹചര്യം തീർച്ചയായും കോൺഗ്രസിന്റെ ആർ എസ് എസ് ബാന്ധവത്തെയും കേരളത്തിൽ തുടരുന്ന കോലീബിയുടെ രൂപാന്തരങ്ങളെയും വോട്ടുകച്ചവടത്തെയും എല്ലാം സംബന്ധിച്ച ചർച്ചകൾ ഉയർത്തിയിട്ടുണ്ട്. തീർച്ചയായും ഈ സാഹചര്യം ബി ജെ പി – കോൺഗ്രസ് ബന്ധത്തിന്റെ ചരിത്രപരവും രാഷ്ട്രീയവുമായ പരിശോധനകൾ ആവശ്യപ്പെടുന്നുണ്ട്. ഗോൾവാൾക്കറുടെ രഹസ്യ സ്വപ്നമായിരുന്നു സംഘത്തിന്റെ സാംസ്കാരികശക്തിയും കോൺഗ്രസ്സിന്റെ സംഘടനാശക്തിയും ചേർന്ന് നില്ക്കുന്ന രാഷ്ട്രീയത്തിലൂടെ ഇന്ത്യയിൽ കമ്യൂണിസ്റ്റു ഭീഷണിയെ തടയുക എന്നത്.

നെഹ്റു സർക്കാരിനെതിരെ വളർന്നുവരുന്ന കമ്യൂണിസ്റ്റുഭീഷണിയെ നേരിടാൻ കോൺഗ്രസ്സും ആർ എസ് എസും ഒന്നിച്ച് നില്ക്കണമെന്ന് 1950 തുകളിൽ തന്നെ ഗോൾവാൾക്കർ ആവശ്യപ്പെട്ടു. ഇന്ത്യൻ ഫാസിസത്തിന്റെ കാലാൾപ്പടയായ ആർ എസ് എസുമായി ഐക്യപ്പെ

ടുന്നതിന്റെ അപകടത്തെക്കുറിച്ച് ജവഹർലാൽ നെഹ്റുവിന് നല്ല ബോധ്യമുണ്ടായിരുന്നു. കോൺഗ്രസ്സിലെ ഹിന്ദുത്വവാദികളുടെ ആർ എസ് എസുമായി സഹകരിച്ചു പോകുന്നതിനെക്കുറിച്ചുള്ള അഭീഷ്ട പ്രകടനങ്ങളെ നെഹ്റു ശക്തമായി വിലക്കുകയും ചെയ്തു. പക്ഷേ, പിൽക്കാലത്ത് കോൺഗ്രസ് നേതാക്കൾ നെഹ്റുവിയൻ നിലപാടുകളെ തള്ളി ആർ എസ് എസുമായി പരസ്യവും രഹസ്യവുമായ ബന്ധമുണ്ടാക്കുന്നതാണ് നാം കണ്ടത്. അത് പിറകെ പരിശോധിക്കാം. കേരളത്തിലെ കാര്യങ്ങളിലേക്ക് തന്നെ വരാം.

വൻകിട മാധ്യമസഹായത്തോടെ കറുത്തതും വെളുത്തതുമായ പണമൊഴുക്കി പ്രവർത്തിച്ചിട്ടും ബി ജെ പിക്ക് കഴിഞ്ഞ തിരഞ്ഞെടുപ്പിൽ ഒരു നേട്ടവുമുണ്ടായില്ലെന്ന് മാത്രമല്ല നാണകെട്ട വോട്ടുകച്ചവടത്തിന്റെ കഥകളെല്ലാം ഇപ്പോൾ അങ്ങാടിയിൽ പാട്ടാവുകയും ചെയ്തിരിക്കുന്നു. ബി ജെ പിക്ക് ഉചിതമായ തിരിച്ചടി തന്നെയാണ് വോട്ടർമാർ നൽകിയത്.

അവരുടെ എല്ലാ അവകാശവാദങ്ങളെയും വീമ്പുപറച്ചിലുകളെയും അവജ്ഞയോടെ കേരള ജനത തള്ളിക്കളഞ്ഞു. നേമത്തെ അക്കൗണ്ട് പൂട്ടിക്കുകയും വോട്ട് വിഹിതം വൻതോതിൽ ഇടിയുകയും ചെയ്തു. ബി ജെ പിയുടെ ഒത്തചങ്ങായിമാരായി ഇടതുപക്ഷ സർക്കാരിനെതിരെ കുത്തിത്തിരിപ്പുകളും അപവാദ പ്രചരണങ്ങളുമായി പ്രതിപക്ഷ രാഷ്ട്രീയത്തെ പരിഹാസ്യമാക്കിയ യു ഡി എഫ് ചരിത്രത്തിലെ ഏറ്റവും വലിയ പരാജയം ഏറ്റുവാങ്ങേണ്ടി വന്നു. സംഘപരിവാർ അജണ്ടയിൽ തിരഞ്ഞെടുപ്പിനെ നേരിട്ടതാണ് യു ഡി എഫിന് ദയനീയമായ പരാജയം ഏറ്റുവാങ്ങേണ്ടി വന്നതെന്ന കാര്യം വൻകിട മാധ്യമങ്ങളും കോൺഗ്രസ് നേതാക്കളും കൗശലപൂർവ്വം ചർച്ചയാക്കാൻ തയ്യാറാകുന്നില്ല. കോൺഗ്രസിന്റെ സംഘടനാപരമായ ദൗർബല്യം മൂലമാണ് ഇപ്പോഴത്തെ പതനമെന്ന ലളിതമായ വിശദീകരണങ്ങളിലൂടെ കേരളത്തിൽ തുടരുന്ന മാർക്സിസ്റ്റ് വിരുദ്ധ സഖ്യത്തിന്റെ ചരിത്രപരമായ പരാജയത്തെയും തിരിച്ചു വരാനാവാത്ത വിധമുള്ള പതനത്തെയും മറച്ചു പിടിക്കുകയാണ്. ഭരണഘടനയുടെ ഫെഡറൽ അധികാരങ്ങളെ പോലും വെല്ലുവിളിച്ചുകൊണ്ട് കേന്ദ്ര ഏജൻസികളെ ഇറക്കി കേരള സർക്കാരിനെ അട്ടിമറിക്കാനുള്ള മോദി–അമിത്ഷാ കളികൾക്കൊപ്പം നില്ക്കുകയായിരുന്നല്ലോ യു ഡി എഫുകാർ. കെ–റെയിൽ ഉൾപ്പെടെയുള്ള വികസനപദ്ധതികൾക്കെതിരെ കോൺഗ്രസും ബി ജെ പിയും ഒന്നിച്ചാണ് കേന്ദ്ര സർക്കാരിന് നിവേദനം കൊടുക്കുന്നത്. ജമാഅത്തെഇസ്ലാമിയും ബി ജെ പിയുമായി ചേർന്നാണ് വികസനപദ്ധതികൾക്കെതിരെ യു ഡി എഫുകാർ അട്ടിമറി സമരങ്ങൾ സംഘടിപ്പിക്കുന്നത്.

ആർ എസ് എസിന്റെ സ്ത്രീവിരുദ്ധവും സവർണ ജാതി പുരുഷാ

ധിപത്യത്തിലധിഷ്ഠിതവുമായ ആചാരണ സംരക്ഷണ വാദമാണ് സംഘികൾക്കൊപ്പം ചേർന്ന് യു ഡി എഫുകാരും മുഖ്യ രാഷ്ട്രീയ വിഷയമാക്കി ഉയർത്തിയെടുത്തത്. ചരിത്രത്തിൽ കേട്ടുകേൾവി പോലുമില്ലാത്തതാണ് തിരഞ്ഞെടുപ്പ് ഘട്ടത്തിൽ ആചാര സംരക്ഷണ നിയമത്തിന്റെ കരട് തയ്യാറാക്കി ജനങ്ങൾക്ക് മുമ്പിൽ വെക്കൽ. താലിബാനിസത്തെ നാണിപ്പിക്കുന്നത്ര ഭീകരമായൊരു ആചാര സംരക്ഷണ നിയമത്തിന്റെ കരടുമായി രംഗത്ത് വന്ന കോൺഗ്രസ് യു ഡി എഫ് നേതൃത്വം ബി ജെ പി വോട്ട് ലക്ഷ്യം വെച്ചുള്ള ഒരടവ് നയം പയറ്റുകയായിരുന്നു. ശബരിമലയെ മുഖ്യ തിരഞ്ഞെടുപ്പ് വിഷയമാക്കി വിശ്വാസികളെ സ്വാധീനിക്കാനും ബി ജെ പി വോട്ടു വാങ്ങിക്കാനുള്ള തന്ത്രവുമായിരുന്നത്. വളരെ പരിഹാസ്യമായ ഈ ആചാര സംരക്ഷണ നാടകങ്ങളിലാണ് ഇടതുപക്ഷത്തെ തടയാനുള്ള ഉറുക്കും ചരടുമെല്ലാമെന്നാണ് സംഘികളുടെ ഹിന്ദുത്വ അജണ്ടയിൽ വീണുപോയ കോൺഗ്രസ് നേതാക്കൾ നിനച്ചത്.

നവോത്ഥാന യത്നങ്ങളിലൂടെ കേരളീയ സമൂഹം ജാതിലിംഗ വ്യത്യാസങ്ങൾക്കതീതമായി മനുഷ്യരെയെല്ലാം തുല്യരായി കാണാൻ നടത്തിയ ചരിത്രമുന്നേറ്റങ്ങളാണ് മലയാളിയുടെ ആധുനിക രാഷ്ട്രീയ ബോധത്തെ രൂപപ്പെടുത്തിയത്. അതിനെ അപഹസിച്ചുകൊണ്ടാണ് ആചാരസംരക്ഷണത്തിന്റെ പേരുപറഞ്ഞ് ഹിന്ദുത്വശക്തികളോടൊപ്പം കോൺഗ്രസുകാരും തെരുവുകളിൽ ക്ഷുദ്രവികാരങ്ങൾ ഉണർത്തുന്ന പ്രചാരണങ്ങൾ നടത്തി സ്വയം അപഹാസ്യരായത്.. ദളിതരെയും സ്ത്രീകളെയും ശുദ്ധാശുദ്ധങ്ങളുടേതായ ധർമ്മശാസ്ത്രത്തിന്റെ അടിസ്ഥാനത്തിൽ അധഃസ്ഥിതരും സ്വാതന്ത്ര്യം അർഹിക്കാത്തവരുമായി അടിച്ചമർത്തിയ ചാതുർവർണ്യസംസ്കാരത്തിന്റെ പുനരുജ്ജീവനമാണ് ഇത്തരം ആചാരസംരക്ഷണ പ്രവർത്തനങ്ങളിലൂടെ സംഘപരിവാർ ലക്ഷ്യമിടുന്നത്.

കേരളം പോലുള്ള ഒരു സമൂഹത്തിൽ ഹിന്ദുത്വരാഷ്ട്രീയത്തിന് വേരുപിടിക്കാൻ കഴിയാത്തത് ശക്തമായ ഇടതുപക്ഷ കമ്യൂണിസ്റ്റ് പ്രസ്ഥാനങ്ങളുടെ സ്വാധീനംമൂലമാണെന്ന് സംഘപരിവാറിന്റെ ആദ്യകാല നേതാക്കൾ തിരിച്ചറിഞ്ഞിരുന്നു. ജാതിക്കും മതത്തിനും അതീതമായി വർഗബഹുജനപ്രസ്ഥാനങ്ങളിൽ സംഘടിതരായ ജനസമൂഹങ്ങളെ മതപരമായി ഭിന്നിപ്പിച്ചും വർഗീയകലാപങ്ങൾ ഉണ്ടാക്കിയും മാത്രമെ തങ്ങൾക്ക് വേരോട്ടമുണ്ടാക്കാൻ കഴിയൂവെന്ന് ഗോൾവാൾക്കറും ദീനദയാൽഉപാധ്യായയും മുതലുള്ള നേതാക്കൾ കണ്ടിരുന്നു. ഹിന്ദുത്വരാഷ്ട്രീയത്തിന്റെ കേരളീയ ചരിത്രവും അവരുടെ വർത്തമാനകാല പ്രവർത്തനങ്ങളുമെല്ലാം ഇതാണ് സാക്ഷ്യപ്പെടുത്തുന്നത്. മതനിരപേക്ഷ ജനാധിപത്യമൂല്യങ്ങൾക്കും കമ്യൂണിസത്തിനുമെതിരായ ഹിന്ദുത്വവാദികളുടെ പ്ര

ത്യയശാസ്ത്ര അജണ്ടയുടെ ഭാഗമാണ് ശബരിമല വിവാദമുൾപ്പെടെ അവർ ഉയർത്തുന്ന എല്ലാ പ്രശ്നങ്ങളുമെന്നകാര്യം ജനാധിപത്യശക്തികൾ തിരിച്ചറിയേണ്ടതുണ്ട്. 1991 ലെ കുപ്രസിദ്ധമായ കോലീബി സഖ്യത്തിന്റെ ആനുകൂല്യം പറ്റി അധികാരത്തിൽ വന്ന കരുണാകരൻ സർക്കാർ സംഘികളുടെ വർഗീയ ഹിന്ദുത്വ അജണ്ടയ്ക്ക് വഴങ്ങിയായിരുന്നല്ലോ ദേവസ്വം ഭരണ ബോർഡുകളിൽ വിഗ്രഹാരാധന അംഗീകരിക്കുന്നവർക്ക് മാത്രമെ വരാൻ പാടുള്ളു എന്ന നിയമം കൊണ്ടുവന്നത്. ബ്രഹ്മസ്വം ദേവസ്വം സ്വത്തുടമസ്ഥത അവസാനിപ്പിച്ച ഭൂപരിഷ്ക്കരണ നടപടികളുടെ തുടർച്ചയിലാണ് ക്ഷേത്ര ഭരണം ജനാധിപത്യവൽക്കരിക്കപ്പെട്ടത്. സവർണ്ണ ജാതി ജന്മിത്വ സേവകരായ ആർ എസ് എസ് എന്നും ഭൂപരിഷ്ക്കരണത്തിനും ജനാധിപത്യപരമായ ക്ഷേത്രഭരണം ഉറപ്പാക്കാനുള്ള ദേവസ്വം ബോർഡുകൾക്കു മെതിരായിരുന്നല്ലോ. സംഘികളുമായി ഹിന്ദുത്വ അജണ്ട പങ്ക് വെക്കുന്ന കോൺഗ്രസ്സിലൊരു വിഭാഗത്തിന്റെ മാർക്സിസ്റ്റ് വിരുദ്ധതയുടെ ക്ഷുദ്രത എത്രത്തോളമുണ്ടെന്ന് മനസ്സിലാവണമെങ്കിൽ ആർ എസ് എസിന്റെ കമ്യൂണിസ്റ്റ് വിരോധത്തിന്റേതായ രാഷ്ട്രീയത്തെയും പ്രത്യയശാസ്ത്രത്തെയും വിശകലന വിധേയമാക്കേണ്ടതായി വരും.

# കമ്യൂണിസ്റ്റ് വിരോധത്തിന്റെ ചരിത്രവും പ്രത്യയശാസ്ത്രവും

**ക**മ്യൂണിസത്തെ ഈ ഭൂമുഖത്തുനിന്നും തുടച്ചുനീക്കണമെന്നാഗ്രഹിക്കുന്ന ആഗോളഫൈനാൻസ് മൂലധനത്തിന്റെ അക്രമോത്സുകമായ ഇന്ത്യൻ പ്രത്യയശാസ്ത്രമായി ഹിന്ദുരാഷ്ട്രവാദം ഭീഷണിമുഴക്കുകയാണ്. ബംഗാളിലും ത്രിപുരയിലും കോൺഗ്രസ് സഹായത്തിൽ കമ്യൂണിസ്റ്റുകാരെ തകർത്ത വലതുപക്ഷവും ഹിന്ദുത്വവാദികളും കേരളത്തെ ലക്ഷ്യമിട്ടിരിക്കുകയാണ്. ഇന്ത്യൻ സമൂഹത്തിലെ ജാതി–മത–ഗോത്ര–വർണാധികാര വ്യവസ്ഥയിലധിഷ്ഠിതമായ ജന്മി നാടുവാഴിത്ത ഘടനയെ പരിരക്ഷിച്ചുകൊണ്ട് തങ്ങളുടെ അധീശത്വം തുടരാനായി കൊളോണിയൽ മൂലധനശക്തികൾ ജന്മം നല്കി വളർത്തിയെടുത്തതാണ് ഹിന്ദുരാഷ്ട്രവാദത്തെയും ആർ എസ് എസിനെയും. നാം ഒന്നാമതായി ഹിന്ദുക്കളാണെന്നും നമ്മുടെ ദേശീയത ഹിന്ദുരാജ്യാഭിമാനമാണെന്നും പ്രഖ്യാപിച്ചുകൊണ്ടാണ് ഹിന്ദുമഹാസഭയും ആർ എസ് എസും പ്രവർത്തനമാരംഭിച്ചത്. ചരിത്രത്തെയും വേദേതിഹാസങ്ങളെയും ദുർവ്യാഖ്യാനം നടത്തിക്കൊണ്ടാണ് ദേശദ്രോഹത്തിന്റെ ഈ പ്രത്യയശാസ്ത്ര പദ്ധതി ആവിഷ്കൃതമായത്.

ഇന്ത്യൻ നാടുവാഴിത്തരാജഭരണത്തെയും ഫ്യൂഡൽ മതാത്മകതയെയും ദേശീയതയായും ദേശസ്നേഹമായും ഇക്കൂട്ടർ നിർവചിക്കുന്നു. കൊളോണിയൽ ഭരണത്തിന്റെ അഴുക്ക് ചാലുകളിൽ നിന്നാണ് രാജ്യദ്രോഹത്തിന്റെ ഈ കൂത്താടികൾ പെറ്റുപെരുകിയതെന്ന കാര്യം പലരും വിസ്മരിച്ചുകളയുകയാണ്. *വിചാരധാര*യിലെ ആന്തരിക 'ഭീഷണികൾ' എന്ന ലേഖനത്തിലെ മൂന്ന് ഉപശീർഷകങ്ങൾ അവരുടെ രാഷ്ട്രീയ അജണ്ട എന്താണെന്ന് മറയില്ലാതെ വ്യക്തമാക്കിത്തരുന്നതാണ്. മുസ്ലീങ്ങളും ക്രിസ്ത്യാനികളും കമ്യൂണിസ്റ്റുകളും ഹിന്ദുരാജ്യാഭിമാനികൾക്ക് കുഴി

ച്ചുമൂടേണ്ട ആഭ്യന്തര ശത്രുക്കളായിട്ടാണ് ഗോൾവാൾക്കർ അക്കമിട്ട് പറഞ്ഞിട്ടുള്ളത്.

1940 ലാണ് എം എസ് ഗോൾവാൾക്കർ ആർ എസ് എസിന്റെ സർസംഘ്ചാലക് ആയി ചുമതലയേല്ക്കുന്നത്. ആർ എസ് എസ് സ്ഥാപകനായ ഹെഡ്ഗേവാറും ഹിന്ദുരാഷ്ട്രവാദത്തിന്റെ പിതാവായ സവർക്കറുമെല്ലാം ദേശീയതയെ ഹിന്ദുത്വമായി നിർവചിക്കുകയും മുസ്ലീം ജനസമൂഹങ്ങളുടെ അപരവല്ക്കരണത്തിലൂടെ സങ്കുചിതമായ ഹിന്ദുവർഗീയ ധ്രുവീകരണം സൃഷ്ടിക്കാനാണ് ശ്രമിച്ചത്. ഹിന്ദുമുസ്ലീം മൈത്രിയെയും ഗാന്ധിയുടെ നേതൃത്വത്തിലുള്ള ബ്രിട്ടീഷ് വിരുദ്ധ ദേശീയ സ്വാതന്ത്ര്യസമരത്തെയുമാണ് പ്രധാനമായും സവർക്കറും ഹെഡ്ഗേവാറും എതിർത്തുപോന്നത്. എന്നാൽ ഗോൾവാൾക്കറുടെ കാലമാകുമ്പോഴേക്കും മുതലാളിത്തത്തിന് ബദലായി വളർന്നുവന്ന സോഷ്യലിസവും കമ്യൂണിസവുമെല്ലാം ആർ എസ് എസിന്റെ ഉന്മൂലന ലക്ഷ്യമായി മാറിക്കഴിഞ്ഞിരുന്നു. മാത്രമല്ല ഫാസിസത്തെ ഈ ഭൂമുഖത്ത് കുഴിച്ചുമൂടിയ സോവിയറ്റ് യൂണിയനും ചെമ്പടയും ഹിറ്റ്ലറുടെ ഇന്ത്യൻ അനുയായികളെ അസ്വസ്ഥരാക്കിയിരുന്നു. അവരെ അങ്ങേയറ്റം പ്രകോപിതരാക്കിയിരുന്നു.

ഗോൾവാൾക്കറുടെ നേതൃത്വത്തിലാണ് ആർ എസ് എസ് കമ്യൂണിസ്റ്റ് പ്രസ്ഥാനത്തെ ഇല്ലാതാക്കുക എന്ന രാഷ്ട്രീയ ലക്ഷ്യത്തെ പ്രധാനമായി മുന്നോട്ടുവെച്ചത്. ആർ എസ് എസിന്റെ കേരള അജണ്ട രൂപപ്പെടുത്തിയതും ഈയൊരു ദിശയിലാണ്. മതനിരപേക്ഷ ജനാധിപത്യ മൂല്യങ്ങളെ ദേശീയരാഷ്ട്രീയത്തിൽ ഏറ്റവും ശക്തമായി ഉയർത്തിക്കൊണ്ടുവന്നത് കമ്യൂണിസ്റ്റ് സോഷ്യലിസ്റ്റ് കക്ഷികളായിരുന്നല്ലോ. 1919 ലെ മൊണ്ടേഗു-ചെംസ്ഫോർഡ് ഭരണപരിഷ്കാര റിപ്പോർട്ടിന്റെ അടിസ്ഥാനത്തിൽ ഗവണ്മെന്റ് ഓഫ് ഇന്ത്യ ആക്ട് പാസ്സാക്കപ്പെടുകയും പ്രൊവിൻഷ്യൻ കൗൺസിൽ പൊലുള്ള തെരഞ്ഞെടുക്കപ്പെട്ട ജനപ്രതിനിധിസഭകൾ നിലവിൽ വരുകയും ചെയ്തതോടെ ഇന്ത്യയിലെ മതരാഷ്ട്രവാദികൾ അങ്ങേയറ്റം പ്രകോപിതരായി.

ഒക്ടോബർ സോഷ്യലിസ്റ്റ് വിപ്ലവം കഴിഞ്ഞ് മൂന്ന് വർഷത്തിനകം തന്നെ ഇന്ത്യൻ കമ്യൂണിസ്റ്റുപാർട്ടിയുടെ പ്രഥമഘടകം രൂപീകരിക്കപ്പെടുന്നുണ്ടല്ലോ. 1920 ഒക്ടോബർ 17 നാണ് സോവിയറ്റ് സംസ്ഥാനമായ ഉസ്ബെക്കിസ്ഥാനിലെ താഷ്കന്റ് നഗരത്തിൽ 'കമ്യൂണിസ്റ്റ് പാർട്ടി ഓഫ് ഇന്ത്യ' രൂപംകൊള്ളുന്നത്. ലോകത്തിന്റെ പലഭാഗങ്ങളിലൂടെ റഷ്യയിലെത്തിച്ചേർന്ന ഇന്ത്യൻ സ്വാതന്ത്ര്യസമരസേനാനികളും ബ്രിട്ടീഷ് അടിച്ചമർത്തൽമൂലം പഞ്ചാബ് പ്രവിശ്യയിൽനിന്നും പലായനം ചെയ്ത് അവിടെയെത്തിയ ഗദർപാർട്ടി വിപ്ലവകാരികളും ചേർന്നാണ് കമ്യൂണിസ്റ്റ്പാർട്ടിക്ക് രൂപംകൊടുത്തത്. പ്രഥമഘടകത്തിന്റെ സെക്രട്ടറി മുഹമ്മദ്ഷെഫീഖ് ആയിരുന്നു. കമ്യൂണിസ്റ്റ്പാർട്ടിയുടെ രൂപീകരണവിവരം ബ്രിട്ടീഷ് ഭരണകൂടത്തെയും അവരുടെ കൈയിൽ കളിക്കുന്ന ഹിന്ദു-മുസ്ലിം വർഗീയ വാദികളെയും ഒരുപോലെ പരിഭ്രാന്തരാക്കി.

പെഷവാർ, കാൺപൂർ, മീററ്റ് ഗൂഢാലോചന കേസുകളിലൂടെ ബ്രിട്ടീഷ് ഭരണകൂടം കമ്യൂണിസ്റ്റ് വേട്ട ആരംഭിച്ചു. മതരാഷ്ട്രവാദത്തെയും ബ്രിട്ടീഷുകാരുടെ 'ഭിന്നിപ്പിക്കുക ഭരിക്കുക' എന്ന തന്ത്രത്തെയും മതനിരപേക്ഷമായ ജനകീയ ഐക്യംകൊണ്ട് നേരിടാനാണ് കമ്യൂണിസ്റ്റ് പാർട്ടി ഇന്ത്യൻ ദേശീയപ്രസ്ഥാനത്തിനകത്ത് ശക്തമായി വാദിച്ചത്. 1920 ജൂലായ് -ആഗസ്ത് മാസങ്ങളിൽ മോസ്കോവിൽ നടന്ന കമ്യൂണിസ്റ്റ് ഇന്റർനാഷണലിന്റെ രണ്ടാം സമ്മേളനം കൊളോണിയൽ തിസീസിന് രൂപംകൊടുത്തു. ഇന്ത്യയെപ്പോലുള്ള കോളനിരാജ്യങ്ങളിലെ ജനങ്ങൾക്കും തൊഴിലാളിവർഗപാർട്ടികൾക്കും സാമ്രാജ്യത്വത്തിനെതിരായ ദേശീയവിമോചനത്തിനുവേണ്ടിയുള്ള പോരാട്ടത്തിൽ വ്യക്തമായ മാർഗനിർദ്ദേശമായിരുന്നു കൊളോണിയൽ തിസീസ്. കോളനിരാജ്യങ്ങളിലെ സ്വാതന്ത്ര്യപ്രസ്ഥാനത്തിനുള്ള സൈദ്ധാന്തിക രാഷ്ട്രീയ ദിശാബോധവും മാർഗരേഖയുമാണ് കൊളോണിയൽ തിസീസിലൂടെ മുന്നോട്ടുവെക്കപ്പെട്ടത്. സാർവദേശീയതലത്തിൽത്തന്നെ ഒക്ടോബർവിപ്ലവം കോളനിരാജ്യങ്ങളിലെ വിപ്ലവപ്രസ്ഥാനങ്ങൾക്ക് ശക്തിപകർന്നിരുന്നു.

ഇന്ത്യയിലെ ദേശീയസ്വാതന്ത്ര്യപ്രസ്ഥാനം മിതവാദപരവും അനുരഞ്ജനപരവുമായ നിലപാടുകളിൽ നിന്ന് പൂർണസ്വരാജിന്റെ മുദ്രാവാക്യം സ്വീകരിക്കുന്നതിലേക്ക് ഈയൊരു ചരിത്രസാഹചര്യത്തിലാണ് നിർബന്ധിതമാകുന്നത്. ഭാവി ഇന്ത്യയെക്കുറിച്ചും ആധുനിക ദേശരാഷ്ട്രത്തെക്കുറിച്ചുമുള്ള ചർച്ചകൾക്ക് 1921 ലെ എ ഐ സി സി സമ്മേളനം തുടക്കമിട്ടു. ഇന്ത്യൻ കമ്യൂണിസ്റ്റുപാർട്ടിക്കുവേണ്ടി സഖാക്കൾ എം എൻ റോയിയും അബനിമുഖർജിയും പേരുവെച്ച് പ്രസിദ്ധീകരിച്ച 'ഇന്ത്യൻ നാഷണൽ കോൺഗ്രസിനൊരു മാനിഫെസ്റ്റോ' എന്ന രേഖ പൂർണസ്വാതന്ത്ര്യത്തെയും മതനിരപേക്ഷ ജനാധിപത്യരാഷ്ട്രത്തെയും ഭൂപരിഷ്ക്കരണത്തെയും ഫെഡറിലിസത്തെയുമെല്ലാം സംബന്ധിച്ച ചർച്ചകൾക്ക് തുടക്കമിട്ടു.

എ ഐ സി സി പ്രതിനിധികളോട് ഇന്ത്യൻ കമ്യൂണിസ്റ്റുപാർട്ടിയുടെ ആദ്യത്തെ അഭ്യർത്ഥനയായിരുന്നു ഈ മാനിഫെസ്റ്റോ. പൂർണസ്വാതന്ത്ര്യത്തിനുവേണ്ടി പോരാടാനും അതിനായി ഇന്ത്യയിലെ ബഹുജനവിഭാഗങ്ങളെയെല്ലാം സംഘടിതമാക്കാനുമുള്ള നയസമീപനവുമായിരുന്നു മാനിഫെസ്റ്റോവിൽ മുന്നോട്ടുവെച്ചത്. സ്വാതന്ത്ര്യസമരത്തെയും കമ്യൂണിസ്റ്റുകാരുടെ പങ്കിനെയുമെല്ലാംകുറിച്ച് ആശയക്കുഴപ്പം സൃഷ്ടിക്കുന്നവർ ചരിത്രത്തിന്റെ ഈ അസന്ദിഗ്ധമായ വസ്തുതകളെക്കുറിച്ച് വാസ്തവത്തിൽ അജ്ഞത നടിക്കുകയാണ്. മാനിഫെസ്റ്റോ ദേശീയപ്രസ്ഥാനത്തോട് ആവശ്യപ്പെട്ടത് സാമ്രാജ്യത്വവുമായുള്ള എല്ലാബന്ധങ്ങളും അറുത്തുമാറ്റണമെന്നും വണിക്കുകളുടെയും വ്യാപാരികളുടെയും അദൃശ്യഹസ്തത്താൽ കോൺഗ്രസ് നിയന്ത്രിക്കപ്പെടരുതെന്നും തൊഴിലാളികർഷക സമരങ്ങൾക്ക് പിന്തുണ നല്കണമെന്നുമാണ്.

മാനിഫെസ്റ്റോ പറയുന്നത്: 'ഇന്ത്യയെ അടിത്തറമുതൽ കുലുക്കുന്ന വിപ്ലവത്തിന് കോൺഗ്രസാണ് നേതൃത്വം നല്കുന്നതെങ്കിൽ അത് കേവ

ലമായ പ്രകടനങ്ങളിലും താത്കാലികമായ അത്യാവേശങ്ങളിലും മാത്രം വിശ്വാസം അർപ്പിക്കരുത്. ട്രേഡ് യൂണിയനുകളുടെ അടിയന്തരാവശ്യങ്ങൾ അത് സ്വന്തം ആവശ്യങ്ങളാക്കട്ടെ. കിസാൻ സഭയുടെ പരിപാടികൾ സ്വന്തം പരിപാടികളാക്കട്ടെ.'

1921 ലെ എ ഐ സി സി സമ്മേളനത്തിൽ പൂർണസ്വാതന്ത്ര്യപ്രമേയം അവതരിപ്പിച്ചത് കമ്യൂണിസ്റ്റ് അനുഭാവിയായിരുന്ന ഹസ്രത്മൊഹാനിയായിരുന്നു. സ്വാമി കുമാരാനന്ദ പ്രമേയത്തെ പിന്താങ്ങുകയും ചെയ്തു. സ്വരാജ് എന്നാൽ വിദേശ ആധിപത്യത്തിൽ നിന്നുള്ള പൂർണ സ്വാതന്ത്ര്യമാണെന്ന നിലപാടാണ് പ്രമേയം മുന്നോട്ടുവെച്ചത്. ഇന്ത്യയിൽ മറ്റാരെക്കാളും മുമ്പ് പൂർണ സ്വാതന്ത്ര്യത്തിനുവേണ്ടി വാദിച്ചത് കമ്യൂണിസ്റ്റുകാരായതുകൊണ്ടുതന്നെയാണ് ബ്രിട്ടീഷ് ഭരണകൂടം ഗൂഢാലോചനകേസുകളും അടിച്ചമർത്തൽ നടപടികളും വഴി കമ്യൂണിസ്റ്റുകാരെ വേട്ടയാടിയത്. ദേശീയ സ്വാതന്ത്ര്യസമരത്തെ ഒരു ബഹുജനപ്രസ്ഥാനമായി വളർത്തിയെടുത്ത് മതരാഷ്ട്രവാദികളെ ഒറ്റപ്പെടുത്താനായിരുന്നു കമ്യൂണിസ്റ്റ് പാർട്ടി മുൻകൈ എടുത്തത്. അതുകൊണ്ടുതന്നെയാണ് ഹിന്ദുരാഷ്ട്രവാദികളുടെ ശക്തമായ എതിർപ്പ് കമ്യൂണിസ്റ്റ് പാർട്ടി അതിന്റെ ആരംഭകാലം മുതൽ ഏറ്റുവാങ്ങേണ്ടിവന്നതും.

'ഭൂപരിഷ്കരണത്തെയും സാമൂഹ്യനീതിയെയും മതനിരപേക്ഷതയെയും ഇന്ത്യയിലെ സവർണ-ജന്മി-നാടുവാഴിത്ത സാമൂഹ്യ അടിസ്ഥാനങ്ങളിൽനിന്നും ഉയർന്നുവന്ന കോൺഗ്രസ് നേതാക്കൾ ഉൾപ്പെടെ അങ്ങേയറ്റത്തെ അസഹിഷ്ണുതയോടെയാണ് കണ്ടത്. ഹിന്ദുത്വവാദികൾ ഈയൊരു സാഹചര്യത്തിലാണ് മതനിരപേക്ഷ ജനാധിപത്യ സങ്കല്പങ്ങൾക്കെതിരെ ഹിന്ദുരാഷ്ട്രവാദം ശക്തമായി ഉയർത്തിക്കൊണ്ടുവന്നത്. 1934 ൽ എം എൻ റോയി ഭരണഘടനാ അസംബ്ലി രൂപീകരിക്കേണ്ടതിന്റെ ആവശ്യകത ഉയർത്തിയതും ദേശീയ പ്രസ്ഥാനം അത് രാജ്യവ്യാപകമായി ഏറ്റെടുത്തതും ഫ്യൂഡൽ നാടുവാഴിത്ത രാജാധികാരത്തിന്റെ ഉപാസകരായ ആർ എസ് എസുകാരെ പരിഭ്രാന്തരാക്കി. മതനിരപേക്ഷ ജനാധിപത്യ ദേശീയത മതരാഷ്ട്രവാദങ്ങളെ നിരാകരിച്ചുകൊണ്ട് സ്വാതന്ത്ര്യസമരമുഖങ്ങളിൽ ജ്വലിച്ചുയരുന്നത് ഹിന്ദുത്വവാദികൾക്ക് സഹിക്കാവുന്നതായിരുന്നില്ല.

കോൺഗ്രസിന്റെ മൃദുഹിന്ദുത്വ സമീപനങ്ങളെ വിട്ടുവീഴ്ചയില്ലാതെ സോഷ്യലിസ്റ്റുകളും കമ്യൂണിസ്റ്റുകാരും എതിർക്കുകയും ചെയ്തിരുന്നു. ഇതെല്ലാം ഹിന്ദുത്വവാദികളെ അങ്ങേയറ്റം പ്രകോപിതരാക്കിയെന്ന് പ്രത്യേകം പറയേണ്ടതില്ലല്ലോ. കമ്യൂണിസ്റ്റുകാർ കോൺഗ്രസിനകത്തും കോൺഗ്രസ് സോഷ്യലിസ്റ്റുകൾ എന്ന നിലയ്ക്കുമാണ് പുറത്ത് പ്രവർത്തിച്ചിരുന്നത്. പെഷവാർ, കാൺപൂർ, മീററ്റ് ഗൂഢാലോചനകേസുകളുടെ വിചാരണ രാജ്യത്താകമാനം പുരോഗമനവാദികളുടെ ശ്രദ്ധ പിടിച്ചുപറ്റി. പ്രതികൾ കോടതിയിൽ ചെയ്ത പ്രസ്താവന ഇന്ത്യൻ കമ്യൂണിസ്റ്റുകാരുടെ ആശയാദർശങ്ങളുടെ പ്രഖ്യാപനമായിരുന്നു. ഗൂഢാലോചനകേസിൽ

ശിക്ഷിക്കപ്പെട്ടവർ ജയിൽ മോചിതരായതോടെയാണ് 1933 ൽ കേന്ദ്രകമ്മിറ്റി രൂപീകരിച്ചുകൊണ്ട് കമ്മ്യൂണിസ്റ്റ് പാർട്ടിയുടെ ഏകീകരണപ്രവർത്തനങ്ങൾ സജീവമായി. കമ്മ്യൂണിസ്റ്റ് പ്രസ്ഥാനത്തിന്റെ പുനരുജ്ജീവനത്തിന്റെ അപകടം മണത്തറിഞ്ഞ ബ്രിട്ടീഷുകാർ 1934 ൽ കമ്മ്യൂണിസ്റ്റ് പാർട്ടി നിരോധിച്ചു. നിരോധനത്തെ നേരിട്ടുകൊണ്ട് രഹസ്യപ്രവർത്തനങ്ങളിലൂടെ രാജ്യമാസകലം പാർട്ടി കെട്ടിപ്പടുക്കാനും തൊഴിലാളി കർഷക സമരങ്ങൾക്ക് നേതൃത്വം നല്കാനും കമ്മ്യൂണിസ്റ്റുകാർക്ക് കഴിഞ്ഞു.

ദേശീയപ്രസ്ഥാനത്തിന് വിട്ടുവീഴ്ചയില്ലാത്ത സാമ്രാജ്യത്വവിരുദ്ധ ദിശാബോധം നല്കുന്നത് കമ്മ്യൂണിസ്റ്റുകാരാണ്. ദക്ഷിണേന്ത്യയിൽ പാർടി കെട്ടിപ്പടുക്കാനുള്ള ഉത്തരവാദിത്വം സഖാക്കളായ സുന്ദരയ്യയ്ക്കും എസ് വി ഘാട്ടെയ്ക്കുമായിരുന്നു. കേരളത്തിലെ കോൺഗ്രസ് സോഷ്യലിസ്റ്റു പാർട്ടിയുടെ നേതൃത്വം കമ്മ്യൂണിസ്റ്റുകാർക്കായിരുന്നു. കൃഷ്ണപിള്ളയും ഇ എം എസും കെ ദാമോദരനും എൻ സി ശേഖറും ഈയൊരു ദൗത്യമാണ് നിർവ്വഹിച്ചത്. സി എസ് പി ക്കകത്ത് നടന്ന ആശയസമരങ്ങളുടെ തുടർച്ചയിലാണ് 1937 ൽ കമ്മ്യൂണിസ്റ്റ് പാർട്ടിയുടെ പ്രഥമഘടകം രൂപം കൊള്ളുന്നത്.

# കേരളവും ആർ എസ് എസിന്റെ പ്രത്യയശാസ്ത്രലക്ഷ്യങ്ങളും

**കൗ**തുകകരമായ വസ്തുത കമ്യൂണിസ്റ്റ് പാർട്ടിയുടെ ജന്മഗൃഹമായ കോഴിക്കോട് തന്നെയാണ് ആർ എസ് എസിന്റെ ആദ്യശാഖ പ്രവർത്തനമാരംഭിച്ചത്. സാമ്രാജ്യത്വവിരുദ്ധസമരം കത്തിജ്വലിച്ചുനില്ക്കുന്ന രാഷ്ട്രീയസാഹചര്യത്തിലാണ് 1942 ൽ അതിനെതിരായ ആസൂത്രിതമായ ലക്ഷ്യങ്ങളോടെ കേരളത്തിൽ ആർ എസ് എസ് പ്രവർത്തനമാരംഭിക്കുന്നത്. തന്റെ കമ്യൂണിസ്റ്റ് വിരുദ്ധ അജണ്ടയുടെ പരീക്ഷണഭൂമി കൂടിയായിട്ടാണ് ഇടതുപക്ഷ സ്വാധീനമുള്ള കേരളത്തിലെ ആർ എസ് എസ് പ്രവർത്തനങ്ങളെ ഗോൾവാൾക്കർ കണ്ടത്.

1921 ലെ മലബാർ കലാപകാലത്ത് ഹിന്ദുമഹാസഭയുടെ മെഡിക്കൽ മിഷനിലെ അംഗമായി ഹെഡ്ഗേവാർ കോഴിക്കോട് വന്നിരുന്നു. കോൺഗ്രസ് ഖിലാഫത്ത് മുന്നേറ്റങ്ങൾക്കെതിരെ ഒരു ഹിന്ദുസേനാദളത്തെ രൂപീകരിക്കുന്നതിനെക്കുറിച്ച് മലബാറിലെ സന്ദർശനകാലത്ത് ഹെഡ്ഗേവാർ അഭിപ്രായപ്പെട്ടതായി പലരും സൂചിപ്പിക്കുന്നുണ്ട്. ഗോൾവാൾക്കറാകട്ടെ കുഞ്ഞാലിമരയ്ക്കാരെയും ടിപ്പുവിനെയും ദേശാഭിമാനികളായി കാണുന്ന കേരളചരിത്രത്തെ അങ്ങേയറ്റം അസഹിഷ്ണുതയോടെയാണ് നേരിട്ടിട്ടുള്ളത്. *വിചാരധാര*യിൽ ഗോൾവാൾക്കർ ഈ അസഹിഷ്ണുത ചരിത്രവിരുദ്ധമായ വിലകുറഞ്ഞ അധിക്ഷേപങ്ങളായി എഴുതിയിട്ടുണ്ട്; തന്റെ ഹിന്ദു രാജാവിനെ തടവിലിട്ട് സിംഹാസനം പിടിച്ചുപറ്റിയ ഹൈദർക്കും അനവധിപേരെ ഇസ്ലാമിലേക്ക് മതപരിവർത്തനം ചെയ്യുകയും നിരവധി ക്ഷേത്രങ്ങൾ നശിപ്പിക്കുകയും അനേകം സ്ത്രീകളെ മാനഭംഗപ്പെടുത്തുകയും ചെയ്ത പുത്രനായ ടിപ്പുവിനും നാം പ്രതിമകൾ നിർമ്മിച്ചുയർത്തണമെന്ന് പറയുന്നവരുണ്ട്. ഇത്രത്തോളം വങ്കത്തം ഇപ്പോഴും അവശേഷിക്കുന്നു (*വിചാരധാര*, പേജ് 276).

ബ്രിട്ടീഷ് വിരുദ്ധ സൈനിക യുദ്ധമുഖങ്ങളിൽ ജ്വലിച്ചുനിന്ന മൈസൂർ രാജാക്കന്മാരെ ഗോൾവാൾക്കർ എതിർക്കുന്നത് എന്തിന്റെ പേരിലാണ്? രാജഭക്തനായ ഗോൾവാൾക്കർ സാമ്രാജ്യത്വവിരുദ്ധ ദേശാഭിമാനികളായ രാജാക്കന്മാരെ അവർ മുസ്ലീംനാമധാരികൾ കൂടി ആയതുകൊണ്ടാണ് ആക്ഷേപിക്കുന്നതെന്നകാര്യം എന്താണ് കാണിക്കുന്നത്? ഹിന്ദുരാജ്യാഭിമാനമെന്നത് തരംതാണ വർഗീയവിരോധമാണെന്നല്ലാതെ മറ്റൊന്നുമല്ലായെന്നാണ്. ടിപ്പുവിന്റെ ബ്രിട്ടീഷ് വിരുദ്ധ പടനീക്കത്തെയും ജന്മിബ്രാഹ്മണാധികാരത്തിനെതിരായ റവന്യൂ പരിഷ്കാരങ്ങളെയുമാണ് ഫ്യൂഡൽ രാജഭക്തനായ ഗോൾവാൾക്കറെ പ്രകോപിപ്പിച്ചത്.

കൊളോണിയൽ അധിനിവേശത്തിന്റെ കഥ തുടങ്ങുന്നത് കോഴിക്കോട് കാപ്പാട് കടപ്പുറത്ത് വാസ്കോഡിഗാമ കപ്പലിറങ്ങിയതോടെയാണല്ലോ. അതോടൊപ്പം തന്നെയാണ് സാമ്രാജ്യത്വ ആധിപത്യത്തിനെതിരായി ചരിത്രത്തിന് ധീരദേശാഭിമാനി കുഞ്ഞാലിമരയ്ക്കാർ തന്റെ പോരാട്ടങ്ങളിലൂടെ നാന്ദി കുറിക്കുന്നതും. ഗോൾവാൾക്കറുടെ വിചാരഗതിയനുസരിച്ച് ഹിന്ദുരാഷ്ട്രാഭിമാനത്തിന്റെ യഥാർത്ഥ പ്രതിനിധികളാണല്ലോ സാമൂതിരിയും കൊച്ചിത്തമ്പുരാനും തിരുവിതാംകൂർ രാജാവുമെല്ലാം. ഇവർ തമ്മിലുള്ള കിടമത്സരത്തിന്റെ സാഹചര്യങ്ങളെ ഉപയോഗപ്പെടുത്തിയാണ് പോർച്ചുഗീസുകാരും ഫ്രഞ്ചുകാരും തുടർന്ന് ബ്രിട്ടീഷുകാരും ഇന്ത്യയെ കോളനിയാക്കിയതെന്ന കാര്യം ഗോൾവാൾക്കറിസ്റ്റുകൾ സൗകര്യപൂർവ്വം മറന്നുകളയുകയാണ്. ഇവരുടെ വഞ്ചനയുടെയും കൂട്ടിക്കൊടുപ്പിന്റെയും നീചമായ ചരിത്രവഴികളിലാണ് കൊളോണിയൽ അധികാരം നമ്മുടെ നാടിനെ അടിമയാക്കിയത്.

ഗോൾവാൾക്കർ ആവേശപൂർവ്വം പുണരുന്ന ഹിന്ദുനാടുവാഴികളുടെ കൊട്ടാരവഴികളിലൂടെയാണ് കേരളത്തിലും ഇന്ത്യയിലും സാമ്രാജ്യത്വം കടന്നുവന്നത്. രാജ്യത്തെതന്നെ ശ്രീപത്മനാഭന് അടിയറവെച്ച തിരുവിതാംകൂർ രാജാക്കന്മാർ തന്നെയാണ് പത്മനാഭനുമേൽ റസിഡന്റ് സായിപ്പിനെ വാഴിച്ചത്. പ്ലാസിയിലെ ചതുപ്പ് നിലങ്ങളിൽ സിറാജ്-ഉദ്-ദൗളയുടെ തലവെട്ടിയിട്ട് ബ്രിട്ടീഷ് അധികാരത്തിന് തുടക്കംകുറിക്കാൻ ഒറ്റുകാരായി നിന്നത് ഹിന്ദുരാഷ്ട്രാഭിമാനികളുടെ ആദർശപ്രതീകങ്ങൾ തന്നെയാണല്ലോ. ഏകപക്ഷീയമായ ചരിത്രവ്യാഖ്യാനങ്ങളിലൂടെ ദേശീയവഞ്ചനയുടെ ചരിത്രം മറച്ചുപിടിച്ചുകൊണ്ടാണ് ഹിന്ദുരാഷ്ട്രാഭിമാനത്തിന്റെ മായാരാക്ഷസന്മാർ ഇന്ന് അഴിഞ്ഞാടുന്നത്. ഇന്ത്യൻ നവോത്ഥാന പ്രസ്ഥാനങ്ങളുടെയും ദേശീയ സ്വാതന്ത്ര്യ സമരത്തിന്റെയും എതിർദിശയിൽ സഞ്ചരിച്ചവർ ഇന്ന് അതിദേശീയത ഇളക്കിവിട്ട് ന്യൂനപക്ഷങ്ങളെയും ദളിതരെയും കമ്യൂണിസ്റ്റുകാരെയും രാജ്യവിരുദ്ധരാക്കി വേട്ടയാടുകയാണ്.

ആര്യശ്രേഷ്ഠതയിലും വംശാഭിമാനത്തിലും അധിഷ്ഠിതമായ ഹിന്ദുരാഷ്ട്ര നിർമ്മിതിക്ക് ആവശ്യമായ ഉത്തമസന്തതികളെ സൃഷ്ടിക്കുന്നതിനെക്കുറിച്ചുള്ള പ്രചാരണ ക്യാമ്പയിനുകൾ ആർ എസ് എസ് ആരംഭിച്ചിട്ടുണ്ട്. കേരളീയപാരമ്പര്യത്തെ ഉദാഹരിച്ചുകൊണ്ട് ഉത്തമ സന്താന ഉല്

പാദനത്തെക്കുറിച്ച് ഗോൾവാൾക്കർ നടത്തിയ ഒരു പ്രസംഗം ആർ എസ് എസിന്റെ ചരിത്രത്തോടുള്ള അശ്ലീലകരമായ സമീപനത്തെ വ്യക്തമാക്കിത്തരുന്നതാണ്. കേരളത്തിൽ ബ്രാഹ്മണാധികാരം സൃഷ്ടിച്ച വൃത്തികെട്ട ആദ്യരാത്രി അവകാശത്തെ ഉത്തമസന്താന ഉല്പാദനമെന്നപേരിൽ ആദർശവല്ക്കരിച്ചുകൊണ്ട് ഗോൾവാൾക്കർ ഗുജറാത്ത് സർവകലാശാലയിലെ സ്കൂൾ ഓഫ് സോഷ്യൽസയൻസിലെ വിദ്യാർത്ഥികളോട് നടത്തിയ പ്രസംഗം (1960 ഡിസംബർ 17 ന്) കുപ്രസിദ്ധമാണ്. ഈയൊരു സന്ദർഭത്തിൽ അത് പരിശോധിക്കുന്നത് കൗതുകകരമായിരിക്കും. ഇന്ത്യൻ സമൂഹത്തിൽ സങ്കരപ്രത്യുല്പാദനം നിലനിന്നിരുന്നതായി കേരളത്തിലെ ഫ്യൂഡൽ ബ്രാഹ്മണ ആചാരക്രമത്തെ ഉദാത്തവല്ക്കരിച്ചുകൊണ്ട് ഗോൾവാൾക്കർ ഇങ്ങനെ വിശദീകരിക്കുന്നു;

> ഇന്ന് മൃഗങ്ങളിൽ മാത്രമെ സങ്കരപ്രത്യുല്പാദനത്തിനുള്ള പരീക്ഷണങ്ങൾ നടക്കുന്നുള്ളൂ. ഇന്ന് ആധുനിക ശാസ്ത്രജ്ഞരെന്ന് വിളിക്കപ്പെടുന്നവർ പോലും മനുഷ്യരിൽ അത്തരം പരീക്ഷണങ്ങൾ നടത്താൻ ധൈര്യപ്പെടുന്നവരല്ല. ഇന്ന് മനുഷ്യരുടെ സങ്കര പ്രത്യുല്പാദനം നടക്കുന്നത് ശാസ്ത്രീയപരീക്ഷണങ്ങൾ മൂലമല്ല, മറിച്ച് മാംസനിബദ്ധംമൂലമാണ്. ഇനി ഈ മേഖലയിൽ നമ്മുടെ പൂർവ്വികർ നടത്തിയ പരീക്ഷണങ്ങൾ എന്തായിരുന്നുവെന്ന് നോക്കാം. സങ്കര പ്രത്യുല്പാദനത്തിലൂടെ മനുഷ്യരിലെ വംശങ്ങളെ മെച്ചപ്പെടുത്താൻ വേണ്ടി വടക്കുനിന്നുള്ള നമ്പൂതിരി ബ്രാഹ്മണർ കേരളത്തിൽ പാർപ്പുറപ്പിച്ചു. നമ്പൂതിരി കുടുംബത്തിലെ കന്യകയെ മാത്രമേ കല്യാണം കഴിക്കാവൂ എന്നൊരു നിബന്ധന പ്രാബല്യത്തിൽ വരുത്തി. വിവാഹിതരായ ഏതു വിഭാഗത്തിൽപ്പെട്ട സ്ത്രീയുടെയും ആദ്യ സന്താനം ഒരു നമ്പൂതിരി ബ്രാഹ്മണർ മുഖേനയാകണമെന്നും പിന്നീടവർക്ക് സ്വന്തം ഭർത്താവിനെ കൊണ്ട് സന്താനങ്ങളെ സൃഷ്ടിക്കാമെന്നുമുള്ള കൂടുതൽ ധീരമായ ഒരു നിബന്ധനയും പ്രാബല്യത്തിൽ വന്നു. ഇന്ന് ഈ പരീക്ഷണത്തെ വ്യഭിചാരമെന്ന് വിളിക്കപ്പെടും. എന്നാൽ, അങ്ങനെയല്ല. ഇത് സ്വത്തും മറ്റ് ഉത്തരവാദിത്വങ്ങളും വന്നുചേരുന്ന ആദ്യത്തെ കുട്ടിയെ ഉല്പാദിപ്പിക്കാനുള്ള ബീജത്തിൽ മാത്രം പരിമിതപ്പെടുത്തിയിരിക്കുന്നു.
>
> (ഓർഗനൈസർ, 1961 ജനുവരി 2)

ആർ എസ് എസും ഗോൾവാൾക്കറും എന്തുമാത്രം ബ്രാഹ്മണ വംശാഭിമാനത്തിന്റെ വക്താക്കളും അശ്ലീലകരമായ പാരമ്പര്യത്തിന്റെ തുടർച്ചക്കാരുമാണെന്നാണ് ഇത് കാണിക്കുന്നത്.

ഈയൊരു ഗോൾവാൾക്കറിസ്റ്റ് വീക്ഷണമാണ് വംശശുദ്ധിയുള്ള സന്താനങ്ങളെ ഉല്പാദിപ്പിക്കാനുള്ള ആർ എസ് എസിന്റെ പ്രചാരണ പരിപാടിയുടെ അടിസ്ഥാനം. ആർ എസ് എസ് സംഘടനയായ ആരോ

ഗ്യഭാരതി രാജ്യവ്യാപകമായി എല്ലാ സംസ്ഥാനങ്ങളിലും ഗർഭവിജ്ഞാനകേന്ദ്രങ്ങൾ സ്ഥാപിക്കുകയാണല്ലോ. ആരോഗ്യഭാരതിയുടെ ദേശീയ കൺവീനർ ഡോ. കരിഷ്മാമോഹൻദാസിനെ ഉദ്ധരിച്ചുകൊണ്ട് മാധ്യമങ്ങൾ റിപ്പോർട്ടുചെയ്യുന്നത് ഉത്തമസന്തതികളെ സൃഷ്ടിക്കാനായി ഗർഭവിജ്ഞാന കേന്ദ്രങ്ങൾ തുടങ്ങണമെന്നാണ്. 10 വർഷം മുമ്പ് ഗുജറാത്തിലാരംഭിച്ച പദ്ധതി 2015 ലാണ് ആർ എസ് എസ് ദേശവ്യാപകമാക്കാൻ തീരുമാനിച്ചത്. ഇപ്പോൾ തന്നെ ഇത്തരത്തിലുള്ള 450 കുട്ടികൾ ജനിച്ചു കഴിഞ്ഞുവെന്നാണ് ആരോഗ്യഭാരതി അവകാശപ്പെടുന്നത്. 2020 ഓടെ വംശവർണമേന്മയുള്ള ആയിരക്കണക്കിന് ഉത്തമസന്തതികളെ സൃഷ്ടിക്കുകയാണുപോലും ആരോഗ്യഭാരതിയുടെ ലക്ഷ്യം.

ഹിറ്റ്ലേറിയൻ ആര്യവംശശുദ്ധിയുടെ അപമാനകരമായ ആവർത്തനമാണിത്. മാതാപിതാക്കളിൽ ശുദ്ധീകരണ പ്രക്രിയ നടത്തി ഉത്തമസന്താനങ്ങളെ സൃഷ്ടിക്കാമെന്ന പദ്ധതി ലക്ഷ്യംവെക്കുന്നത് ഹിന്ദുരാഷ്ട്രമാണ്. ഉത്തമ സന്താനങ്ങളിലൂടെ, അതായത് ശ്രേഷ്ഠവംശജരിലൂടെ ശക്തമായ രാജ്യം കെട്ടിപ്പടുക്കുകയെന്ന ലക്ഷ്യമാണ് ആർ എസ് എസിനുള്ളത്. അങ്ങേയറ്റം വംശവെറിയൻ അശ്ലീല സിദ്ധാന്തത്തെ സാധൂകരിക്കാനായി കേരളത്തിൽ നിലനിന്നിരുന്ന ബ്രാഹ്മണാധികാരത്തിന്റെ വൈകൃതങ്ങളെയാണ് ഗോൾവാൾക്കർ കൂട്ടുപിടിക്കുന്നതെന്നത് അദ്ദേഹത്തിന്റെ വൃത്തികെട്ട ഫ്യൂഡൽ മൂല്യബോധത്തെയാണ് അനാവരണം ചെയ്യുന്നത്.

ത്രൈവർണികർക്കുതാഴെ ശൂദ്രനും ഇതരസമൂഹങ്ങൾക്കും മനുഷ്യരെന്ന പരിഗണനപോലും നല്കാത്ത വർണാശ്രമ ധർമ്മങ്ങളിലധിഷ്ഠിതമാണ് ആർ എസ് എസിന്റെ ദേശീയത. സാമൂഹ്യനീതിക്കുവേണ്ടി നിലകൊള്ളുന്ന, ഭൂപരിഷ്കരണത്തിലൂടെ ജാതിജന്മിത്വ വർഗ ബന്ധങ്ങളെ പരിവർത്തനപ്പെടുത്തണമെന്ന് വാദിക്കുന്ന കമ്യൂണിസ്റ്റുകാർ ആർ എസ് എസിന്റെ ബദ്ധശത്രുക്കളാകുന്നത് സ്വാഭാവികമാണ്. സ്ഥിതിസമത്വാശയങ്ങളെ പ്രകൃതിവിരുദ്ധവാദമായിട്ടാണ് ഗോൾവാൾക്കർ *വിചാരധാര*യിൽ വിശദീകരിക്കുന്നത്. വിഷമാവസ്ഥ (Disparity) പ്രകൃതിജന്യമാണെന്ന് വാദിച്ച് സോഷ്യലിസത്തെയും കമ്യൂണിസത്തെയുമൊക്കെ നിരസിക്കാനാണ് ഗോൾവാൾക്കർ നിർബന്ധിക്കുന്നത്. ഗോൾവാൾക്കർ *വിചാരധാര*യിൽ തന്റെ സമത്വാശയങ്ങളോടുള്ള നിശിതമായ വിമർശനം അവതരിപ്പിക്കുന്നത് നോക്കൂ: ‘നമ്മുടെ തത്വദർശനമനുസരിച്ച് ഈ പ്രപഞ്ചത്തിന്റെ ഉല്പത്തിതന്നെ അതിന്റെ സത്വം, രജസ്സ്, തമസ്സ് എന്നീ മൂന്ന് ഗുണങ്ങളുടെ സന്തുലിതാവസ്ഥയ്ക്കു ഭംഗം വന്നതിനെ തുടർന്നാണ്. ഇവ മൂന്നും ശരിയായ സന്തുലിതാവസ്ഥയിൽ വന്നാൽ അതായത് ഗുണസാമ്യമുണ്ടായാൽ പ്രപഞ്ചം തന്നെ വീണ്ടും അതിന്റെ അവ്യക്തഭാവത്തിലേക്ക് വിലയം പ്രാപിക്കുകയും ചെയ്യും. അതിനാൽ അസമത്വം അതായത് വിഷമാവസ്ഥ പ്രകൃതിയുടെ ഒഴിച്ചുകൂടാത്ത സ്വഭാവമാണ്. നാം അതോടൊപ്പം ജീവിച്ചേപറ്റൂ. അതിനെ നിയന്ത്രിച്ചുനിർത്തി ആ അസമത്വത്തിൽ നിന്നു

ഉവാകുന്ന നീറ്റൽ കളയുവാൻ മാത്രമായിരിക്കണം നമ്മുടെ ശ്രമം.' എത്ര സമർത്ഥമായിട്ടാണ് തന്റെ ചൂഷകവർഗങ്ങൾക്കനുകൂലമായ തത്വദർശനത്തെ ഗോൾവാൾക്കർ പറഞ്ഞുവെച്ചിരിക്കുന്നത്. ദൈവം ദുർബലർക്കുള്ളതല്ല എന്ന് *വിചാരധാര*യിൽ മറ്റൊരിടത്ത് ഗോൾവാൾക്കർ സംശയരഹിതമായി പ്രഖ്യാപിച്ചിട്ടുമുണ്ട് (*വിചാരധാര*യുടെ അവതാരിക).

പരസ്യമായിതന്നെ ഗാന്ധിയൻ ദർശനങ്ങളെയും സോഷ്യലിസത്തെയും ആക്രമിക്കുകയാണ് *വിചാരധാര*യിൽ ഉടനീളം ഗോൾവാൾക്കർ. ഗാന്ധിയെയും ഗാന്ധിയൻ പ്രസ്ഥാനത്തെയും ഇന്ത്യയിലെ സാംസ്കാരിക ശക്തികളെ തനതായ പരിശുദ്ധിയിലും ബലത്തിലും ഉൾക്കൊള്ളാൻ കഴിയാതെപോയ രാജനീതിക്ക് പ്രാമുഖ്യം കൊടുത്ത ഒരപചയമായിട്ടാണ് *വിചാരധാര*ക്കാരൻ വിലയിരുത്തുന്നത്. ഭാരതീയ സമാജത്തിന്റെയും സാമൂഹ്യക്രമത്തിന്റെയും ഭാവാത്മകമായൊരു സൃഷ്ടിക്ക് ഗാന്ധി അപ്രാപ്തനായിരുന്നുവെന്നാണ് ഗോൾവാൾക്കർ കുറ്റപ്പെടുത്തുന്നത്.

എന്താണ് ഗോൾവാൾക്കർ പറയുന്ന ഭാവാത്മകത? അത് ചാതുർവർണ്യാധിഷ്ഠിത ത്രൈവർണികാധികാരക്രമത്തെയും ശ്രേണീബന്ധങ്ങളെയും അടിസ്ഥാനമാക്കിയുള്ള സമ്പദ്‌വ്യവസ്ഥയല്ലാതെ മറ്റെന്താണ്? ഭാവാത്മകമായ സാമൂഹ്യക്രമത്തെക്കുറിച്ച് ചിന്തിക്കാത്ത ഗാന്ധിയും ദേശീയ പ്രസ്ഥാനവും നിഷേധാത്മകമായിരുന്നു എന്നാണ് ഗോൾവാൾക്കർ വിലയിരുത്തുന്നത്. ഈ നിഷേധാത്മകതയിൽ നിന്നാണുപോലും സോഷ്യലിസ്റ്റായ ജവഹർലാൽ നെഹ്റുവിനെ ഗാന്ധി തന്റെ അനന്തരഗാമിയായി പരിഗണിച്ചതെന്നാണ് ഗോൾവാൾക്കർ കുറ്റപ്പെടുത്തുന്നത്. നെഹ്റുവിന്റെ *ഇന്ത്യയെ കണ്ടെത്തൽ* എന്ന പുസ്തകം ഇന്ത്യൻ സംസ്കാരത്തിന്റെ അന്തസത്തയെ ഉൾക്കൊള്ളാത്തതാണെന്നാണ് ഗോൾവാൾക്കർ ഉപരിപ്ലവമായി ആക്ഷേപിക്കുന്നത്. നെഹ്റുവിന്റെ സോഷ്യലിസ്റ്റ് ആഭിമുഖ്യത്തെയും ഭാവി ഇന്ത്യയെക്കുറിച്ചുള്ള വീക്ഷണങ്ങളെയും അങ്ങേയറ്റം അസഹിഷ്ണുതയോടെയാണ് ഗോൾവാൾക്കർ സമീപിക്കുന്നത്.

സോഷ്യലിസം അവ്യക്തവും ഉപരിപ്ലവവും ചൈതന്യശൂന്യവും യാന്ത്രികവും വർഗസമരത്തിന്റെ പരിഹൃതമാകാത്ത നിരവധി പ്രശ്നങ്ങൾക്കൊണ്ട് നീറുന്നതുമാണെന്നാണ് ഗോൾവാൾക്കർ വിലയിരുത്തുന്നത്. ഒക്ടോബർ വിപ്ലവത്തെയും സോഷ്യലിസത്തെയും ലെനിനെയുമെല്ലാം അങ്ങേയറ്റം അവജ്ഞയോടെയാണ് *വിചാരധാര*യിൽ ഗോൾവാൾക്കർ നിരീക്ഷിക്കുന്നത്. സ്വാതന്ത്ര്യത്തിന്റെ അർത്ഥം ബ്രാഹ്മണ വൈദിക മൂല്യങ്ങളിലേക്കുള്ള തിരിച്ചുപോക്കായിട്ടാണ് ആർ എസ് എസ് എല്ലാകാലത്തും വിശദീകരിച്ചിട്ടുള്ളത്. ആധുനിക പൗരസമൂഹ സങ്കല്പങ്ങളെയും സോഷ്യലിസ്റ്റ് സങ്കല്പങ്ങളെയും വിദേശിയായി അധിക്ഷേപിക്കുകയാണ് ആർ എസ് എസിന്റെയും ഗോൾവാൾക്കറുടെയും പതിവുശൈലി. ഗോൾവാൾക്കർ എഴുതിയിരിക്കുന്നത് നോക്കു:

> ഇന്നെല്ലായിടത്തും, അമേരിക്കനോ, ഇംഗ്ലീഷോ റഷ്യനോ ആയ മൂശകളിൽ നമ്മുടെ ജീവിതസമ്പ്രദായം വാർത്തെടുക്കാനുള്ള ശ്രമ

> മാണ് നാം കാണുന്നത്. അതിൽ 'ഭസ്വ' ഇല്ലെങ്കിൽപിന്നെ എങ്ങനെ നമുക്ക് അതിനെ 'സ്വതന്ത്രത' എന്നു വിളിക്കാം. അത് പരതന്ത്രമാണ്. ലെനിനെ നമ്മുടെ ആദർശമാക്കിവെച്ചാൽ അത് 'ലെനിൻ തന്ത്ര'മാവും. 'സ്വതന്ത്രത'യാവില്ല! വാസ്തവത്തിൽ നമ്മുടെ ദേശീയജീവിതമൂല്യങ്ങളായ ധർമ്മത്തിന്റെയും സംസ്കൃതിയുടെയും സംരക്ഷണവും പ്രചരണവും സ്വാതന്ത്ര്യത്തിന്റെ അസ്തിത്വഹേതു എന്ന നിലയ്ക്ക് നമ്മുടെ ചരിത്രപാരമ്പര്യത്തിൽ നാം എന്നും ഉയർത്തിപ്പിടിച്ചിട്ടുണ്ട്.
>
> (*വിചാരധാര*, അദ്ധ്യായം–21).

സോഷ്യലിസത്തോട് മാത്രമല്ല ഇന്ത്യൻ ജനതയുടെ ആധുനികവല്ക്കരണ പ്രക്രിയയെതന്നെ സ്വാതന്ത്ര്യസമരകാലത്ത് ബ്രിട്ടീഷ് പാദസേവകരായി വിരാജിച്ചവർ എത്ര അവജ്ഞയോടെയാണ് കാണുന്നതെന്ന് നോക്കൂ:

> പുരോഗമനത്തെക്കുറിച്ച് വീമ്പുപറഞ്ഞുകൊണ്ടു നാം നീങ്ങുന്നതെങ്ങിനെയാണ്! നാം അങ്ങോട്ടാണ് പോകുന്നതെന്നു നാം അറിയുന്നില്ല. ഇന്നു നമ്മുടെ ദേശീയ ജീവിതത്തിന്റെ സത്തായി എടുത്തു കാണിക്കുവാൻ നമുക്കെന്താണുള്ളത്? നമ്മുടെ ജീവിതരീതിയും വിദ്യാഭ്യാസ സമ്പ്രദായങ്ങളും മാറിക്കഴിഞ്ഞു. നമ്മുടെ പെരുമാറ്റവും വസ്ത്രധാരണരീതിയും മാറിയിരിക്കയാണ്. വീടുകൾ, പട്ടണങ്ങൾ, നഗരങ്ങൾ എന്നിവയുടെ നിർമ്മാണ രീതികളും വ്യത്യാസപ്പെട്ടുകഴിഞ്ഞിരിക്കുന്നു. ഇങ്ങനെ ദേശീയ ജീവിതത്തിന്റെ സൈരവൈശിഷ്ട്യങ്ങളും അടിമുടി ഭയങ്കരമായി വികൃതമായിരിക്കുകയാണ്. ഗതികെട്ട ഈ അനുകരണം നമ്മുടെ രാഷ്ട്രാഭിമാനത്തിനു കളങ്കം ചേർക്കില്ലേ. ദേശീയ വ്യക്തിത്വവും അസ്തിത്വവും നഷ്ടപ്പെടുന്നതിന്റെ വ്യക്തമായ തെളിവല്ലേ ഇത് എന്നൊന്നും ആരും ചിന്തിക്കുന്നില്ല! അതിന് ആർക്കും സാവകാശവുമില്ല! അങ്ങനെ നാം മുന്നോട്ടു നീങ്ങുകയാണ്. ബുദ്ധിപരമായ അടിമത്തത്തിലേക്ക്?
>
> (*വിചാരധാര*, അദ്ധ്യായം–14)

ഈ പ്രാകൃതവും ആധുനികതയുടേതായ എല്ലാറ്റിനെയും നിരാകരിക്കുന്ന പ്രത്യയശാസ്ത്ര നിലപാടുകളിൽ നിന്നാണ് ഹിന്ദുത്വ വാദികളുടെ ആചാര സംരക്ഷണ വാദങ്ങൾ ഉയരുന്നതെന്ന് മനസ്സിലാക്കാനുള്ള വിവേക ബുദ്ധി പോലും കേരളത്തിലെ കോൺഗ്രസ് നേതാക്കൾക്ക് ഇല്ലാതെ പോയിരിക്കുന്നു.

അസമത്വങ്ങൾ പരിഹരിക്കാനും ചൂഷണം അവസാനിപ്പിക്കാനുമുള്ള എല്ലാ ശ്രമങ്ങളെയും വൃഥാ യത്നങ്ങളായിട്ടാണ് ഗോൾവാൾക്കർ നിരീക്ഷിക്കുന്നത്. സോഷ്യലിസ്റ്റ് ആശയം വിഭാവനം ചെയ്യുന്ന സമത്വം ലോക

ത്ത് ഒരിക്കലും നടക്കാത്തതും മർദ്ദിതന്റെ എല്ലാ അതിജീവന ശ്രമങ്ങളും അസ്ഥാനത്താണെന്ന് സ്ഥാപിക്കുകയുമാണ് *വിചാരധാര*. ദൗത്യം എന്ന ശീർഷകത്തിൽ എഴുതിയിട്ടുള്ള *വിചാരധാര*യുടെ ഒന്നാം ഭാഗത്തുടനീളം വിചിത്രമായ വാദങ്ങളാണ് ഗോൾവാൾക്കർ അവതരിപ്പിക്കുന്നത്. ദാരിദ്ര്യാവസ്ഥ ദൈവസൃഷ്ടമാണെന്നും ദരിദ്രരെ ദൈവം സൃഷ്ടിച്ചിരിക്കുന്നത് അവർക്ക് ദൈവത്തെ സേവിക്കാനുള്ള അവസരത്തിനുവേണ്ടിയാണെന്നുമാണ് ഗോൾവാൾക്കർ വാദിക്കുന്നത്. ദാരിദ്ര്യത്തെ ദൈവനിയോഗമായി അവതരിപ്പിക്കുന്ന *വിചാരധാര*യിലെ ഭാഗം നോക്കൂ; നമ്മുടെ ചുറ്റുപാടും വിശക്കുന്നവരും നിലാരംബരുമായി ജീവിതത്തിന്റെ പ്രാഥമിക ആവശ്യങ്ങൾപോലും നിഷേധിക്കപ്പെട്ടവരായി കല്ലുപോലുള്ള ഹൃദയത്തെപോലും അലിയിക്കുന്ന ദയനീയകഥകളോടുകൂടിയ ലക്ഷോപലക്ഷങ്ങളുണ്ട്. ദരിദ്രരുടെയും അനാഥരുടെയും യാതനക്കാരുടെയും രൂപങ്ങൾ കൈക്കൊണ്ടിട്ടുള്ളത് യഥാർത്ഥത്തിൽ ദൈവം യാതനക്കാരുടെയും തന്നെയാണ്..... അദ്ദേഹം ആ രൂപങ്ങളിൽ വരുന്നത് നമുക്ക് അദ്ദേഹത്തെ സേവിക്കാനുള്ള അവസരം പ്രദാനം ചെയ്യുന്നതിനാണ്.....

ദാരിദ്ര്യത്തെയും അസമാവസ്ഥയെയും സാധൂകരിക്കുകയും ശാശ്വതീകരിക്കുകയുമാണ് ഗോൾവാൾക്കർ ചെയ്യുന്നത്. ദരിദ്രജനതയുടെ വർഗപരമായ ശാക്തീകരണത്തെയും അവരിൽ അവകാശബോധം ഉയർത്തുന്ന പ്രവർത്തനങ്ങളെയും അധിക്ഷേപപൂർവ്വമാണ് ഗോൾവാൾക്കർ കാണുന്നത്;

നമ്മുടെ എല്ലാ രാഷ്ട്രീയ കക്ഷികളും നമ്മുടെ ജനങ്ങളുടെ അവകാശങ്ങളെപ്പറ്റി എല്ലായ്പ്പോഴും പറഞ്ഞുപറഞ്ഞ് അവരുടെ അഹങ്കാരത്തെ ഉണർത്തുകയാണ്. അവകാശബോധവും ആത്മബോധവും നേടുന്ന സാധാരണജനങ്ങളെ അഹങ്കാരികളായി ആക്ഷേപിക്കുന്ന ഗോൾവാൾക്കർ അവകാശബോധം വളർന്നുകഴിഞ്ഞാലുള്ള കുഴപ്പത്തെപ്പറ്റി വിലപിക്കുന്നതുനോക്കൂ: "അവകാശങ്ങളെക്കുറിച്ചുള്ള ബോധത്തിന്റെ അന്തരീക്ഷത്തിൽ സമാജത്തിന്റെ ആത്മാവായ സഹകരണഭാവം ജീവിക്കുകയേയില്ല." ചൂഷകവർഗങ്ങളുടെ ആധിപത്യത്തെ ചോദ്യംചെയ്യുന്ന പാവപ്പെട്ടവരുടെ ആത്മബോധത്തെയും അവകാശബോധത്തെയും അതിനുവേണ്ടി പ്രവർത്തിക്കുന്ന കമ്യൂണിസ്റ്റുകാരെയും പരമശത്രുക്കളായി കാണുന്ന പ്രത്യയശാസ്ത്രമാണ് ആർ എസ് എസിന്റേത്.

ആർ എസ് എസിന്റെ കേരള അജണ്ട രൂപപ്പെടുന്നത് നിസ്വവർഗങ്ങൾക്കും അവരുടെ അവകാശപ്പോരാട്ടങ്ങൾക്കും എതിരായ ഇടപെടലെന്ന നിലയ്ക്കുകൂടിയാണെന്നാണ് ഇതെല്ലാം വ്യക്തമാക്കുന്നത്. *വിചാരധാര*യിൽ മൂന്നാമത്തെ ആഭ്യന്തരഭീഷണിയായി ഗോൾവാൾക്കർ പറയുന്ന കമ്യൂണിസ്റ്റുകാരെ നേരിടാൻ മതവികാരം ജ്വലിപ്പിക്കുകയാണ് വഴിയെന്നാണ് കല്പിക്കുന്നത്. മതവികാരം ഉണർത്തി വർഗീയമായി ജനങ്ങളെ ചേരിതിരിക്കുകയാണ് വേണ്ടതെന്നാണ് മറയേതുമില്ലാതെ ഗോൾവാൾക്കർ വിശദമാക്കുന്നത്.

സോഷ്യലിസം എന്ന ആശയത്തെ വൈദേശികാശയവും ഇന്ത്യയുടെ ഭാവാത്മകതയ്ക്ക് ഇണങ്ങാത്ത നിഷേധാത്മക നിലപാടുമായിട്ട് കാണുന്ന ഗോൾവാൾക്കർ എഴുതിയിരിക്കുന്നത് നോക്കൂ:

> ഇതിനും പുറമെ സോഷ്യലിസം ഈ മണ്ണിന്റെ സന്തതിയല്ല. അത് നമ്മുടെ രക്തത്തിലും പാരമ്പര്യത്തിലും ഇല്ല. സഹസ്രാബ്ദങ്ങളായുള്ള നമ്മുടെ ദേശീയ ജീവിതത്തിന്റെ ആദർശങ്ങളും പാരമ്പര്യങ്ങളുമായി അതിന് യാതൊരു ബന്ധവുമില്ല. ഇവിടുത്തെ നമ്മുടെ ജനകോടികൾക്ക് വൈദേശികമായൊരു ചിന്തയാണത്. ആ നിലയ്ക്ക് നമ്മുടെ ഹൃദയത്തെ കോരിത്തരിപ്പിക്കുവാനും സമ്പൂർണ്ണ സമർപ്പണത്തിന്റെയും ചാരിത്ര്യശുദ്ധിയുടേതുമായ ഒരു ജീവിതത്തിന് പ്രചോദനമാവാനോ അതിന് കഴിയില്ല. ഇപ്രകാരം നമ്മുടെ ദേശീയ ജീവിതാദർശമായിരിക്കാനുള്ള പ്രാഥമിക യോഗ്യത പോലും അതിനില്ലെന്ന് കാണുന്നു.
>
> (ആന്തരിക ഭീഷണികൾ, *വിചാരധാര*).

സമത്വാശയങ്ങളോടും കമ്യൂണിസത്തോടും അനുരഞ്ജനരഹിതമായ വിദ്വേഷവും പുച്ഛവുമാണ് ആർ എസ് എസിന് ഉള്ളത്. കേരളത്തിൽ കമ്യൂണിസ്റ്റ് സർക്കാരിന്റെ അധികാരാരോഹണത്തെയും ആ സർക്കാർ നടപ്പിലാക്കിയ ഭൂപരിഷ്കരണ നിയമത്തെയും ഗോൾവാൾക്കർ എന്തൊരവജ്ഞയോടെയാണ് നിരീക്ഷിക്കുന്നതെന്ന് നോക്കൂ:

> ഇന്നത്തെ കമ്യൂണിസ്റ്റ് ഗവണ്മെന്റ് അധികാരത്തിൽ വന്നപ്പോൾ തങ്ങളുടെ പരമാധികാരത്തിനുനേരെ യാതൊരു വെല്ലുവിളിയും വേണമെന്നാഗ്രഹിച്ചില്ല. അതിനാലവർ പഴയ പ്രഭുക്കന്മാരെയും നാടുവാഴികളെയും വ്യവസായികളെയുമെല്ലാം തുടച്ചുനീക്കി. എല്ലാ വ്യവസായങ്ങളും ദേശസാല്ക്കരിച്ചു. വലിയ ഭൂവുടമകളെയും ഒടുവിൽ ചെറിയ ചെറിയ സെമീന്ദാർമാരെയും കർഷകരെയും എല്ലാം തന്നെയും അവർ ഇല്ലാതാക്കി. ഇവിടെയും ജന്മിമാരെ ഇല്ലാതാക്കി. ഇപ്പോൾ 17-ാം ഭേദഗതിമൂലം അരയേക്കർ ഭൂമി മാത്രമുള്ള ചെറിയ കർഷകനെപോലും എസ്റ്റേറ്റുടമയായി കണക്കാക്കി അവന്റെ സ്വത്ത് ഫലത്തിൽ യാതൊരു നഷ്ടപരിഹാരവും നല്കാതെ കണ്ടുകെട്ടാനുള്ള അധികാരം ഗവണ്മെന്റിനുണ്ടാക്കിയിരിക്കുന്നു.
>
> (വിചാരധാര).

നഗ്നമായ ജന്മി പക്ഷപാതിത്വവും കുത്തകമൂലധനശക്തികളോടുള്ള കൂറുമാണ് ഗോൾവാൾക്കറുടെ ഈ വാക്കുകളിൽ തികട്ടിനില്ക്കുന്നത്. ആധുനിക കേരള നിർമ്മിതിയുടെ ചരിത്രത്തെ മുഴുവൻ ശത്രുതയോടെ നോക്കിക്കാണുന്ന ആർ എസ് എസ് ബ്രാഹ്മണാധികാരത്തിന്റെ ഭൂതകാലത്തെ പലതലങ്ങളിലും പുനരാനയിക്കാനാണ് കിണഞ്ഞുശ്രമിച്ചുകൊണ്ടിരിക്കുന്നത്.

സോഷ്യലിസത്തെയും കമ്യൂണിസത്തെയും ആർ എസ് എസുകാർ ഉന്മൂലനം ചെയ്യേണ്ട പ്രത്യയശാസ്ത്രമായി കാണുന്നത് അവരുടെ ചൂഷകവർഗപക്ഷപാതിത്വം കൊണ്ടുതന്നെയാണ്. മുതലാളിത്തത്തിന് ബദലായ എല്ലാറ്റിനെയും അത്യന്തം ഭയത്തോടെയാണ് ഗോൾവാൾക്കർ കാണുന്നത്. സഹകരണകൃഷി, കൂട്ടുകൃഷി, ബാങ്ക് ദേശസാല്ക്കരണം, വ്യവസായ ദേശസാല്ക്കരണം തുടങ്ങിയ സോഷ്യലിസ്റ്റ് സിദ്ധാന്തങ്ങളെല്ലാം അന്തരീക്ഷത്തിൽ നിറഞ്ഞുനില്ക്കുന്നു. ഇതെല്ലാം തന്നെ ഒരുവിധത്തിൽ പടിപടിയായി ചൈനീസ് പിന്തുടരലാണ്. ഈ അടുപ്പം കാണാനും ചുമരെഴുത്ത് വായിക്കാനും നമുക്ക് പരിശ്രമിക്കാം. വെറും അടിമകളും ഉപകരണങ്ങളും മാത്രമായി തീരാതിരിക്കാൻ നല്ലപോലെ കരുതിയിരിക്കുക.

സ്ഥിതിസമത്വത്തെയും അതിനായുള്ള സോഷ്യലിസ്റ്റ് സമീപനങ്ങളെയും അസഹിഷ്ണുതയോടെ കാണുന്ന ഗോൾവാൾക്കറുടെ നിലപാടുകൾ സാമ്രാജ്യത്വ കുത്തകമൂലധനത്തിന്റെ സംരക്ഷണ ദൗത്യമാണ് സ്വയം ഏറ്റെടുത്തിരിക്കുന്നത്. കമ്യൂണിസ്റ്റുകാരും ആർ എസ് എസുകാരും തമ്മിലുള്ള എതിർപ്പിന്റെയും സംഘർഷത്തിന്റെയും വേരുകൾ കിടക്കുന്നത് ഈ പ്രത്യയശാസ്ത്രനിലപാടുകളിലാണ്. വർഗപരമായ പക്ഷപാതിത്വങ്ങളിലാണ്.

കമ്യൂണിസത്തോടുള്ള ആജന്മ ശത്രുതയാണ് ഗോൾവാൾക്കറുടെ ചൈനാവിരോധത്തിന്റെയും അടിസ്ഥാനമെന്ന് *വിചാരധാര* വായിക്കുമ്പോൾ എളുപ്പം മനസ്സിലാകും. ഗോൾവാൾക്കർ ചൈനയെക്കുറിച്ച് എഴുതിയിരിക്കുന്നത് ഒന്നുനോക്കൂ: "സാധാരണ നിലയിൽ നിയമശാസനം പാലിച്ചിരുന്ന ഒരു നാഗരിക ജനതയാണ് ബ്രിട്ടീഷുകാർ. എന്നാൽ ചൈന തികച്ചും ഭിന്നമായ സ്വത്വമാണ്. സാധാരണ മനുഷ്യഗുണങ്ങളായ ദയ, സഹതാപം, മനുഷ്യജീവനോടുള്ള ബഹുമാനം ഇതൊന്നും തൊട്ടുതെറിച്ചിട്ടില്ലാത്ത ഒരു കൂട്ടരാണ് ചൈനക്കാർ."

അമേരിക്കക്കാരോടും ബ്രിട്ടീഷുകാരോടും ആത്മീയ ഐക്യം പ്രഖ്യാപിക്കുന്ന ഗോൾവാൾക്കർ ചൈനയെ ഈ വിധം അധിക്ഷേപിക്കുന്നത് തന്റെ വംശീയവും കമ്യൂണിസ്റ്റ് വിരുദ്ധവുമായ ഭ്രാന്തന് നിലപാടുകൾ മൂലമാണ്. അങ്ങേയറ്റം പരിഹാസ്യമായ നിലപാടുകളും ചൈനയെയും ഇന്ത്യൻ കമ്യൂണിസ്റ്റുകാരെയും പറ്റി *വിചാരധാരയിൽ* ഗോൾവാൾക്കർ എഴുതിയിട്ടുണ്ട്. ഇന്ത്യൻ കമ്യൂണിസ്റ്റുകാരെ ശത്രുക്കളെപ്പോലെ വീക്ഷിക്കണമെന്നും അവരെ ദാക്ഷിണ്യമില്ലാത്ത ഉരുക്കുകൈകൾകൊണ്ട് അടിച്ചമർത്തുകയും വേണമെന്നുമാണ് ഗോൾവാൾക്കർ അനുശാസിക്കുന്നത്.

# ആർ എസ് എസ് അജണ്ടയെ പങ്കിടുന്ന കോൺഗ്രസുകാർ

**ഇൗ**യൊരു നിലപാടുകളിൽ നിന്നാണ് കമ്യൂണിസ്റ്റുകാർക്ക് ഏറെ സ്വാധീനമുള്ള കേരളത്തിലേക്കുള്ള ആർ എസ് എസ് അജണ്ട രൂപം കൊണ്ടതെന്ന് പലരും മനസ്സിലാക്കാതെ പോകുകയാണ്. ആർ എസ് എസും കമ്യൂണിസ്റ്റുകാരും തമ്മിലുള്ള സംഘർഷത്തിന്റെ അടിസ്ഥാനം ഇന്ത്യൻ സമൂഹത്തിൽ നിലനില്ക്കുന്ന വർഗവൈരുദ്ധ്യത്തിന്റേതാണെന്ന യാഥാർത്ഥ്യത്തെ പല ഉത്തരാധുനിക ബുദ്ധിജീവികളും നിരാകരിക്കുകയാണ്. കമ്യൂണിസത്തെ ഇല്ലാതാക്കാനുള്ള എല്ലാ അമേരിക്കൻ ഇടപെടലുകളെയും ആവേശപൂർവം പിന്തുണയ്ക്കുകയും സ്തുതിക്കുകയുമാണ് ഗോൾവാൾക്കറും ആർ എസ് എസ് ബുദ്ധിജീവികളും എന്നും ചെയ്തിട്ടുള്ളത്. വി ഡി ചോപ്രയുടെ *പെന്റഗൺ ഷാഡോ ഓൺ ഇന്ത്യ* എന്ന പുസ്തകം ആർ എസ് എസിന്റെ അമേരിക്കൻ ബാന്ധവങ്ങളെ തുറന്നു കാണിക്കുന്ന നിരവധി വിവരങ്ങൾ നല്കുന്നുണ്ട്. ഇന്ത്യയിലെ മറ്റിതര പ്രദേശങ്ങളെ അപേക്ഷിച്ച് നവോത്ഥാനവും തൊഴിലാളി കർഷക മുന്നേറ്റങ്ങളും മാറ്റിമറിച്ച സമൂഹമാണ് കേരളം. അതുകൊണ്ടുതന്നെ ആർ എസ് എസിന്റെ ആശയങ്ങൾക്ക് ഒരിക്കലും കാര്യമായ സ്വാധീനം കേരളത്തിൽ ലഭിച്ചിട്ടില്ല. അതിനായുള്ള അവരുടെ കുത്സിത നീക്കങ്ങളെ ആധുനിക ജനാധിപത്യ പ്രസ്ഥാനങ്ങളും തൊഴിലാളിവർഗ രാഷ്ട്രീയവും എല്ലാതലങ്ങളിലും പ്രതിരോധിച്ചിട്ടുമുണ്ട്. അതവരെ അങ്ങേയറ്റം പ്രകോപിതരുമാക്കുന്നുണ്ട്.

1942 ഏപ്രിൽ മാസത്തിലാണ് ഗോൾവാൾക്കർ രണ്ടു പ്രചാരകരെ കേരളത്തിലേക്ക് നിയോഗിക്കുന്നത്. ടെംഗിടിയും മധുകർഓക്കും. ടെംഗിടി മലബാറിലും മധുകർഓക്ക് തിരുവിതാംകൂർ മേഖലയിലുമായിരുന്നു കേന്ദ്രീകരിച്ചത്. കോഴിക്കോട്ടുള്ള പി കെ എം രാജയുടെ സഹായ

ത്തോടെയാണ് ടെംഗിടി കേരളത്തിലെ ആർ എസ് എസിന്റെ ആദ്യ ശാഖയ്ക്ക് തുടക്കമിടുന്നത്. പി കെ എം രാജയുടെ ബംഗ്ലശ്ശേരി എന്ന വീട്ടുവളപ്പിലായിരുന്നു ശാഖ ആരംഭിച്ചത്. പിന്നീടത് ചാലപ്പുറം ഗണപത് ഹൈസ്ക്കൂൾ ഗ്രൗണ്ടിലേക്ക് മാറി. പി കുമാരനായിരുന്നു ശാഖയുടെ മുഖ്യശിക്ഷക്. പന്ത്രണ്ടിലധികം അംഗങ്ങൾ ശാഖയിൽ പങ്കെടുത്തിരുന്നു എന്നാണ് പറയപ്പെടുന്നത്. 1942 മെയ് മാസത്തിൽ നാഗ്പൂരിൽ നടന്ന ആർ എസ് എസിന്റെ ഓഫീസേഴ്സ് ട്രെയിനിംഗ് ക്യാമ്പിൽ മൂന്ന് മലയാളികൾ പങ്കെടുത്തു. നാഗ്പൂർ ഒ ടി സിക്കുശേഷമാണ് ആഴ്ചവട്ടത്ത് രണ്ടാമത്തെ ശാഖ തുടങ്ങുന്നത്. വലിയതോതിൽ കേരളത്തിലെ ശാഖാപ്രവർത്തനങ്ങൾക്ക് പണം ആർ എസ് എസ് കേന്ദ്രനേതൃത്വത്തിൽ നിന്ന് കിട്ടിക്കൊണ്ടിരുന്നു.

ആർ എസ് എസിന്റെ ഔദ്യോഗിക ചരിത്രരേഖകൾ തന്നെ 1942 ൽ മധുരയിൽ നടന്ന അവരുടെ ശീതകാല സമ്മേളനത്തിൽ കോഴിക്കോടുനിന്ന് പ്രവർത്തകർ പങ്കെടുത്തതായി പറയുന്നുണ്ട്. 1943 ൽ കോഴിക്കോടിന് പുറത്തുള്ള പ്രദേശങ്ങളിൽനിന്നും തിരുച്ചിറപ്പള്ളിയിൽ നടന്ന ആർ എസ് എസ് ക്യാമ്പിൽ ആളുകളെ പങ്കെടുപ്പിക്കാൻ കഴിഞ്ഞതായി രേഖപ്പെടുത്തിയിട്ടുണ്ട്. ഔപചാരികവും നാമമാത്രവുമാണ് കേരളത്തിലെ ആർ എസ് എസ് പ്രവർത്തനങ്ങൾ എന്നാണ് കേന്ദ്രനേതൃത്വം തന്നെ അക്കാലത്ത് വിലയിരുത്തിയിട്ടുള്ളത്. ടെംഗിടി കേരളത്തിൽ ആർ എസ് എസിന് ശാഖസംവിധാനങ്ങൾ വഴി മാത്രം വേരുപിടിപ്പിക്കാൻ കഴിയില്ലെന്ന് കേന്ദ്രനേതൃത്വത്തെ ഈയൊരു ഘട്ടത്തിൽ ധരിപ്പിക്കുന്നുണ്ട്. കേരളത്തിലെ സംഘടിതവർഗ്ഗപ്രസ്ഥാനങ്ങളും സാമൂഹ്യരാഷ്ട്രീയ സംഘടനകളും ആർ എസ് എസിന്റെ ആശയങ്ങൾക്ക് വലിയ തടസ്സമാണെന്ന കാര്യം മനസ്സിലാക്കിക്കൊണ്ടാണ് കടുത്ത വർഗീയവല്ക്കരണത്തിന് വേണ്ടിയുള്ള പദ്ധതികൾ കേന്ദ്രനേതൃത്വത്തിന്റെ മുൻകൈയിൽ ആവിഷ്ക്കരിക്കപ്പെടുന്നത്.

കടുത്ത വർഗീയ വിഷയങ്ങളുയർത്തി സംഘട്ടനവും സാമുദായിക ധ്രുവീകരണവും രൂപപ്പെടുത്താനാണ് കേന്ദ്രനേതൃത്വം നിർദ്ദേശിച്ചത്. അതോടൊപ്പം സാംസ്കാരിക സംഘടന എന്ന പരിവേഷം ഉപയോഗിച്ച് ക്ഷേത്രങ്ങളിൽ കടന്നുകൂടി ഭക്തിയുടെയും ആഘോഷങ്ങളുടെയും ആത്മീയവഴികളിലൂടെ സ്വാധീനമുണ്ടാക്കാനുള്ള വളണ്ടിയർ പരിശീലനത്തിനും അവർ രൂപംകൊടുത്തു. തീരദേശങ്ങളിൽ സാമ്പത്തിക സഹായവും തൊഴിലുപകരണങ്ങൾ വാങ്ങാനുള്ള സഹായങ്ങളും നല്കി കടന്നുകൂടാനും കേന്ദ്രനേതൃത്വം നിർദ്ദേശിച്ചു.

മറ്റ് പ്രദേശങ്ങളിൽ നിന്ന് വ്യത്യസ്തമായി തീരദേശമേഖലയിലെ ദാരിദ്ര്യവും സാമുദായിക ഘടനയും ഉപയോഗിച്ച് വർഗീയരാഷ്ട്രീയം വളർത്തിയെടുക്കാനാണ് ആർ എസ് എസ് പദ്ധതിയിട്ടത്. മീഞ്ചന്ത, തിരുവണ്ണൂർ, വെള്ളയിൽ തുടങ്ങിയ കടലോരമേഖലയിലെ അരയന്മാർക്കിടയിലാണ് ഈ പദ്ധതിയുടെ അടിസ്ഥാനത്തിൽ ആർ എസ് എസ് പ്രവർ

ത്തനമാരംഭിച്ചത്. ഇവിടങ്ങളിൽ പുതിയ ശാഖകളും അവർ തുടങ്ങി. ഈ പ്രവർത്തനങ്ങളുടെ തുടർച്ചയിലാണ് ബേപ്പൂരിലും പയ്യോളിയിലുമെല്ലാം വർഗീയകലാപങ്ങൾ ഉണ്ടാക്കുന്നതും സാമുദായിക ധ്രുവീകരണം സൃഷ്ടിക്കുന്നതും.

നാനാജാതി മതസ്ഥരായ ജനങ്ങൾ ഐക്യത്തോടെയും സാഹോദര്യത്തോടെയും ജീവിച്ചുപോന്ന കോഴിക്കോടും പൊതുവെ മലബാറിലും വർഗീയ അസ്വാരസ്യങ്ങൾക്കു വഴിമരുന്നിടുന്നത് ആർ എസ് എസിന്റെ സാന്നിധ്യത്തോടെയാണെന്നുകാണാം. സ്വാതന്ത്ര്യത്തിനുമുമ്പുതന്നെ സമുദായസ്പർദ്ധ സൃഷ്ടിക്കുകയെന്ന ലക്ഷ്യത്തോടെ മതപരിവർത്തനത്തെയും ഗോവധത്തെയുമെല്ലാം ഹിന്ദുത്വവാദികൾ കോഴിക്കോടും പരിസരപ്രദേശങ്ങളിലുമെല്ലാം തുടർച്ചയായി പ്രചരണായുധമാക്കിയിരുന്നു. കേരളീയ മനസ്സാക്ഷിയെ ഞെട്ടിച്ച മാറാട് ഒന്നും രണ്ടും കലാപങ്ങളുടെ വേരുകൾ ആർ എസ് എസിന്റെ കേരളത്തിലെ വർഗീയവല്ക്കരണ ചരിത്രവുമായി ബന്ധപ്പെട്ടാണ് കിടക്കുന്നത്. വട്ടക്കിണറിലെ മുസ്ലീം ആരാധനാലയത്തിനു മുന്നിലൂടെ ഘോഷയാത്ര നടത്തി ബേപ്പൂരിനെ കലാപകലുഷിതമാക്കാനുള്ള തീരുമാനം ആർ എസ് എസ് കേന്ദ്രങ്ങളിൽ നിന്നാണ് ഉണ്ടായത്. കലാപങ്ങൾ സൃഷ്ടിച്ച് സാമുദായിക ധ്രുവീകരണം ഉണ്ടാക്കുക എന്നതാണ് ആർ എസ് എസിന്റെ വർഗീയ രാഷ്ട്രീയ തന്ത്രം തന്നെ. 1950 തുകളിലെ ബേപ്പൂർ കലാപം, പയ്യോളി കലാപം, 1970 തുകളിലെ തലശ്ശേരി വർഗീയ കലാപം തൊട്ടു  മാറാട് സംഭവങ്ങൾ വരെ വർഗ്ഗീയവൽക്കരണ അജണ്ടയുടെ സൃഷ്ടിയായിരുന്നു. ദേശീയതലത്തിൽ വർഗീയവല്ക്കരണത്തിനുള്ള ഹിംസാത്മകമായൊരു പദ്ധതിയായി ഗോവധനിരോധനം ആർ എസ് എസ് ഉയർത്തി നരവേട്ടകൾ നടത്തുന്ന. കേരളത്തിലെ ആർ എസ് എസ് പ്രവർത്തങ്ങളുടെ തുടക്കത്തിൽ തന്നെ വർഗീയവല്ക്കരണം ലക്ഷ്യം വെച്ച് ഗോവധ വിരുദ്ധക്യാമ്പയിന് ഏറ്റെടുക്കപ്പെടുകയുണ്ടായിട്ടുണ്ടെന്നതിന് തെളിവാണ് പയ്യോളി കലാപം. ഈ കലാപങ്ങളെല്ലാം കോൺഗ്രസു സർക്കാരുകളുടെ കാലത്തോ അവരുടെ പ്രത്യക്ഷമോ പരോക്ഷമോ ആയ സഹായത്തോടെയായിരുന്നു. മാറാട് സംഭവങ്ങൾ ആന്റണി സർക്കാരിന്റെ കാലത്തായിരുന്നു. ഹിന്ദു ഐക്യവേദിയുടെ ഇംഗിതങ്ങൾക്ക് വഴങ്ങി കലാപബാധിത പ്രദേശങ്ങൾ തന്നൊടൊപ്പം സന്ദർശിക്കാൻ വന്ന മന്ത്രി കുഞ്ഞാലിക്കുട്ടിയെ പോലും മാറ്റിനിർത്തുന്ന ലജ്ജാകരമായ നിലയിലേക്ക് വരെ ആന്റണി അന്ന് താണു കൊടുത്തു.

കോൺഗ്രസുകാരുടെ ആർ എസ് എസ് ബാന്ധവത്തിന്റെ ചരിത്രവും രാഷ്ട്രീയവും സ്വാതന്ത്ര്യാനന്തരം ആർ എസ് എസ് നടത്തിയ ഗാന്ധി വധവും ബാബറി മസ്ജിദ് കൈയേറ്റവും അതിനോട് കോൺഗ്രസ് സർക്കാരുകൾ സ്വീകരിച്ച കുറ്റകരമായ നിലപാടുകളും ആവർത്തിക്കേണ്ടതില്ല. മോദി സർക്കാർ ഹിന്ദു രാഷ്ട്രം ലക്ഷ്യമിട്ട് കൊണ്ടുവന്ന മുത്ലാഖ്, പൗരത്വ ഭേദഗതി, കാശ്മീർ നിയമം, എൻ ഐ എ യു എ പി എ ഭേദഗതികൾ തുടങ്ങിയ ഫാസിസ്റ്റ് നിയമനിർമ്മാണങ്ങളോട് ചേർന്നു നില്ക്കു

ന്നതും മയപ്പെട്ട എതിർപ്പുകളിലൂടെ വഴങ്ങി കൊടുക്കുന്നതുമായ നിലപാടാണ് കോൺഗ്രസ് സ്വീകരിച്ചത്. കേരളത്തിലെ ബി ജെ പി വോട്ടു കച്ചവടത്തിന് ഡൽഹിയിൽ കാർമ്മികനായിരുന്നത് ഒരു എ ഐ സി സി സെക്രട്ടറിയാണെന്ന ശക്തമായ ആരോപണവും കോൺഗ്രസ് നേതാക്കൾ തന്നെ ഉയർത്തിയിരിക്കുകയാണ് 2016 ലെ തിരെഞ്ഞെടുപ്പിൽ എൻ ഡി എക്ക് വിജയപ്രതീക്ഷയുള്ള 10 മണ്ഡലങ്ങളൊഴിച്ച് ബാക്കി മണ്ഡലങ്ങളിൽ ആർ എസ് എസ് നേതൃത്വം കോൺഗ്രസിന് പരോക്ഷ പിന്തുണ നൽകാൻ നിർദ്ദേശിച്ചതായി *ഡെയ്‌ലി ഇന്ത്യൻ ഹെറാൾഡ്* പോലുള്ള ദേശീയ മാധ്യമങ്ങളും നിരവധി ഓൺലൈൻ പോർട്ടലുകളും റിപ്പോർട്ട് ചെയ്തതാണ്. കോൺഗ്രസിന്റെ സഹായം കൊണ്ടാണല്ലോ നേമം വഴി നിയമസഭയിൽ അക്കൗണ്ട് തുറക്കാൻ കഴിഞ്ഞതും. ബി ജെ പി ബാന്ധവവും ഹിന്ദുത്വ അജണ്ടയും കോൺഗ്രസ്സിലെയും യു ഡി എഫിലെയും മതനിരപേക്ഷ വിശ്വസികളെ ഇടതുപക്ഷത്തോടൊപ്പം നില്ക്കുന്നതിലേക്കെത്തിച്ചിരിക്കുന്നു എന്നു കൂടിയാണ് തിരഞ്ഞെടുപ്പ് ഫലം വ്യക്തമാക്കുന്നത്.

www.ingramcontent.com/pod-product-compliance
Lightning Source LLC
LaVergne TN
LVHW060113051026
849517LV00007B/2294